கன்னியாகுமரி மாவட்டக் கல்வெட்டுகள்
(முழுவதும் அடங்கிய சுருக்கப் பதிப்பு)

நினைவில் வாழும்
திருப்பதிசாரம் பொறியாளர்
சுந்தரம் அவர்களுக்கு

கன்னியாகுமரி மாவட்டக் கல்வெட்டுகள்

(முழுவதும் அடங்கிய சுருக்கப் பதிப்பு)

அ.கா. பெருமாள்

சுதர்சன் புக்ஸ் & கிராஃப்ட்ஸ்

தலைப்பு	:	**கன்னியாகுமரி மாவட்டக் கல்வெட்டுகள்** (முழுவதும் அடங்கிய சுருக்கப் பதிப்பு)
ஆசிரியர்	:	அ.கா. பெருமாள்
மொழி	:	தமிழ்
பதிப்பு	:	முதல் பதிப்பு: டிசம்பர் 2021, இரண்டாம் பதிப்பு: மே 2023, மூன்றாம் பதிப்பு: ஜூன் 2024.
உரிமை	:	ஆசிரியருக்கு
பக்கம்	:	160
விலை	:	ரூ. 150
பதிப்பாளர்	:	சுதர்சன் புக்ஸ் & கிராஃப்ட்ஸ் 151/4, கே.பி. சாலை நாகர்கோவில் 629001
தொலைபேசி	:	91 – 4652 – 228445; 403422
கைபேசி	:	9367510985
மின்னஞ்சல்	:	sudbooksngl@gmail.com
அட்டை வடிவமைப்பு	:	வள்ளியூர் வி. பெருமாள்
அச்சாக்கம்	:	Printed at Clicto Print, Jaleel Towers, 42 KB Dasan Road, Teynampet Chennai 60001
ISBN	:	978-93-93648-02-0

06/2024/S.No. 21, sb 1, 16 (3) 100

பெ.சு. முதல் செந்தீ வரை

கல்வெட்டுச் செய்திகளைப் படி எடுத்துச் சேகரிப்பதன் மூலம் வரலாற்றை முறைப்படி எழுதலாம் என்ற அறிவு பூர்வமான கருத்து உருவான பின்பு கல்வெட்டுக்களை முறைப்படி படி எடுக்க ஆரம்பித்தனர். இது 1837இல் உருவான நிகழ்வு என்று கருதலாம். இதிலிருந்து 1981 வரை மொத்த இந்தியாவில் உத்தேசமாக 90,000 கல்வெட்டுகள் கண்டுபிடிக்கப்பட்டன என்கின்றனர்.

இந்தக் கல்வெட்டுகளில் பெருமளவின தென்னிந்தியாவில் கிடைத்தவை. தமிழகத்தில் 28000க்கு மேல் கல்வெட்டுகள் கிடைத்துள்ளன. இது குறித்த செய்திகளைத் தமிழகக் கல்வெட்டாய்வாளர்கள் விரிவாகவே முன்வைத்துள்ளனர். தமிழகத்தில் கண்டுபிடிக்கப்பட்ட கல்வெட்டுகளில் பதிப்பிக்கப் பட்டவற்றைக் கால அடிப்படையில் பகுத்துள்ளனர். அது கீழ்வருமாறு.

கி.மு. 300 – கி.பி. 500	400 கல்வெட்டுகள்
கி.பி. 501 – கி.பி. 850	1000 கல்வெட்டுகள்
கி.பி. 851 – கி.பி. 1300	16000 கல்வெட்டுகள்
கி.பி. 1301 – கி.பி. 1600	4500 கல்வெட்டுகள்
கி.பி. 1601 – கி.பி. 1900	2500 கல்வெட்டுகள்
மொத்தம்	24400 கல்வெட்டுகள்

1981 முதல் இன்று (2019) வரை 3000க்கு மேல் கல்வெட்டுகள் கிடைத்துள்ளன. ஆகத் தமிழகத்தில்

உத்தேசமாக 28,000 அளவில் கல்வெட்டுகள் கண்டுபிடிக்கப் பட்டுள்ளன என்று கூறுகின்றனர். ஆரம்பகாலத்தில் தமிழகத்தில் அரசு தொல்லியல் துறை அலுவலகர்களே கல்வெட்டுக்களைப் படிஎடுத்தனர். கல்வெட்டில் கறுப்பு மை தேய்த்து தாளை ஒட்டி எடுத்து காயவைத்துப் படிக்கும் பழைய வழக்கமே தொடர்ந்தது.

1967க்குப் பின்னர் கல்வெட்டுகளைப் படி எடுக்கும் பணி தீவிரமானது. இன்றைய காலகட்டத்தில் பல்கலைக் கழகங்களிலும் கல்லூரிகளிலும் பள்ளிகளிலும் பணிபுரியும் வரலாற்றுத்துறை தமிழ்த்துறைப் ஆசிரியர்களும் தனிப்பட்டவர்களும், ஆய்வு மையங்களும் கல்வெட்டுக்களைத் தேடிப் போய் பதிவு செய்கின்றனர். இவற்றில் சில தினப்பத்திரிகைகளில் செய்திகளாக வருகின்றன. தமிழகத் தொல்லியல் கழகம் நடத்தும் ஆவணம் ஆண்டிதழ் அச்சில் வராத கல்வெட்டுகளை முறையாகப் பதிவு செய்கிறது. இப்படியாகச் சேகரிக்கப்பட்ட பதிவு செய்யப்பட்ட கல்வெட்டுகளின் எண்ணிக்கை அதிகார பூர்வமாகத் திரட்டப்பட வில்லை.

தமிழகத்தில் இதுவரை கிடைத்துள்ள கல்வெட்டுகள் எல்லாம் நூல் வடிவில் வரவில்லை. இவற்றிலும் ஆரம்ப காலத்தில் வெளியானவை முறைப்படியாக ஆராய்ச்சி பூர்வமாகப் பதிப்பிக்கப்பட்டுள்ளன. எழுபதுக்களின் பின்னர் தமிழகத் தொல்லியல் துறையினர் தமிழ்க்கல்வெட்டுகளை மாவட்ட வாரியாகவும் கோவில்கள் வாரியாகவும் பதிப்பித்துள்ளனர். இவற்றில் மிகக் குறைவான விளக்கமே உள்ளன.

திருவிதாங்கூர் சமஸ்தான அரசு கல்வெட்டுத்துறையினர் கண்டுபிடித்த கல்வெட்டுகள் ஒன்பது தொகுதிகளாக வந்துள்ளன. முதல் மூன்று தொகுதிகளை டி.எ.கோபிநாத ராவ் பதிப்பித்துள்ளார் (1908), நான்காம் பகுதியை கே. வி. சுப்பிரமணிய அய்யரும் (1924), ஐந்து, ஆறு, ஏழாம் பகுதிகளை ஏ.எஸ். ராமநாத அய்யரும் (1924, 1927, 1930) பதிப்பித்துள்ளனர். எட்டு, ஒன்பதாம் தொகுதிகளை ஆர். வாசுதேவப்பொதுவல் வெளியிட்டுள்ளார் (1938).

திருவிதாங்கூரின் ஒரு பகுதியாகக் கன்னியாகுமரி மாவட்டம் இருந்தபோது, திருவிதாங்கூர் தொல்லியல் துறையினர் கல்வெட்டுகளைப் படி எடுத்திருக்கின்றனர். அவை T.A.S. தொகுதிகளில் பரவலாய் உள்ளன. இந்த வேலை 1937க்குப் பின் பெரும்பாலும் நடக்கவில்லை. 60க்களின் இறுதியில் தமிழக அரசு தொல்லியல் துறை கன்னியாகுமரி கல்வெட்டுக்களைப் படி எடுத்திருக்கிறது. ஆரம்பத்தில் நடன காசிநாதனே படி எடுக்க வந்திருக்கிறார்.

கன்னியாகுமரி மாவட்டக் கல்வெட்டுக்கள் ஆறு தொகுதிகளாக வந்திருக்கின்றன. தமிழகத் தொல்லியல் துறை வெளியிட்ட இக்கல்வெட்டுத் தொகுதிகளில் ஏற்கெனவே திருவிதாங்கூர் தொல்லியல் துறை வெளியிட்டக் கல்வெட்டுகளும் உள்ளன. தமிழக அரசு வெளியிட்ட தொகுப்பில் முதல் மூன்று தொகுதிகளின் பதிப்பாசிரியர் நடன காசிநாதன் ஆவார். (1972), நான்காம் ஐந்தாம் தொகுதிகளை இரா. நாகசாமி பதிப்பித்திருக் கிறார் (1979), ஆறாம் தொகுதியின் பதிப்பாசிரியர்கள் மா. செந்தில் செல்லக்குமரன், எஸ். ராமச்சந்திரன், தே. கோபாலன் ஆகியோர் (2006). இத்தொகுப்பில் செந்தீ நடராசனும், அ.கா. பெருமாளும் கண்டுபிடித்த கல்வெட்டுகளும் உள்ளன.

கன்னியாகுமரி மாவட்டத்தில் 1885 முதல் 2018 வரை 133 ஆண்டுகளில் கிடைத்துள்ள கல்வெட்டுகள் 801 அளவில் இருக்கலாம். இவற்றில் 318 அளவில் உள்ளவை T.A.S. தொகுதிகளிலும் 381 அளவில் தமிழக அரசு தொல்லியல் துறை வெளியிட்ட தொகுதிகளிலும் உள்ளன. எஞ்சிய கல்வெட்டு களில் 27 அளவில் உள்ளவை தஞ்சை தொல்லியல் கழகம் வெளியிடும் ஆவணம் தொகுதிகளிலும் உள்ளன. மீதியுள்ள 39 வெளியாகாத மூலக் கல்வெட்டுகள் செம்பவளம் ஆய்வுத்தள நூல் நிலையத்தில் பாதுகாக்கப்படுகின்றன. இவை அச்சில் வரவில்லை. பத்மநாபபிள்ளையின் நூலில் 9 கல்வெட்டுக்கள் உள்ளன.

இந்த மாவட்டத்தில் 133 ஊர்களில் கண்டெடுக்கப்பட்ட இக்கல்வெட்டுகள் இந்துக் கோவில்களிலும் கிறுத்தவ தேவாலயங்களிலும் மசூதிகளிலும் சிறிய பெரிய கல் பாறைகளிலும் தனிக் கல்பலகைகளிலும் பொறிக்கப்பட்டுள்ளன. பத்மநாபபுரம் அரண்மனை அருங்காட்சியகத்தில் 36 கல்வெட்டுகள் உள்ளன.

கன்னியாகுமரி மாவட்டக் கல்வெட்டுகள் தமிழ், மலையாளம், சமஸ்கிரதம், பிரஞ்ச், போர்ச்சுக்கீசு, ஆங்கிலம் ஆகிய மொழிகளில் உள்ளன. இவை தமிழ், வட்டெழுத்து, கிரந்தம், தேவநாகரி எழுத்து வடிவில் அமைந்தவை. இந்தக் கல்வெட்டுகளில் சோழர், பாண்டியர், வேணாடு, விஜயநகர, நாயக்க அரசர்களால் பொறிக்கப்பட்டவை. மற்றும் ஆய் மன்னர்களின் கல்வெட்டுகளும் உண்டு. மேலும் தனிப்பட்டவர்கள், படைத்தலைவர்கள், திருவிதாங்கூர் அரசர்கள், தேவதாசிகள் போன்றோர்களால் பொறிக்கப்பட்டவையும் உண்டு.

கன்னியாகுமரி கல்வெட்டுகளில் சில அடையாளம் காணமுடியாத அளவு அழிந்துவிட்டன. (கடியப்பட்டினம், குறத்தியறை) சில கல்வெட்டுப் பகுதிகள் சிமென்றாலும்

சுண்ணாம்பாலும் மூடப்பட்டுவிட்டன, சில செம்புத் தகடுகளால் பொதியப்பட்டுள்ளன. (கன்னியாகுமரி, சுசீந்திரம்) சில முக்கியமான கல்வெட்டுகள் இருந்த கல்பலகைகள் களவாடப்பட்டுள்ளன. (பறக்கை மகாதேவர் கோவில்) சில கல்வெட்டுகள் இருந்த மண்டபங்களே உடைக்கப்பட்டுள்ளன. (நாக்காமடம்) தேசிய நெடுஞ்சாலை பணி நடந்தபோது அழிக்கப் பட்ட சிறு மண்டபங்களில் இருந்த சில கல்வெட்டுகளும் மறைந்துவிட்டன.

இந்த மாவட்டத்தில் முதலில் கல்வெட்டைக் கண்டுபிடித்து படிஎடுத்தவர் மனோன்மணியம் நாடக நூல் ஆசிரியர் பெ. சுந்தரம் பிள்ளை ஆவார். இவர் திருவிதாங்கூர் சமஸ்தானத்தில் பிறவகை சிரஸ்தார் (Commissiones of Separate Revenue) என்னும் பதவியில் இருந்த போது கோவில்களில் கல்வெட்டுக்களைப் பார்க்கச் சென்றிருக்கிறார். அப்போது வருவாய்த்துறையும் அறநிலையத்துறையும் ஒன்றாக இருந்தது. அதனால் இவரால் சில ஆவணங்களை நேரடியாகப் பார்க்க முடிந்தது.

இலங்கையைச் சார்ந்தவரும் நாஞ்சில் நாட்டு தேரூரில் மணஉறவு வைத்திருந்தவருமான பண்டித கணேசபிள்ளையின் உதவியுடன் கல்வெட்டுக்களைத் தேட ஆரம்பித்தபோது ஆரல்வாய்மொழி கரைக்கோட்டையில் ஒரு கல்வெட்டைக் கண்டுபிடித்தார். ஆரல்வாய்மொழி, பாண்டி நாட்டுக்கும் திருவிதாங்கூருக்கும் எல்லையில் இருந்த ஊர். இங்கு ஒரு கல்கோட்டையும் இருந்தது. இந்தக் கல்வெட்டை பேரா. சுந்தரம் பிள்ளை படி எடுத்துக் குறிப்பெழுதியிருக்கிறார். டி.எ. கோபிநாதராவ் இதை மறுபடியும் படி எடுத்திருக்கிறார். (T.A.S Vol I P 232) இக்கல்வெட்டு இப்போது பத்மநாபபுரம் அரண்மனை அருங்காட்சியகத்தில் உள்ளது.

இந்தக் கல்வெட்டின் காலம் கி.பி. 792. இது கன்னியாகுமரி மாவட்டத்தில் உள்ள மிகப் பழமையான கல்வெட்டு. 17 வரிகள் கொண்ட இது வட்டெழுத்து எழுத்து வடிவில் அமைந்தது. மொழி தமிழ். இக்கல்வெட்டு பொறிக்கப்பட்ட கல்லில் ஒரு வீரனின் புடைப்புச் சிற்பமும் உண்டு.

இக்கல்வெட்டில் குறிப்பிடப்படும் அரசன் மாறஞ்சடையன் என்னும் பாண்டியன் ஆவான். இந்த முற்காலப் பாண்டியனின் படைத்தலைவர்களுள் ஒருவனான இரணகீர்த்தி என்பவன் சேரர் படையுடன் போரிட்டு மரணமடைந்த செய்தியை இக்கல்வெட்டு கூறுகிறது. சேரனின் படை கரைக்கோட்டையை அழிக்க விழிஞத்திலிருந்து வந்தபோது இந்தப் போர் நடந்திருக்கிறது.

இந்தக் கல்வெட்டு கண்டுபிடிக்கப்பட்டு படி எடுத்த ஆண்டு 1885 என்று ஊகிக்க முடிகிறது. இந்தக் கல்வெட்டைக் கண்டுபிடித்த பேரா. பெ. சுந்தரம் பிள்ளையிலிருந்து தொடங்கி செம்பவளம் ஆய்வுத்தளம் வழி கல்வெட்டுக்களைத் தேடி படி எடுப்பதை ஒரு வேள்வியாகச் செய்து வருகின்ற நாகர்கோவில் செந்தீ நடராசன் வரை உள்ளவர்களின் பட்டியல் சரியாகப் பதிவு செய்யப்படவில்லை.

இருபதாம் நூற்றாண்டின் ஆரம்பத்தில் கல்வெட்டுகளைத் தேடி அலைந்தவர்களில் பண்டித கணேசபிள்ளை, கவிமணி தேசிக விநாயகம் பிள்ளை, டி.கே. ஜோசப், சிதம்பர கிருஷ்ண அய்யர் ஆகியோர் முக்கியமானவர்கள். இவர்களில் கவிமணி தேசிக விநாயகம் பிள்ளை கல்வெட்டுகள் பற்றி ஆங்கிலத்திலும் தமிழிலும் கட்டுரைகள் எழுதியுள்ளார். டி.கே. ஜோசப் உயர்நிலைப்பள்ளி ஆசிரியராக இருந்தவர், *Kerala Society Papers* இதழின் எல்லா பகுதிகளையும் படித்து திருத்தியவர் இவர். இவர்களின் பணிகள் கூட 20ஆம் நூற்றாண்டின் முப்பதுகளில் நின்றுவிட்டது.

இதன் பிறகு அறுபதுக்களில் கல்வெட்டு, கோவில் தொடர்பான செய்திகளைத் திரட்டியவர்களில் முக்கியமானவர் வங்கி அதிகாரி எஸ். பத்மநாபன். இதே காலகட்டத்தில் தமிழகத் தொல்லியல் துறையினர் கல்வெட்டுகளைப் படி எடுத்தனர். இவர்களில் நடன காசிநாதன், இரா. நாகசாமி, எஸ். ராமச்சந்திரன், சாந்தலிங்கம், செந்தில் செல்வக் குமரன், தே. கோபாலன், சி.சு. சம்பத், வே. வேதாசலம் போன்றோர் முக்கியமானவர்கள்.

எழுபதுக்களின் கடைசியில் கல்வெட்டுகளைப் படி எடுக்கும் வேலை மந்தமாக நடந்தது. 90க்களின் ஆரம்பத்தில், செந்தீ நடராசன், தொல்லியல் துறை அலுவலர் தே. கோபாலனுடன் இந்நூலாசிரியரும் இணைந்து செயல்பட ஆரம்பித்தனர். செந்தீ நடராசன் நிறுவிய செம்பவளம் ஆய்வுத்தளம் கன்னியாகுமரி மாவட்டக் கல்வெட்டுகளைத் தேடிப் பதிவு செய்வதில் தீவிரம் காட்ட ஆரம்பித்தது. நானும் செல்வதரனும் செந்தீயுடன் இணைந்து செயல்படுகின்றோம். ஆரல்வாய்மொழி பேராசிரியர் சிவா சில கல்வெட்டுகளை கண்டுள்ளார்.

செந்தீ நடராசன் பிராமி. வட்டெழுத்து, கிரந்தம் என்னும் எழுத்து வடிவங்களையும் தமிழ், மலையாளம், ஆங்கில மொழிகளையும் அறிந்தவர். கல்வெட்டைப் படி எடுக்கும் மரபு வழி முறையைத் தொல்லியல் அலுவலர் தே. கோபாலன் வழி அறிந்திருந்தாலும் கல்வெட்டில் அரிசிமாவைத் தேய்த்து

படிக்கும் புதிய வழியையும் பயன்படுத்துகிறார். கல்வெட்டுக்களை மட்டுமல்ல செப்பேடுகள், ஓலை ஆவணங்களையும் இவர் படியெடுத்துள்ளார். இந்த மாவட்டத்து இளைஞர்களுக்குக் கல்வெட்டுப் பயிற்சியும் அளிக்கிறார்.

O O O

திருவிதாங்கூர் அரசு வெளியிட்ட ஒன்பது கல்வெட்டு தொகுதிகள், தமிழக அரசு வெளியிட்ட ஆறு கல்வெட்டு தொகுதிகள், தஞ்சை தொல்லியல் கழகம் வெளியிடும் ஆவணம் 29 தொகுதிகள் ஆகியவற்றில் உள்ள கன்னியாகுமரி மாவட்டம் தொடர்பான 801 கல்வெட்டுகள் இந்நூலில் சுருக்கிக் கொடுக்கப்பட்டுள்ளன. திருவிதாங்கூர் கல்வெட்டுத் தொகுதிகளும், தமிழக அரசு கல்வெட்டுத் தொகுதிகளும் ஆவணம் இதழ்களும் இப்போது கிடைப்பதில்லை. வெளியாகாத கல்வெட்டுக்கள் நாகர்கோவில் செம்பவளம் ஆய்வுத் தளத்தில் (செந்தீ நடராசன்) உள்ளன.

இந்நூலில் ஊர் அகரவரிசைப்படி கல்வெட்டுகள் கொடுக்கப்பட்டுள்ளன. ஊரின் அடைப்புக்குறிக்குள் அதன் வட்டம் (தாலுகா) கொடுக்கப்பட்டுள்ளது. இவை எந்த நூலில் உள்ளன; என்ன எழுத்து வடிவம் மொழி விபரம்; அரசு ஆண்டு; கல்வெட்டு பொறிக்கப்பட்ட சிறு விபரம் ஆகியனவும் கொடுக்கப்பட்டுள்ளன. இந்நூலில் ஒவ்வொரு கல்வெட்டின் அடியிலும் அது காணப்படும் ஆதாரச் சான்று உள்ளது.

சுருக்கக் குறியீடு

ம.ஆ. : மலையாள ஆண்டு

த.நா: தமிழ்நாடு அரசு கல்வெட்டு தொகுதி

தி.க.தொ: திருவிதாங்கூர் கல்வெட்டு தொகுதிகள்

தி.க.அ: திருவிதாங்கூர் கல்வெட்டு அறிக்கை

T.A.S. : Travancore Archaeology Series

ஆவணம்: தஞ்சாவூர் தமிழக் தொல்லியல் கழக வெளியீடு

O O O

இந்த நூலைத் தொகுக்க உதவிய டாக்டர் தெ.வே. ஜெகதீசன், செந்தீ நடராசன் ஆகியோருக்கும் கணிப்பொறியில் அச்சிட உதவிய ஆர். பமிலா டோரிஸ், வள்ளியூர் பெருமாள், ஜி.ஆர். மணிகண்டன், சிவராஜ் பராதி ஆகியோருக்கும் என் அன்பையும் நன்றியையும் தெரிவித்துக் கொள்ளுகிறேன்.

அ.கா. பெருமாள்

கன்னியாகுமரி மாவட்டக் கல்வெட்டுகள் சுருக்கம்

1. அக்கரை (அகஸ்தீஸ்வரம் வட்டம்)

1. சேந்தன் செந்திலாதிபதி செக்கடி விநாயகர் சந்நிதியின் கிழக்குச் சுவரில் 14 வரித் தமிழ் கல்வெட்டு; இந்த ஊர் மக்கள் கோவில் கல்பணி துவக்கிய போது, கோவில் பணியைச் செய்ய வந்த கொத்தனாருக்குத் தங்க இடம் கொடுத்த செய்தி உள்ளது. இக்கல்வெட்டு கி.பி. 1863ஆம் (ம.ஆ. 1039) ஆண்டினது. *(த.நா. Vol I 1968-44)*

2. அகஸ்தீஸ்வரம் (அகஸ்தீஸ்வரம் வட்டம்)

2. அகஸ்தீஸ்வரம் (சிவன்) கோவில் கருவறையில் தெற்கு சுவரில் உள்ள தமிழ்க் கல்வெட்டு; இரண்டு வரிகள்; காலம் கி.பி. 13-14 நூற்.; சிதைந்த நிலை; மடம் நிபந்தம் காரணமாக இருக்கலாம். *(த.நா. Vol I எண் 1968-1).*

3. அகஸ்தீஸ்வரம் கோவில் கருவறை தெற்கு சுவரில் முதல் பட்டிகையில் உள்ள தமிழ் கல்வெட்டு; மூன்று வரிகள்; பாண்டியன் சடையவர்மன் ஸ்ரீவல்லபன் காலம்; கி.பி. 12 நூற்.; சிதைந்த நிலை; மெய்கீர்த்தி; அரசன் அழகிய பாண்டிய கூடத்து பள்ளிக்கட்டிலில் இருந்தபோது வெளியிட்ட கல்வெட்டு *(த.நா. Vol I 1968-2).*

4. அகத்தீஸ்வரர் கோவில் கருவறை தெற்கு சுவரில் அதிட்டானப் பட்டிகையில் தமிழ் கல்வெட்டு; மூன்று வரிகள்; சிதைவு; பாண்டியன்

சடையவர்மன் ஸ்ரீவல்லபதேவன் கி.பி. 12 நூற்.; (த.நா.தொ. Vol I 1968–3).

5. அகத்தீஸ்வரர் கோவில் கருவறை தெற்கு சுவரில் உள் பட்டிகையில் தமிழ் கல்வெட்டு; பாண்டியன் சடையவர்மன் ஸ்ரீ வல்லபதேவன்; கி.பி. 1124; ஐந்து வரிக் கல்வெட்டு; கிரந்தக்கலப்பு உண்டு; நிபந்தங்கள் நடத்த 150 மாடை அளித்த செய்தி. (த.நா. தொ Vol I 1968–4 திக. தொ 46/1086).

6. அகத்தீஸ்வரர் கோவில் கருவறை தெற்கு சுவரில் இரண்டாம் பட்டிகையில் 4 வரிகள் கொண்ட தமிழ் கல்வெட்டு; 12 நூற்.; கல்வெட்டு இடைப்பகுதி மட்டும் உள்ளது. கோவில் நித்த நிபந்தம்; இறையிலி நிலன் (த.நா.தொ. Vol I 1968–5).

7. அகத்தீஸ்வரர் கோவில் கருவறை தெற்கு சுவர் இரண்டாம் பட்டி; தமிழ்க் கல்வெட்டு; கி.பி. 12 நூற்.; பாண்டியன் சடையவர்மன் ஸ்ரீவல்லபதேவன் காலம்; நாலுவரிக் கல்வெட்டு; சிதைவு; இக்கல்வெட்டில் குறிக்கப்படும் நம்பிராட்டி பாண்டியனின் மனைவியாக இருக்கலாம். (த.நா.தொ. Vol I 1968–6).

8. அகத்தீஸ்வரர் கோவில் கருவறை தெற்கு சுவரில் இரண்டாம் பட்டிகையில் தமிழ் கல்வெட்டு; 4 வரிகள்; சிதைவு; நிபந்தம்; பாண்டியர் காலம்; கி.பி. 12 நூற்.; (த.நா. Vol I 1968–7).

9. அகத்தீஸ்வரர் கோவில் கருவறை தெற்கு சுவரில் இரண்டாம் பட்டிகையில் தமிழ் கல்வெட்டு; 4 வரிகள்; சிதைவு; நிபந்தம் கொடுத்தவர் பாண்டியன் மனைவி உலகமுழுதுடையாள்; சிவ அடியார் உணவுக்கு நிபந்தம்; பாண்டியன் சடையவர்மன் ஸ்ரீவல்லபதேவன் காலம்; கி.பி. 12 நூற்.; (த.நா.தொ. Vol I 1968–8).

10. அகத்தீஸ்வரர் கோவில் கருவறை தெற்கு சுவரில் இரண்டாம் பட்டிகையில் 4 வரி தமிழ்க் கல்வெட்டு; பாண்டியன் ஸ்ரீவல்லபதேவர்; கி.பி. 12 நூற்.; சிதைவு; நிபந்தம்; இறையிலி நிலம். (த.நா.தொ. Vol I 1968–9).

11. அகத்தீஸ்வரர் கோவில் கருவறை தெற்கு சுவர் மூன்றாம் பட்டிகையில் தமிழ் கல்வெட்டு; பாண்டியர் 12 நூற்.; சிதைவு; நிபந்தம்; 4 வரிகள்; (த.நா.தொ. Vol I 1968–10 தி.க.தொ. அகத் 44/1086).

12. அகஸ்தீஸ்வரர் கோவில் உண்ணாழி தெற்கு சுவரில் மூன்றாம் பட்டிகையில் 4 வரிகள் கொண்ட தமிழ் கல்வெட்டு; பாண்டியன் சடையவர்ம ஸ்ரீவல்லபதேவர்; காலம் கி.பி. 12 நூற்.; கல்வெட்டு சிதைவு; கோவில் நிபந்தம்; ஏழரை மாடை தானம்; இக்கல்வெட்டு முந்தைய கல்வெட்டின் (1968–10) தொடர்ச்சி (த.நா.தொ. Vol I 1968–11).

13. அகத்தீஸ்வரர் கோவில் உண்ணாழி தெற்கு சுவரில் தமிழ் கல்வெட்டு; 4 வரிகள்; பாண்டியன் சடையன் மாறன் ஸ்ரீவல்லபன்; 12 நூற்.; சிதைவு; நிபந்தமாயிருக்கலாம். (த.நா. I 1968-12).

14. அகத்தீஸ்வரர் கோயில் உண்ணாழியின் மேற்கு பக்கச் சுவரில் முதல் பட்டிகையில் தமிழ்க் கல்வெட்டு; 4 வரிகள்; பாண்டியன் சடையவர்மன் ஸ்ரீவல்லபன்; கி.பி. 1123; மாடை தானம். (த.நா. Vol I 1968-13; தி.க.தொ. 1-1112).

15. அகத்தீஸ்வரர் கோயில் கருவறை மேற்கு சுவர் மூன்றாம் பட்டிகை; தமிழ் கல்வெட்டு; 4 வரிகள்; பாண்டியன் சடையவர்மன் ஸ்ரீவல்லபதேவன்; காலம் கி.பி. 1127; கன்னியாகுமரிக்கு தீர்த்தமாட வரும் சிவயோகிகள், நித்த பூஜகர் 50 பேர் உண்ண நிலம் நிபந்தம் (த.நா. Vol I 1968-14; தி.க.தொ. 2-1112).

16. அகத்தீஸ்வரமுடையார் கோயில் கருவறை வடக்கு சுவர் முதல் பட்டிகை; தமிழ் கல்வெட்டு; 3 வரி; சிதைவு; மெய்கீர்த்தி பகுதி; பாண்டியன் சடையவர்மன் ஸ்ரீவல்லபதேவன்; கி.பி. 12 நூற்.; (த.நா. Vol I 1968-15).

17. அகத்தீஸ்வர் கோயில் வடக்கு சுவரில் உள்ள முதல் பட்டிகையின் கல்வெட்டுகள்; தமிழ்; 3 வரி; சிதைவு; பாண்டியன் சடையவர்மன் ஸ்ரீவல்லபன்; கி.பி.12 நூற். இக்கல்வெட்டு வேறு கல்வெட்டின் (1968-14) தொடர்ச்சியாக இருக்கலாம் சாத்த நாராயணன் பெயர் வருகிறது. (த.நா. Vol I 1968-16).

18. அகத்தீஸ்வரர் கோயில் கருவறையின் வடக்கு சுவரில் இரண்டாம் பட்டிகையில் தமிழ் கல்வெட்டு; கி.பி. 14-15 நூற்.; அழகிய மணவாள பெருமாளுக்கு ஆடி திருவோண பூசை நிபந்தம்; 4 வரிகள்; சிதைவு; (த.நா. Vol I 1968-17; தி.க.தொ. 47-1086)

19. அகத்தீஸ்வரர் கோயில் கருவறை வடக்குச் சுவரில் இரண்டாம் பட்டிகையில் தமிழ் கல்வெட்டு; 1 வரி; சிதைவு; 18 நூற்.; பிராமண போஜமாக இருக்கலாம் (த.நா. Vol I 1968-18)

20. அகத்தீஸ்வரர் கோவில் கருவறை வடக்கு சுவர் மூன்றாம் பட்டை தமிழ் கல்வெட்டு; 3 வரி; பாண்டியர் சடையவர்மன் ஸ்ரீவல்லபன்; 12 நூற்.; சிவ யோகிகள் உணவிற்கு நிபந்தம். (த.நா. Vol I 1968-19)

21. அகத்தீஸ்வரர் கோவில் உட்புற தெற்குச் சுவர் இரண்டாவது பட்டையில் தமிழ் கல்வெட்டு; 3 வரி; 1 வரி சிதைவு; மெய்கீர்த்தி வரி; பாண்டியர் சடையவர்மன் ஸ்ரீ வல்லபன்; கி.பி. 12 நூற்.; (த.நா. Vol I 1968-20)

22. அகத்தீஸ்வரர் கோவில் உட்புறம் தெற்கு தூணில் தமிழ் கல்வெட்டு; *7* வரி; கி.பி. *17* நூற்.; இத்தூண் நிபந்தம் கொடுத்தவன் காரி. (த.நா. *Vol I 1968–21)*

23. அகத்தீஸ்வரர் கோவில் அருகே பாறை; *32* வரிகள் கொண்ட பெரிய தமிழ் கல்வெட்டு; கி.பி. *1458;* புறத்தாய நாட்டு தென்வாசி வாரண நன்னாட்டு அகத்தீஸ்வரம் உதைய மார்த்தாண்ட சதுர்வேதி மங்கலம் பட்டர்களுக்கு வேணாட்டு அரசன் தன் பிறந்தநாளில் (பரணி) பிராமண குடியிருப்பு ஏற்படுத்தி ருக், யஜீர், சாம வேதம் பயில, மருத்துவ வசதி, மட்பாண்டம் தேவைக்கு நிலம் நிபந்தம் (த.நா. *Vol I 1968–22* T.A.S. *Vol VII* P 5)

24. அகத்தீஸ்வரர் கோயில் அருகே பாறை; *34* வரிகள்; கல்வெட்டு தமிழ்; கி.பி. *1438;* முந்திய கல்வெட்டு செய்திகளே *(1968–22)* இதிலும் வருகின்றன (த.நா. *Vol I 1968–23;* TAS *Vol VIII* P3)

25. அகஸ்தீஸ்வரம் ஊரில் கிடைத்த தமிழ் கல்வெட்டொன்று பத்மநாபபுரம் அரண்மனை அருங்காட்சியகத்தில் உள்ளது; *4* வரிகள்; கி.பி. *15–16* நூற்.; அகஸ்தீஸ்வரம் பண்டக சாலையை அஞ்சினான் புகலிடமாக அறிவித்த செய்தி உள்ளது. (த.நா. *Vol I 2004–481)*

26. அகஸ்தீஸ்வரர் கோவில் அர்த்த மண்டபத்தின் வடக்கு சுவரில் தமிழ் கல்வெட்டு; *19* வரிகள்; *5* வரிகள் சிதைவு; முதல் குலோத்துங்கன் *38*ஆம் ஆட்சியாண்டு; இவ்வூர் குமரி மங்கலம்; நிபந்தம்; இப்பகுதி உப்பளம் குறித்த செய்தி உள்ளது. (T.A.S. *Vol I* P *351)*

3. அங்கோடு (கல்குளம் வட்டம்)

27. அங்கோடு சிவன் கோவிலில்; வட்டெழுத்து இரண்டு வரிகள்; மொழி தமிழ்; கி.பி. *1547;* கோவில் பணி குறித்த செய்தி (T.A.S. *Vol VII* P *115; 105 06 1096)*

28. அங்கோடு சிவன் கோவிலில்; மலையாள மொழிக் கல்வெட்டு; கண்டன் கோவிந்தன் (விலயனூர்) இக்கோவிலுக்கு நிபந்தம் கொடுத்த செய்தி. (TAS *Vol VII* P *115)*

4. அந்திரபுரம் (தோவாளை வட்டம்)

29. இவ்வூர் சாஸ்தாங்கோவில் கருவறை தெற்கு சுவரின் பட்டியில் உள்ள *7* வரி தமிழ்க் கல்வெட்டு; கி.பி. *1635;* சக ஆண்டு *1557;* ம.ஆ. *811;* இவ்வூர் திருவெம்படைக் கண்டன் சாத்தாவுக்கும், கைலாயநாதருக்கும் விழா பூசைக்கும் அமுது படிக்கு நிலம் நிபந்தம்; இக்கோவிலில் பக்கவாத்தியம் வாசிக்கவும் நிலம்

விடப்பட்டது. இந்த நிலத்தை விட்டவன் திருவிதாங்கோட்டு கலியுகத்து மெய்யன். த.நா. Vol V 1969–2)

5. அருமநல்லூர் (தோவாளை வட்டம்)

30. ஊர் சாஸ்தான் கோவில் எதிரே உள்ள பாறை; தமிழ்; கி.பி. 11–12 நூற்.; 11 வரிகள்; பெருமளவு சிதைவு; நிபந்தமாக இருக்கலாம் (த.நா. Vol V 1969–4)

6. அருவிக்கரை (கல்குளம்)

31. கிருஷ்ணன் கோவில் கருவறையின் வடக்கு பக்க முதல் பட்டையில் வட்டெழுத்துக் கல்வெட்டு; மொழி தமிழ்; காலம் கி.பி. 1240; கற்பக மங்கலத்தில் உள்ள துப்ப நாராயணனும் துப்பஞ்சேந்தன் கண்டந்துப்பன் அவன் தம்பி ஆகியோர் அருவிக்கரை புருஷோத்தமருக்கு நிலம் நிபந்தம்; 2 நீண்ட வரி; மாத்தூர் பெருங்குளத்தில் நிலம் உள்ளது; முற்றுப்பெறாத கல்வெட்டு. (த.நா. Vol IV 1969–1; TAS Vol VII P 112–115)

32. கிருஷ்ணன் கோவில் கருவறை இரண்டாம் பட்டியில் வட்டெழுத்துக் கல்வெட்டு; 3 நீண்ட வரிகள்; காலம் கி.பி 1237; அருவிக்கரை புருஷோத்தமருக்கு (கிருஷ்ணன்) அரையன்சேரி கண்டஞ்சாத வேதப்பட்டர் நிலம் நிபந்தம்; மாத்தூரில் உள்ளது; இது காராண்மையாக சங்கரனிடம் கொடுக்கப்பட்டது. இதற்கு இவன் ஒரு மாலை கட்டி நைவேத்தியம் செலுத்த வேண்டும். இங்கு கோவில் சபை இருந்தது. (த.நா. Vol IV 1969–2 TAS Vol VII P 114)

33. கிருஷ்ணன் கோவில் கருவறை மேற்குப் பக்கம் இரண்டாம் பட்டி; வட்டெழுத்துக் கல்வெட்டு; 2 நீண்ட வரிகள்; காலம் கி.பி. 1235; திருவிதாங்கோட்டு பாலக்கோட்டு நாராயண குமாரசுவாமி ராமன் நைவத்திய அரிசிக்கும், மாலைக்கும் மாத்தூரில் நிலம் நிபந்தம். நெல் கொடுக்கத் தவறினால் அபராதம் உண்டு. கல்வெட்டு முற்றுப்பெறவில்லை. (த.நா. Vol IV 1969–3; TAS Vol VII P113 50 06 1098)

34. கிருஷ்ணங்கோவில் மடப்பள்ளியின் தென்பக்கச் சுவரில் தமிழ்க் கல்வெட்டு; 10 சிறிய வரிகள்; காலம் கி.பி 1654; இக்கோவிலுக்கு பாலக்கோட்டு சாதவேதன் சாவத்திரி அம்மை தூண் நிபந்தம் (த.நா. Vol IV 1969–4 TAS Vol VII P 113)

7. அழகியபாண்டியபுரம் (தோவாளை வட்டம்)

35. இவ்வூரில், தேச ஆச்சாரியாள், ஸ்ரீ வீரவநங்கை அம்மன் கோவில் அர்த்த மண்டபத்தின் கிழக்கு பக்கத் தூணில் உள்ள

தமிழ் கல்வெட்டு; காலம் கி.பி. 1637; 7 வரிகள்; ம.ஆ. 813 ஆடி மாதம் 7ஆம் தேதி பெரும் ஆண்டாள் அம்மை மகள் பிச்சியார் இத்தூணை நிறுவினார். (த.நா. Vol V 1969–5)

36. வீரவநங்கை கோவில் அர்த்தமண்டப மேற்கு தூணில் தமிழ்க்கல்வெட்டு; 5 வரிகள்; காலம் கி.பி. 1637. பாப்பி அம்மை மகள் கொடுத்தது இத்தூண் (த.நா. Vol V 1969–6)

37. வீரவநங்கை கோவில் அர்த்தமண்டபம் மேற்கு பக்க தூணில் தமிழ் கல்வெட்டு; கி.பி. 17–18 நூற்.; சிதைந்த 6 வரிக் கல்வெட்டு; தூணைக் கொடுத்த பெண்ணின் பெயர் உள்ளது. (த.நா. Vol V 1969–7)

38. வீரவநங்கை கோவில் மணிமண்டபத்தில் கிழக்கு பக்கம் தமிழ் கல்வெட்டு; கி.பி. 1866 ம.ஆ. 1042 சித்திரை 7ஆம் தேதி சிவகாமி அழகு என்ற பெண் ஒரு சிற்பம் செய்ய பணம் நூற்றைம்பது அளித்த செய்தி. (த.நா. Vol V 1969–8)

39. வீரவநங்கை கோவில் முதல் பிரகாரம் தெற்கு தரையில் 7 வரிகள்; தமிழ் கல்வெட்டு; காலம் கி.பி. 18–19 நூற்.; இந்த அம்மன் கோவில் திருப்பணி நடந்தபோது அணஞ்சபெருமாள் என்பவர் சிற்பம் உடைய ஒரு தூண் செய்ய 204 பணம் கொடுத்தார். (த.நா. Vol V 1969–9)

40. இவ்வூர் வெங்கடாசலபதி கோவில் கருவறை வடக்கு பக்க சுவர் முதல் பட்டியில் தமிழ்க் கல்வெட்டு; கி.பி. 11–12 நூற்.; நீண்ட ஒரு வரி; இக்கோவில் நித்திய பூசை முதலிய காரியங்களுக்குச் சேரகோனர் கொடுக்க வேண்டிய ஆறு நாழி அரிசிக்கு நகரத்தார் 5 மா நிலம் அளித்தனர். 'கொட்டியார் குளம்' மறுகால் பாய்வது; கல்வெட்டு சிதைவு (த.நா.Vol V 1969–10 TAS Vol VII P 107; தி.க.அ 16 06 1067)

41. வெங்கடாசலபதி கோவில் கருவறை வடக்கு பக்க சுவர் முதல் பட்டியில் தமிழ் கல்வெட்டு; கி.பி. 11–12 நூற்.; 2 வரிகள் சிதைவு; நிலம் கொடை (த.நா. Vol V 1969–11; TAS Vol VII P 107)

42. வெங்கடாசலபதி கோவில் கருவறை வடக்கு சுவர் முதல் பட்டியில் 4 நீண்ட வரித் தமிழ்க் கல்வெட்டு; காலம் கி.பி. 1076; நாஞ்சி நாட்டு அதியனூரான அழகிய பாண்டியபுரத்து கண்ணன் தேவனான உத்தமபாண்டிய சிலைச்செட்டி என்பவன் இவ்வூரில் உள்ள பவித்திர மாணிக்க விண்ணகர் எம்பெருமானுக்கு ஒவ்வொரு நாளும் நாழி அரிசி பொங்கி படைக்க நிலம் நிபந்தம். இதற்காக நிலத்தை விலைக்கு வாங்கி நகரத்தானிடம் கொடுக்கிறான். 'கொட்டியார்குளத்தின்' தெற்கே இந்த நிலம் உள்ளது. (த.நா. Vol V 1969–12 TAS Vol III Part 2 P57)

43. வெங்கடாசலபதி கோவில் கருவறை வடக்கு பக்கம் இரண்டாம் பட்டியில் தமிழ்க் கல்வெட்டு; தமிழக அரசு பதிப்பில் ஒரு நீண்ட வரி விடுபட்டது. *T.A.S* பதிப்பில் உள்ள வரி முழுமையாய் உள்ளது. காலம் கி.பி. *11–12;* நந்தாவிளக்கு எரிக்க நிலம் நிபந்தம். கோவில் நகரத்தார் பொறுப்பில் இருந்தது. இக்கோவிலில் பூஜை (திருவாராதனம்) செய்யும் நம்பியின் ஜீவிதத்துக்கும் நிலம் விடப்பட்டது. *(*த.நா. *Vol III 1969–13 TAS Vol VII Part II P 106 No 25)*

44. த.நா. பகுதி *5 1969–14* எண் கொண்ட தமிழ் கல்வெட்டு முந்தைய கல்வெட்டின் (எண் *13*) தொடர்ச்சியே. இதைத் தனி எண்ணுடன் வெளியிட்டுள்ளனர்.

45. வெங்கடாசலபதி கோவில் கருவறையின் மேற்கு சுவரில் இரண்டாம் பட்டியில் தமிழ்க்கல்வெட்டு; *6* வரிகள்; காலம் கி.பி. *11–12* நூற்.; சந்தியா தீபம் எரிக்க பலரின் கொடை பற்றியது. 'நாயர்' சாதிப்பெயர் வருகிறது. தேவேந்திரச்செட்டி, பள்ளி நாயர், இடைப்பள்ளி நாயர், திருவிக்கிரமன் ஆச்சான் கேரளன் பூவன் என்ற குலசேகரப் பாண்டியதரையன் இராசமார்த்தாண்ட பல்லவராயன் என்பவர்களின் நிபந்தம். *(*த.நா. *Vol V 1969–15; TAS VII Part 11 P 107)*

46. வெங்கடாசலபதி கோயில் கருவறை மேற்கு சுவரில் முதல் பட்டியில் தமிழ்க்கல்வெட்டு; *5* நீண்ட வரிகள்; காலம் கி.பி. *1123.* கோவிலுக்கு நிலம் நிபந்தம்; நாஞ்சிநாட்டு அதியனூரான அழகியபாண்டியபுரம்; நிலத்தை நீர்வார்த்துக் கொடுப்பது உண்டு; நிலம் காராண்மையாக ஊர்ச்சபை மூலம் கொன் கேரளனுக்குக் கொடுக்கப்பட்டது. *(*த.நா. *Vol V 1969–16; TAS Vol III Part 2 Page 58)*

47. வெங்கடாசலபதி கோயில் கருவறை தெற்கு சுவர் முதல் பட்டியில் தமிழ்க் கல்வெட்டு; ஒருவரி; காலம் *12–13* நூற்.; சந்தியா தீபத்திற்குக் கொடை *(*த.நா. *Vol V 1969–17)*

48. இவ்வூர் அழகிய நம்பி கோவில் முகமண்டபம் தெற்கு சுவரில் தமிழ்க் கல்வெட்டு; *5* வரிகள்; காலம் கி.பி. *1758;* சிதைவு; கோயில் மண்டபத் திருப்பணி பற்றியது. இக்கோவிலில் ம.ஆ. *934* ஆண்டு புரட்டாசி, *29* புதன் கிழமை பணி நடந்தது. *(*த.நா. *Vol V 1969–18)*

49. அழகிய நம்பிகோவில் அர்த்த மண்டபம் வடக்கு தரையில் *8* வரிகள்; தமிழ்க் கல்வெட்டு; காலம் கி.பி. *1798;* மணியன் கிருஷ்ணன் கட்டிய மண்டபம் இது என்ற செய்தி *(*த.நா. *Vol V 1969 19)*

50. இவ்வூர் வெங்கடாசலபதி கோவில் பின்புறப் பாறை; தமிழ்; காலம் கி.பி. 17–18 நூற்.; 4 வரி; சங்கரநாராயண ஸ்ரீவீர ராமவர்மன் திருமடத்தில் ஆதிகேசவப் பெருமாளுக்கு பூசை நடத்தும் இடம் அஞ்சினான் புகலிடம் எனக் குறிக்கப்படுகிறது. (த.நா. Vol V 1969–20)

8. அழகியமண்டபம் (கல்குளம்)

51. இவ்வூர் அவுலியா மடம் தூணில் உள்ள தமிழ்க் கல்வெட்டு; 50 வரிகள்; காலம் 16 நூற்; மடத்தில் தர்மம் செய்ய நிலக்கொடை. தர்மத்தண்ணீர் ஊற்றல் நில எல்லை விரிவாக வருகிறது. (த.நா. Vol VI 2004–509)

9. அனந்தபுரம் (தோவாளை)

52. இவ்வூர் பிள்ளையார் கோவில் முன்புறம் உள்ள தனிக்கல்லில்; தமிழ் கல்வெட்டு; 132 வரிகள்; காலம் கி.பி. 1705; பனந்தார் விளாகத்து வீரசோழப் பிள்ளையாருக்கு பூசை செய்ய இந்த ஊர் சுந்தரி சாத்தாங்குட்டி என்பவர் நிலம் அளித்ததைக் குறிப்பது. 'உதக பூர்வ தன்ம தான பிரமாணம்' அரியங்காடேற்றி குளம்; மூலைக்குளம், சைவமடம் அலத்துறை ஆறு, பஞ்சத்தில் கல்முளுங்கி அணை என்னும் பெயர்கள் வருகின்றன. (த.நா. Vol V 1969–21)

10. ஆச்சிராமம் (அகஸ்தீஸ்வரம் வட்டம்)

53. திருப்பனந்தாள் மடம் அன்னபாலிப்பு கூடத்தின் உத்திரத்தில் பொறிப்பு தமிழ் 3 வரி; காலம் கி.பி. 1776 வைத்தியலிங்கசாமி இம்மடத்தைப் பணி செய்தது. (த.நா Vol I 1968–25)

11. ஆதிச்சன் புதூர் (தோவாளை வட்டம்)

54. அவ்வையாரம்மன் கோயில் முகமண்டபத்தின் கிழக்கு தூண்; தமிழ்; 8 வரி; காலம் கி.பி. 1792; தாழக்குடி மகாதேவன் அண்ணாமலை பரதேசி இக்கோவிலில் திருப்பணி. (த.நா. Vol V 1969–22)

55. இவ்வூர் பிள்ளையார் கோவில் கருவறை வடக்கு பக்க சுவர்; தமிழ்; 5 வரிகள்; கி. பி. 1898; பணகுடியிலிருந்து தாழக்குடி வந்த சங்கரபரதேசி யாசகம் பெற்று செய்த கோவில் (த.நா. Vol V 1969–23)

56. பிள்ளையார் கோயில் மண்டபத்தின் மேற்கு பக்க சுவர் பட்டி; தமிழ்; 14 வரிகள்; காலம் கி.பி. 1622; ஆதிச்சன்

புதூரில் இருக்கும் பூதநாதருக்கு திருமாலை கட்ட நந்தவன நிலம் நிபந்தம்; அதோடு தண்ணீர் பந்தல் அமைக்க நிலம். இது எறச்ச குளத்தில் உள்ளது. ஞாறக்குளம், அரையர் கால்போக்கு பெயர்கள் வருகின்றன. (த.நா. *Vol I 1969–24)*

57. அவ்வையாரம்மன் கோவில் எதிரே சுமை தாங்கிக்கல்; சிதைவு; தமிழ்; கி.பி. *1867;* செய்தி இல்லை. (த.நா. *Vol V 1969–25)*

12. ஆரல்வாய்மொழி (தோவாளை)

58. நிலப்பாறை கண்ட சாஸ்தா கோவில் முகமண்டபம் வடக்கு தூண்; நான்கு சொற்கள்; தமிழ்; காலம் *17–18* நூற். திருதகவேல் ஆண்டிச் செட்டியார் தூண் கொடை (த.நா. *Vol V 1969–26)*

59. நிலப்பாறை கண்ட சாஸ்தான் கோயில் முகமண்டபம் தெற்கு தூண்; தமிழ்; *3* சொற்கள்; காலம் *17–18* நூற். குட்டி ஆணைச்சன் தூண் கொடை (த.நா. *Vol V 1969–27)*

60. ஆலம்பாட்டு முத்தாலம்மன் கோவில் முகமண்டபத்தரை; தமிழ்; *6* வரிகள்; காலம் கி.பி. *1821;* இக்கோவில் தெற்கு சுவரில் *71* வரிசை, மணிமண்டப தளவரிசை பீடக்கல் கொடை. வண்ணான் நல்லமிடன் ஒளிமுத்து அமைத்தது. முத்தாலம்மன் நாட்டார் தெய்வம். *19*ஆம் நூற். ஆரம்பத்தில் இக்கோவில் கல்கோவிலாக இருந்தது. (த.நா. *Vol V 1969–28)*

61. குலசேகர விநாயகர் கோவில் வாயிலின் வடக்கு பக்க தூண்; தமிழ்; *12* வரிகள்; காலம் கி.பி. *1890;* குலசேகரவிநாயகருக்கு ஆரல்வாய்மொழி அய்யம்பெருமாள் பிள்ளையின் மகன் சிதம்பரம் பிள்ளை தூண் கொடை. 'ஆரை' ஆரல்வாய்மொழியைக் குறிக்கும் சொல் வருகிறது. (த.நா. *Vol V 1969–29)*

62. குலசேகர விநாயகர் கோவில் வாயிலின் தெற்கு பக்க தூண்; தமிழ்; *10* வரிகள்; கி.பி. *1889;* ஆரை மீனாட்சி நாதபிள்ளையின் சொற்படி அவரது மகன் ஈஸ்வர மூர்த்தியாபிள்ளை தூண் நிபந்தம் (த.நா. *Vol V 969–30)*

63. குலசேகர விநாயகர் கோவில் முகமண்டபத்தின் தெற்கு பக்கபட்டி. தமிழ்; *5* வரிகள்; கி.பி. *1889;* சாத்தாங்குட்டிபிள்ளை மகன் சுப்பிரமணியபிள்ளை. மகாமண்டபம் அமைப்பு (த.நா. *Vol V 1969–31)*

64. இவ்வூர் மடத்துவிளையில் தனிக்கல்; தமிழ்; *121* வரிகள்; கி.பி. *1673;* புதுவூர் ராமன் கிணறு வெட்ட மடம் கட்ட நிபந்தம். நில எல்லை விபரம் விரிவாக (த.நா. *Vol V 1969–32)*

65. மீனாட்சியம்மன் கோவில் முதல் பிரகாரம் வடகிழக்கு மூலையில் உள்ள தனிக்கல்; தமிழ்; *134* வரிகள்; காலம் கி.பி. *1656*; நாஞ்சி நாட்டில் உள்ள சாலியர், கைக்கோளர், ஈழுவர் முதலான குடிகள் ஆரல்வாய்மொழியில் வந்து குடியேறும்படி கட்டளை இடப்பட்டது. இங்கு குடியேறியவர்கள் சாலியர், கைக்கோளர், ஈழுவர், சாணார், வாணியர், சவளக்காரர், தோலியர் ஆகியோர். இவர்கள் குடியேற மணியக்காரன் ஓலை கொடுத்தான். அழகப்ப முதலியார் பணகுடி மாணிக்கவாசகம் இருவர் பெயர்கள் வருகின்றன இவர்களைப் பற்றி கதைப்பாடல் உண்டு. *(த.நா. Vol V 1969–33)*

66. ஆரை அகலிகை ஊற்றில் தனிக்கல்; தமிழ்; *186* வரிகள்; காலம் கி. பி. *1696*; வேணாடு; இரவிவர்மரான சிறைவாய் மூத்த தம்பிரான் ஆரை நல்லகுடி ஆண்டார் என்பவர் அகலிகை ஊற்றின் கரையில் தம் மாமனார் உடையவன் அடியவன் ஞானியா ரால் கட்டப்பட்ட மடத்துக்கு நிலம் நிபந்தம். நிபந்த நிலத்துடன் அடிமையும் கொடுக்கின்றனர். உப்பு, ஊறுகாய், பரிவட்டம், திருகிரண சாத்து (திருகண்சாத்து) தோட்டக் கடனம், பஞ்சந்தாங்கி மடை, உதிரமாடன் பெயர்கள் வருகின்றன. த.நா. *Vol V 1969–34 TAS Vol VI P 97; TAS* தொகுப்பில் *197* வரிகள் உள்ளன.

67. ஆரல் ஊர் எல்லைப் பாறையில் உள்ள தமிழ் கல்வெட்டு; காலம் கி.பி. *1648*; அருகே பூதத்தான்; மயில் வேல் சிற்பங்கள், அகஸ்தீஸ்வரம் குமாரகோவில் நிபந்தம். *(TAS Vol VI P 100)*

68. ஊர் தெற்குமலை ராக்கோடியம்மன் கோவில் தமிழ் கல்வெட்டு; காலம் கி.பி. *1816*; நல்லசிவன் மகன் பெரிய சாமி நிலக்கால் தர்மம் (ஆவணம் எண் *17 P 123)*

69. இவ்வூரில் கண்டெடுக்கப்பட்டு, பத்மநாபபுரம் அரண்மனையில் இருக்கும் கல்வெட்டு; தமிழ் வட்டெழுத்து; *17* வரிகள்; காலம் கி.பி. *792*; முற்காலப் பாண்டியன் மாறஞ் சடையன், பாண்டியனின் தளபதி இரணகீர்த்தி சேரர் படையுடன் போரிட்டு மரணமடைந்த செய்தி உள்ள நடுகல். பாண்டியனின் *27*ஆம் ஆட்சியாண்டு கல்வெட்டு; குமரிமாவட்டத்தில் பழைய கல்வெட்டு; பேரா. மனோன்மணியம் சுந்தரனார் கண்டுபிடித்தது. வீரன் ஆயுதம் படைப்புச் சிற்பம் உண்டு. *(த.நா. Vol VI 2004–543 TAS Vol I P 232)*

70. வடக்கூர் மீனாட்சியம்மன் கோவிலில் தெப்பக்குளம் அருகே மண்டபத்தில் உள்ள தமிழ் கல்வெட்டு; கி.பி. *1842*; வாணியன் ஒருவன் சுமைதாங்கிக்கல் நட்டசெய்தி உள்ளது. *(ஆவணம் 17 ப.122)*

71. ஆரல்வாய்மொழி பெரிய குளத்தில் கிணறு காலம் கி.பி. 1894; இது பணிக்கர் இனத்தவரான சுடலைமுத்து, மாடசாமி ஆகியோர் கட்டியது. வைகாசி மாதம் ஒருமுறை பஞ்சம் வந்தபோது இக்கிணறு தோண்டப்பட்டது. (ஆவணம் 17 ப. 122)

72. ஆரல்வாய்மொழி தெற்குமலை அடிவாரக்கோவில் வெளியே நிற்கும் தனிக்கல். 2 சொற்கள் கொண்ட 14 வரிகள். ஆண்டு இல்லை. மருத நாயகம் பிள்ளை மலையடியில் செய்த திருப்பணி. (வெளியாகாதது;)

73. ஆரல்வாய்மொழி செக்கர் கிரி மலையின் உச்சியில் தொட்டியில் உள்ள கல்வெட்டு தமிழ்; 9 வரிகள், 18ஆம் நூற். (பத்ம நாபபிள்ளை 1943 ப. 91)

74. ஆரல்வாய்மொழி, பெருமாள்புரம் மாரியம்மன் கோவில் பாலத்தில் கிழக்கு ஆலமரத்தடியில் உள்ள சுமை தாங்கிக் கல்வெட்டு தமிழ். 13 வரிகள் கி.பி. 1917 சித்திரை. ஆரல்வாய்மொழிக்கு அரண்வாய் மொழி என்னும் பெயர் வருகிறது. ‘சவுக்கை’ (சுங்கச்சாவடி) என்ற பெயர் வருகிறது. (பத்மநாப பிள்ளை 1943 ப.47)

75. ஆரல்வாய்மொழி பெருமாள்புரம் சுடுகாட்டில் உள்ள தனிக்கல்லில் உள்ள தமிழ் கல்வெட்டு 8 வரிகள் கி.பி. 1815. இது சுமைதாங்கி நட்ட விபரம் கூறுவது. ஆரல்வாய்மொழி வண்ணான் முத்து மகன் மார்த்தாண்ட மூப்பன் அமைத்த அமைத்த சுமைதாங்கி. (வெளியாகாதது;)

76. ஆரல்வாய்மொழி தெற்கே மரத்துவிளை என்ற தோட்டத்தில் உள்ள தமிழ் கல்வெட்டு. தனிக்கல் 4 புறமும் எழுதப்பட்டது. 2 அல்லது 3 சொற்கள் கொண்ட 153 வரிகள். ம.ஆ. 849; கி.பி. 1674; மடுமரண பத்திரம். காட்டூர் ராமன் ராமன் நாஞ்சிநாட்டு ராமன்புதூருரில் விளையில் கிணறு வெட்டி மடம் கட்ட விட்ட நிலம். இந்த மடத்தில் தண்ணீர் ஊறுகாய் கஞ்சி கொடுக்க வேண்டும். ஆரல்வாய்மொழி குளத்தில் விழுந்து இறந்த ஒருவரின் நினைவாக செய்யப்பட்டது இம்மடம். (பத்மநாப பிள்ளை 1943 ப.35)

77. ஆரல்வாய்மொழி வணிகர் தெருவில் கடிரமாடன் கோவிலின் வடக்கு சுமைதாங்கியில் தமிழ் கல்வெட்டு கி.பி. 1834 விடுமாடன் செட்டியார் மகன் சுடலைமுத்து செட்டியார் அமைத்த சுமைதாங்கி. (பத்மநாபபிள்ளை 1943 ப. 39)

13. அரூர் (கல்குளம்)

78. சிவன் கோவில் தென்புறம்; தமிழ்; காலம் கி.பி. *1396* மணியன் நாராயணன் ராமன் ஆகியோர் இக்கோவிலில் பணி செய்தனர். *(TAS Vol VII P112)*

79. இவ்வூர் சிவன்கோவில் அருகே உள்ள சத்திரத்தில் தமிழ் கல்வெட்டு; காலம் *18* நூற்.; தங்கம்மை என்பவளின் மகள் தங்கம்மை, சத்திரத்தில் தண்ணீர், சட்டி, ஊறுகாய் தானம் வழங்க ஏற்பாடு. இதன் பொறுப்பை ஒரு பண்டாரம் ஏற்றிருந்தார். *(TAS Vol VII P112)*

14. ஆளூர் (கல்குளம்)

80. இவ்வூரில் உள்ள ஒரு சன்யாசியின் சமாதியின் அருகே உள்ள தனிக்கல்லில் தமிழ் கல்வெட்டு; *135* வரிகள்; காலம் கி.பி. *1667;* ஆளூரான விக்கிரம சோழ பாண்டியபுரத்து செண்பகராமன் மடத்தில் உள்ள தேவர்களில் ஜோதியான நட்சத்திர அய்யர் கட்டுவித்த குருவாலைய அகத்துக்கு சீடர்கள் நிலம் வாங்கிக் கொடுத்த செய்தி உள்ளது ஆளூரில் பண்டாரங்கள் இருந்தனர். ஆளூரான வீர நாராயண சேரியில் ஏகநாதர் என்ற சாமியார் வாழ்ந்தார். *(த.நா. Vol IV 1969–6)*

81. ஆளூர் நயினர் சேர சோழ பாண்டிய மகாதேவர்க்கு அஷ்டபந்தனமும் சபாபதி சிவகாமி அம்மை காரைக்கால் அம்மை ஆகியோரை பிரதிஷ்டை செய்தது. இக்கோவில் நடராசன் சன்னிதி தரையில் உள்ள கல்லில் *9* வரி; தமிழ் கல்வெட்டு; கி.பி. *1886;* இக்கோவிலின் கும்பாபிஷேகம் பழுதுபார்த்தது இந்த ஆண்டு. கோவில் தர்மகர்த்தா பொறுப்பு *(த.நா. Vol IV 1969–7; தி.தொ.அ. 6–1112)*

82. இவ்வூரில் உள்ள மகாதேவர் கோவிலின் கருவறை தெற்கு பட்டியில் தமிழ் கல்வெட்டு; *2* நீண்ட வரிகள்; காலம் கி.பி. *1359;* இக்கோவிலுக்கு விளக்கெரிக்க எண்ணெய் வார்க்க *13* அச்சு பெற்றான்; மாலன் கொடுத்தது. *(த.நா. Vol IV 1969–8 தி.தொ.அ. 5–1112)*

15. ஆழ்வார்கோவில் (கல்குளம்)

83. இவ்வூரில் எடுக்கப்பட்டு இப்போது பத்மநாபபுரம் அரண்மனையில் உள்ள கல்வெட்டு; தமிழ் சமஸ்கிரத மொழியில், தமிழ் கிரந்த எழுத்து வடிவில்; *67* வரிகள்; காலம் கி.பி. *1403;* வேணாடு கீழப்பேரூர் அரசு ஸ்ரீவீரகேரள மாத்தாண்டவர்மா திருவடியின் காலம். இரணியசிங்க நல்லூர் சிவன்கோவில் உஷா பூசைக்குக் கீழப்பேரூர் ஸ்ரீவீரகேரள மார்த்தாண்டவர்மா திருவடி நிலக்கொடை வழங்கியதைத் தெருவிக்கிறது. *(த.நா. Vol VI 2004–518 TAS VI P 30)*

84. இவ்வூர் கோவில் வளாகத்தில் நடப்பட்டிருந்த கல் இப்போது பத்மநாபபுரம் அருங்காட்சியகத்தில் உள்ளது. தமிழ் சமஸ்கிரத மொழி; தமிழ் கிரந்தம் எழுத்து வடிவம்; *92* வரிகள்; கீழப்பேரூர் வீரகேரள மார்த்தாண்டவர்மா திருவடி; காலம் கி.பி. *1403;* சிவகிரியில் சிவன்கோவிலில் காலை வழிபாட்டிற்கு நிலம் நிபந்தம். இக்கல்வெட்டை *19*ஆம் நூற்றாண்டு இறுதியில் பேராசிரியர் சுந்தரம் பிள்ளை பிரதி செய்திருக்கிறார். இது ஆங்கிலத்தில் மொழிபெயர்க்கப்பட்டு *Indian Antiquary Vol XXV P 187*இல் வெளிவந்தது. பெ.சு இக்கல்வெட்டின் காலம் ம.ஆ. *578* மேடம் *26* சனி கி.பி. *1403* (ஏப்ரல் *21* சனி) *54* நாழிகை என்கிறார். *(TAS Vol VI P 30)*

16. இடலாய்க்குடி (அகஸ்தீஸ்வரம்)

85. இவ்வூரில் உள்ள ஷேக் அப்துல்காதரின் வீட்டின் பின்புறம் தோட்டத்தில் உள்ள கல்லில் தமிழ் கல்வெட்டு; *105* வரிகள்; காலம் கி.பி. *1697;* நாஞ்சில் நாட்டில் நாயக்கர் படை எடுப்பின் போது அழிவு நடந்தது. அப்போது காணாமல் போன ஓலைப்பெட்டிகளையும் சிட்டி குறிகளையும் யாராவது எடுத்து வைத்திருந்தால் அவர்கள் தண்டிக்கப்படுவார் என்ற செய்தி. நாயக்கர் படை ம.ஆ. *859* ஆண்டு கி.பி. *(1684)* முதல் தொடர்ந்து வந்தது. இது ம.ஆ *869* வரை *(1694)* நீடித்தது. இதனால் விவசாயம் பாதிக்கப்பட்டது. வரிகொடுக்க விதிவிலக்கு நடந்தது. நாஞ்சில் நாட்டு எல்லை மங்கலம் முதல் மணக்குடிவரை; ஆமணக்கெண்ணெய் விளக்கு எரிப்பது நடைமுறையில் இருந்தது. இந்த எண்ணெய், பந்தம் தயாரிக்கும் துணிக்கும் வரிவிலக்கு அளிக்கப்பட்டுள்ளது என்னும் செய்திகள். இப்போது இக்கல்வெட்டு இந்த இடத்தில் இல்லை. இதை அழித்து விட்டனர். *(த.நா. Vol I 1968–26 TAS Vol I 212–213)*

17. இரணியல் (கல்குளம்)

86. சிங்கரட்சக வினாயகர் கோயிலின் முன்பு நிறுத்தப்பட்டுள்ள தனிக்கல்லில்; தமிழ்; *198* வரிகள்; காலம் கி.பி. *1753;* இரணியல் கீழத்தெருவில் வாழும் செட்டுமாறி ஆடும் பெருமாள் பிச்சைப்பிள்ளை மூப்பனார் ஆகியோரின் நிபந்தம். கோவில் கல்தொட்டிகளில் நீர் நிரப்ப, நந்தவனம் அமைக்க, பிள்ளையாருக்கு மாலை கட்ட, துவாதசியில் நைவேத்தியம், விளக்கெரிக்க, பிரதோச நாட்களில் நீராட்டு ஆகியவை பயன்பாட்டுக்கு *4* நிலங்கள். வெள்ளம் (நீர்) பகல் *30* நாழிகையும் தொடர்ந்து இறச்சுவிட வேண்டும். வலிய குண்டளை, நரியன் பொற்றை, வேம்படி, அரவாள், கடியப்பட்டணம், பெரிய குளம் என்னும் பெயர்கள் வருகின்றன. *(த.நா. Vol IV 1969–9 TAS Vol III Part II P 225)*

87. கீழத்தெருவில் இருக்கும் தனிக்கல்; தமிழ்; *65* வரிகள்; காலம் கி.பி. *1682;* இரணியல் அருகே உள்ள புதுக்கடையில் நெல் விற்று வந்த பணத்தை உமையொருபாகன் முதலியார் மடத்திற்கு நிபந்தம். இந்த நிபந்தத்துக்குரிய பணம் சம்பாதித்த விபரம் கல்வெட்டில் உள்ளது. புதுக்கடையில் நெல் விற்கும் கடையில், நெல் விற்கும்போது ஒரு பொதிக்கு கையில் கொஞ்சம் நெல் எடுத்து, சிந்திய நெல்லையும் சேகரித்து கடையில் அதை விலைக்குக் கொடுத்து நிலம் வாங்கினர். (த.நா. *Vol IV 969–10)*

88. இதே ஊரில் உள்ள தனிக்கல்லில் தமிழ்க் கல்வெட்டு; *101* வரிகள் காலம் கி.பி. *1682;* இரணியல் நெல் தரகு கடையில் நெல் வியாபாரம் செய்யும் போது ஒவ்வொரு மூடை அல்லது சுமட்டில் பிடி நெல் எடுத்து சேகரித்து உமையொருபாக முதலியார் மடத்திற்குக் கொடுத்தனர். உமையம்மா ராணி கால நிகழ்வு. *(TAS Vol III P 219)*

18. இரவிபுரம் (கல்குளம்)

89. பெருமாள்கோவில் அர்த்தமண்டப நுழைவாயில் மேல் கீழ்புறம் தமிழ்க் கல்வெட்டு; *7* வரிகள்; காலம் கி.பி. *1689;* கல்குளம் இரவிவன்மபுரம் குழிக்கோடு தேசத்து அய்யப்பன். நாழி அரிசி இரண்டு மாலை கொடை. கோவில் திருப்பணிக்கும் கொடுத்திருக்கிறான். 'ஒண்டாகையும்' மலையாளச் சொல் வழக்கில் இருந்தது (த.நா. *Vol IV 1969–11)*

19. இரவிபுதூர் (அகஸ்தீஸ்வரம்)

90. இவ்வூரில் உள்ள கல்வெட்டு பத்மநாபபுரம் அரண்மனையில் உள்ளது. தமிழ்; *14* வரிகள் கி.பி. *15–16* நூற்.; தாநி தோழன் என்பவன் சோமுடைய நயினான் திருக்கோவில் சோபன மண்டபம் கட்டியது. (த.நா. *Vol VI 2004–486)*

20. இளைய நயினார்குளம் (அகஸ்தீஸ்வரம்)

91. இளைய நயினார்குளம் (அகஸ்தீஸ்வரம்) ஊர் பத்தயபுரை எதிரே சுமைதாங்கிக்கல். ஒரு சொல் உள்ள *20* வரிகள் தமிழ்; பெருமாள் பிள்ளை இறப்பு நினைவாக அவரது மகன் ராமசாமி நட்ட ஏமக்கால். கி.பி. *1911.* (வெளியாகாதது)

21. இராஜாக்கமங்கலம் (அகஸ்தீஸ்வரம்)

92. இவ்வூரில் கிடைத்த கல்வெட்டு பத்மநாபபுரம் அரண்மனையில் உள்ளது. தமிழ்; *42* வரிகள்; வேணாடு ஸ்ரீரவிவர்மர் சிறைவாய் மூத்தவர்; காலம் கி.பி. *1697.* நிலம் நிபந்தம்; கிணறு தோண்டிய செய்தி. கிணறு வெட்டி, கரைகட்டி, தோண்டி

போட்டு தினமும் தண்ணீர் இறைக்கவும் ஏற்பாடு. *(த.நா. 6 482–2004)*

22. இறைச்சகுளம் (தோவாளை வட்டம்)

93. உதைய மார்த்தாண்டேஸ்வரர் கோவில் மணிமண்டபம் வெளிப்பக்கம் கிழக்கு சுவர் தமிழ்; காலம் கி.பி. *1629; 21* வரிகள்; நாஞ்சிநாட்டு தேரான அழகிய சோழ நல்லூரில் கேரளன் எடுத்ததாயும் என்பார். இக்கோவிலுக்கு மாலை கட்டிப்போட நிபந்தம்; 'எறச்சகுளம்' பெயர் வருகிறது. கேரளன் எடுத்தாயுதமுடையார் கொல்லத்திற்குச் சென்று செய்துங்கநாட்டு மூத்த தம்பிரானிடம் முகம் காட்டினார். அதன் பிறகு தம்புரான் அனுமதியுடன் இந்த நிபந்தம் கொடுத்தார். *(த.நா. Vol V 1969–35) TAS Vol VII P 94*

94. கல்மடம் அருகே உள்ள சுமைதாங்கிக்கல். தமிழ்; *8* சிறிய வரி; காலம் கி.பி. *1743;* புத்தேரி ஊர் சங்குபிள்ளை ராமலட்சுமி வகையார் கட்டிய சுமைதாங்கி தர்மம் *(த.நா. Vol VI 537–2004)*

23. இராமன்துறை (விளவங்கோடு)

95. இவ்வூர் கல்வெட்டு பத்மநாபபுரம் அரண்மனை அருங்காட்சியகத்தில் உள்ளது. தமிழ்; *20* வரிகள்; கி.பி. *1837;* வலியராமன் புத்தன்துறை தெற்கு கரை பாதிரியார் சைமன் இசபெல் பிள்ளையின் மகன் மரியானின் கல்லறை விபரம். *(த.நா. Vol VI 596–2004)*

24. ஈத்தாமொழி (அகஸ்தீஸ்வரம்)

96. இந்த ஊர் முத்தாரம்மன் கோவிலில் உள்ள தனிக்கல்; தமிழ்; *100* வரிகள்; கி.பி. *1818;* தருமபுரம் வினாயகப் பிள்ளையார்க்கு அதே ஊரைச் சேர்ந்த கம்மாளரில் சிவஞானம் ஆமணச்சி என்பாள் தான் பிறந்த ஆவணித்திருநாள் அவிட்டத்தில் பிள்ளையார்க்கு அபிஷேகம் செய்வதற்கும் ஒரு பரதேசி உணவு அளிப்பதற்கும் கார்த்திகை திருநாளில் பிள்ளையார் அபிஷேகத்திற்கும் மூன்று பரதேசிகளுக்கு உணவு கொடுக்கவும் திருச்செந்தூர் ஏழாம் திருவிழாவில் பரதேசிகளுக்கு உணவு அளிக்கவும் நிலம் வழங்கிய செய்தி உள்ளது. 'சம்பங்கரை', பெயர்; அம்மி, உரல், கிணற்று சேழி. வாங்கவும் நயினார் நோன்பிருக்க நிபந்தம் *(த.நா. Vol I 1968–27)*

25. உரப்பன்விளை (கல்குளம்)

97. இந்த ஊரைச் சார்ந்த திருநயினார்க்குறிச்சி பொ. பாலசுப்பிரமணியம் வீட்டு வளாகத்தில் உள்ள *10*வரித்

தமிழ்க் கல்வெட்டு. கி.பி. 18 நூற் வீரஉதைய மார்த்தாண்டவர்மா பெயர் வருகிறது. *(வெளியாகாதது மூலம்)*

26. ஐயங்கோணம் (தோவாளை)

98. ஊர்பாறை; தமிழ்; கி.பி. 17–18; பத்பநாபப் பெருமாள் சங்கரநாராயண மார்த்தாண்டன் பெயரால் பூசை நடத்த நிலம் கொடை. *11 வரிகள். (த.நா. Vol V 1969–36)*

27. கடியப்பட்டிணம் (கல்குளம்)

99. கடியப்பட்டிணம் ஊர் பெரியகுளம் கரையில் பாறையில் முதல் ராஜராஜன் கி.பி. *1011* வட்டெழுத்து; கல்வெட்டு, மெய்கீர்த்தி வரிகள் 14 மிகவும் சிதைவு நிபந்தம். பள்ளிச்சந்தம்; தென்னாட்டு கடியப்பட்டிணம் *(TAS Vol VI P 145)*

28. கடுக்கரை (தோவாளை)

100. வெங்கடேசப் பெருமாள் கோவில் பின்புறப் பாறையில் தமிழ்; கி.பி. *1706;* நாஞ்சிநாட்டு அதியனூரான அழகிய பாண்டியபுரத்து கீழ்பால் கடுக்கரை காசி விசுவநாதர், சிவகாமி அம்மனுக்கு தின பூசை; வெங்கடேசப் பெருமாளுக்கு துவாதசிக்கும் நிலம் கொடையாக ஆதிசண்டேஸ்வரப் பட்டையம். இதை எழுதியவர் ஆண்டார் மாராயக்குட்டி உள்ளிட்டோர். விசுவதாசர் கோவிலில் அபிஷேகக் கட்டளை, பருவட்டம், சந்தனம், திருமாலை, விளக்கு, இலைபோட்டு சாப்பாடு, மாதப்பிறப்பு, பிரதோசம், கார்த்திகை, திருப்பள்ளி எழிச்சி, சிவராத்திரி ஆகியன நடத்த வெங்கடேசப் பெருமாள் கோவிலில் நமக்கார பூசை, துவாதசி, சங்குதாளத்துடன் பூசை, பாண்டாரப்பிள்ளை, அரியனாச்சியார் குட்டியம்மை, கணக்கு ஆண்டார் மாராயக்குட்டி, கணக்கு பரிஏறும் பெருமாள், கணக்கு தித்தக்குட்டி ஆகியோரின் பிறந்தநாள் விழாவில் சிறப்பு, இலுப்பைக்காடு, அதினக்குளம், புதுக்குளம், அணைக்கரை, கருநாவலணை போன்ற பெயர்கள் வருகின்றன. *(த.நா. Vol V 1969–37)*

101. வெங்கடேசப்பெருமாள் கோவில் பின்பக்கப்பாறை; தமிழ் கல்வெட்டு; *33* நீண்டவரிகள்; காலம் கி.பி. *1706;* பெருமாளுக்கும் நாச்சியாருக்கும் பூசை நிபந்தம்; கடுக்கரை சரவணப்பெருமாள், வெற்றிவேல், தம்பிரான் குட்டி, தாணுவன் ஆகியோர் கொடுத்தனர். இக்கோவில் இருக்குமிடம் பஞ்சகிரி பர்வதக்கால்; மாந்தோட்டகுளம், கருனாவல் அணை என்னும் பெயர்கள் வருகின்றன. மக்கள் வழி மருமக்கள் வழி என்ற பிரிவு பற்றிய குறிப்பு வருகிறது. தனியாக ஓலைமடம் கட்டி

உப்பு ஊறுகாய் நீராகாரம் கொடுத்தல். வேறு கல்மடத்தைப் பராமரிக்கவும் நிபந்தம் (த.நா. *Vol V 1969–38), TAS Vol VIII Part I P 29)*

102. ஸ்ரீகண்டேஸ்வரர் கோவில் அர்த்த மண்டபம் தெற்கு தூண். தமிழ்; 3 சொற்கள்; கி.பி. 17–18; சிதம்பரனாதன் திருச்சிற்றம்பலம் இக்கோவிலில் பணி (த.நா. *Vol V 1969–39)*

103. ஸ்ரீகண்டேஸ்வரர் கோவில் அர்த்தமண்டபம் வடக்கு தூண் தமிழ்; கி.பி. 17–18; 2 சொற்கள். ஞானசிகாமணி முதலியார் எடுத்த தூண் (த.நா. *Vol V 1969–40)*

104. ஸ்ரீகண்டேஸ்வரர் கோவில் முருகன் சந்நிதி மேற்கு வாயில்படி; தமிழ்; 3 வரிகள்; கி.பி. 1459; அழகியபாண்டியபுரம் பெயர்; ஸ்ரீகண்டேஸ்வரர் பெயர் (த.நா. *Vol V 1969–41)*

29. கண்டன்விளை (கல்குளம்)

105. இவ்வூர் கிறுத்தவ ஆலயம் அருகே; தமிழ்; 9 வரிகள்; காலம் கி.பி. 1877; நாங்குனேரி தாலுகா அச்சன்பாடு ஊர் மிராசு சவேரிமுத்து நாடார் மகன் அருளப்பன் கல்லறை (த.நா. *Vol VI 507–2004)*

30. கரியமாணிக்கபுரம் (அகஸ்தீஸ்வரம்)

106. கரியமாணிகத்தாழ்வார் கோவில் பிரகாரம் தெற்கு சுவர். தமிழ்; 14 நீண்ட வரிகள்; காலம் கி.பி. 1509; இடராய்க்குடியான இராசநாராயணச் சதுர்வேதி மங்கலம் நயினார் கரியமாணிக்க விண்ணகருக்கு செம்பிநாட்டு தத்தைப் பட்டனத்து பட்டாரியரில் அரங்கன் பெருமாள் நிபந்தம். பூசை, மாலை, நாழி திருப்பணியாரத்துக்கு தேங்காய், கதலிபழம், குறுணி அமுதுபடி தீபத்திற்கு நெய், சீரகம், மிளகாய், எரிகரும்பு, சர்கரை, சுக்கு போன்றவற்கு நிபந்தம். (த.நா. *Vol I 1968–28 TAS Vol VI P 45;* தி.க.அ. *109–1099)*

107. கரியமாணிக்க ஆழ்வார் முகமண்டபம் கிழக்கு சுவர். தமிழ்; 20 வரிகள்; காலம் கி.பி. 1558; இக்கோவிலில் ஆண்டுதோறும் கீற்றுப்பந்தல் போட, மாதத்தில் 14ஆம் நாள் கஞ்சி வார்க்க, அகஸ்தீஸ்வரம் கோவிலில் அமாவாசையில் பிராமணர்க்கு உணவளிக்க மங்கலச்சேரி மதுசூதனன் நிலம் வழங்கிய செய்தி. சலுவாணி (தட்சணை) தர்மக்கஞ்சி, கன்னியாகுமரி பிராமணப் பயணிகளுக்கு தர்மக்கஞ்சி நிபந்தம். (த.நா. *Vol I 1968–29)*

108. இவ்வூர் கோயில் முகமண்டபம் கிழக்கு சுவர்; தமிழ்; 19 நீண்ட வரிகள்; காலம் கி.பி. 1558; இக்கோவிலில் கீற்றுப்பந்தல் போட்டு, சலுவாணி கொடுக்கவும், தர்மக்கஞ்சி ஊத்தவும்

மங்கலச்சேரி மதுசூதனன் கொடுத்த நிலம். கெங்கை கொண்ட சோழபதி குளத்தின் கீழ், திருவாழி மார்பன் மடைப்போக்கில் நிலம் உள்ளது. இதற்குஆதித்ய வர்மா சிறைவாய் மூத்தவர் வரிவிலக்கு அளித்தார் (த.நா. *Vol I 1968 29A TAS Vol VI P42* தி.க.அ. *108–1099)*

109. கோவிலின் முகமண்டபம் கிழக்குச் சுவரின் பட்டிகை; தமிழ்; *4* வரிகள்; காலம் கி.பி. *1437;* குலசேகர நம்பிராட்டியார் இக்கோவிலில் ஜீர்ணோ உத்தாரணம் செய்து மகாமண்டபம், சோபனம் கட்டி கும்பாபிஷேகம் செய்துள்ளார். (த.நா. *Vol I 1968–30; TAS Vol VI P 44* தி.க.அ. *106–1099)*

110. இவ்வூர் முத்தாரம்மன் கோவில் கருவறை வடக்கு சுவர்; தமிழ்; *13* வரிகள்; காலம் கி.பி. *1800;* இக்கோவில் முப்புராதி அம்மன் ம.ஆ. *976 (1800)* பங்குனி மாதம் *9*ஆம் தேதி சோமவாரமும் கிருஷ்ண பட்சத்து திறுதிகையும் நட்சத்திரமும் அன்று காலை *1* நாழிகைக்கு மேல் *9* நாழிகைக்குள் கூடிய பிரதிட்டை (த.நா. *Vol I 1968–31)*

111. கரியமாணிக்கபுரம் ஊர் கோவில் குளத்துப் படித் துறையில் ஒரு வரி; தமிழ்; "கரியமாணிக்கம் துணை" என உள்ளது. கி.பி. *19* நூற். இருக்கலாம் (வெளியாகாதது)

31. கருப்புக்கோட்டை (அகஸ்தீஸ்வரம்)

112. கைலாசநாதர் கோயில் கருவறை தெற்குப் பக்க முதல் பட்டிகை, இரண்டாம் பட்டிகை; தமிழ்; *5* நீண்ட வரிகள்; காலம் கி.பி. *1163;* காரித்துறை ஊர், பிரான் சேகரன் கங்கைகொண்ட சோழ வள்ளுவ நாடாழ்வார் என்பான் கரும்படி கைலாசநாதர் கோயிலில் நிபந்தம். சபையார் குளத்தில் நிலம்; 'புதுக்கிராமமான ராஜநாராயணச் சதுர்வேதி மங்கலம்' பெயர் வருகிறது. (த.நா. *Vol I 1968–32)*

113. கைலாசநாதர் கோவில் கருவறை தெற்கு இரண்டாம் பட்டிகை; தமிழ்; *3* வரிகள்; கி.பி. *12* நூற்.; கோவிலுக்கு நிலம் நிபந்தம். முந்திய கல்வெட்டின் தொடர்ச்சி. 'கங்கை கொண்ட சோழ வள்ளுவ நாடாழ்வான்' (த.நா. *Vol I 1968–33)*

114. கைலாசநாதர் கோவிலில் தனிக்கல். தமிழ்; *152* வரிகள்; காலம் கி.பி. *1754;* இக்கோவிலில் விழா பூசை நடத்த இதே ஊர் வீரியப்பெருமாள் சிவதாணு நிலம் அளித்ததைக் குறிக்கும். நம்பிமார்; ஓச்சன், உமையொருபாகப் பள்ளியார் மடம் பெயர்கள் வருகின்றன. (த.நா. *Vol 1968–34; TAS Vol VI P 184–187; 105–1099)*

115. கைலாசநாதர் கோவில் தனிக்கல்; தமிழ்; *54* வரிகள்; காலம் கி.பி. *1461;* இவ்வூர் அகரத்தைச் சேர்ந்த உதையமூர்த்தி வெங்கடேஸ்வன் அண்ணாவிடம் அதே ஊர் கலியுகத்து மெய்யன் சிவதாணுவன், பிராமணர்களுக்கு உணவு அளிப்பதற்கு நிலம் வழங்கினார். பெண்ணுக்குச் சொத்துரிமை இருந்த செய்தி வருகிறது. *(த.நா. Vol I 1968–35)*

116. கைலாசநாதர் கோவில் தனிக்கல். தமிழ்; *49* வரிகள்; காலம் கி.பி *16* நூற்.; கலியுகத்து மெய்யன் தன் தந்தை தாய் திதி நாட்களில் *30* பிராமணர்களுக்கு உணவு; கைலாதநாதர் கோவிலில் எண்ணெய், அரிசி, வெற்றிலை பாக்கு படைக்க, குடும்பக்காரர் உணவு கொடுக்க நிலம், கறிவகை, பருப்பு நெய், பற்படகம், உப்பேரி, ஊறுகாய், பச்சடி, 'கதலி பழம்' நிபந்தம் *(த.நா. Vol V 1968–36)*

117. வயலில் உள்ள தனிக்கல்; தமிழ்; *172* வரிகள் காலம் கி.பி. *1754;* இவ்வூர் வள்ளிநாயகம்பிள்ளை இவ்வூர் வள்ளியம்மை மகன் நாகருபிள்ளைக்கு நிலம் கொடுத்த செய்தி. பெரும்பாலும் குறியீடுகள்; இச்சொத்து மூலம் சுசீந்திரம் தாணுமாலயன், வேள்விமலை கோவிலுக்கு மாலை கட்டவும் வேறு நிபந்தச் செய்திகள் உள்ளன. *(த.நா. Vol I 1968–37)*

118. வயலில் உள்ள தனிக்கல் தமிழ்; *46* வரிகள்; காலம் *18* நூற்.; வள்ளியம்மை மகன் நாகருபிள்ளை விநாயகருக்குக் கொடை. இதோடு கருப்புக்கோட்டை கயிலாசநாதர், தாணுமூர்த்தி வேள்விமலைகுமாரன் ஆகியோருக்கு மாலை கட்டிக் கொடுக்க வேண்டும். *(த.நா. Vol I 1968–38)*

32. கவியலூர் (கல்குளம்)

119. வாள்வச்ச கோஷ்டம் அருகே உள்ள ஊரின் சிறு தனிக்கல்லில்; தமிழ்; காலம் கி.பி. *1736;* சிதைவு; அதிசம் மல்லன் கிருஷ்ணன் நில நிபந்தம். மல்லன் அடைமொழி. *(TAS Vol VII P 37)*

33. கள்ளியன்காடு (அகஸ்தீஸ்வரம்)

120. கள்ளியங்காடு பகவதிகோவிலில் தனிக்கல்லில் *117* வரிகள்; தமிழ்; கி.பி. *1688;* இங்கே சிதம்பரம் இளையநயினார் விநாயகர் தொடர்பான மடம்; தென்னாட்டு குறுநாட்டு வீரநாராயணசேரி கீழ் கள்ளியங்காடு நாஞ்சில்நாடு இருந்தது; மடத்தில் வைச்சூட்டுச் செலவு நிபந்தம். *(TAS Vol V P 153)*

34. கழுவன்திட்டைவிளை (கல்குளம்)

121. கன்னியாகுமரி அருங்காட்சியகத்தில் உள்ள தமிழ் கல்வெட்டு; வேணாடு; காலம் கி.பி. *1494; 24* வரிகள்; இக்கல்வெட்டு

மூப்புவகை, சிறைவாய் வகைய உள்ளிட்டோர்க்குப் பலவகை கருப்புக்கட்டி வழங்கியது நிறுத்த ஆணை. 'பண்டா கருப்புக் கட்டி' ஒருவகையானது. அரசவம்சத்துக்கு உரிய பனையிலிருந்து கருப்புக்கட்டி கொடுத்தனர். அது நிறுத்தப்பட்டது. (த.நா. Vol VI 536–2004, ஆவணம் 15 P 113)

35. கன்னியாகுமரி (அகஸ்தீஸ்வரம்)

122. கன்னியாகுமரி பகவதி கோவில் கருவறை மேற்கு சுவர் வெளிப்பக்கம் தமிழ்; சோழர்; முதல் இராஜாதிராஜன்; காலம் கி.பி. 11 நூற்; 3 வரி; சிதைவு; விளக்கெரிக்க 25 ஆடுகள் நிபந்தம் (த.நா. Vol I 1968–39)

123. கோவில் கருவறை மேற்கு சுவர் வெளிப்பக்கம். தமிழ்; பாண்டியர் ஸ்ரீசுந்தரபாண்டிய தேவர்; காலம் கி.பி. 12–13 நூற்.; விளக்கெரிக்க 10 காசு கொடை (த.நா. Vol I 1968–40)

124. கோவில் கருவறை மேற்கு சுவர் வெளிப்பக்கம். தமிழ்; காலம் கி.பி. 11 நூற்.; சிதைவு (த.நா. Vol I 1968–41)

125. கோவில் கருவறை மேற்கு சுவர் வெளிப்பக்கம் தமிழ்; சிதைவு; கி.பி. 11 அல்லது 12 நூற். (த.நா. Vol I 1968–42)

126. கோவில் கருவறை மேற்கு சுவர் வெளிப்பக்கம்; தமிழ்; 5 வரி; மிகவும் சிதைவு; கி.பி. 11 நூற்.; 'திருமுலைபட்டம்' பெயர் வருகிறது. (த.நா. Vol I 1968–43)

127. கோவில் கருவறை மேற்கு சுவர்; கி.பி. 12; நூற். 5 சொற்கள்; மிகவும் சிதைவு; வட்டெழுத்து; மொழி தமிழ் (த.நா. Vol I 1968–44)

128. பகவதி கோவில் கருவறை மேற்கு சுவர் வட்டெழுத்து மொழி தமிழ்; 8 சொற்கள்; மிகவும் சிதைந்தது. (த.நா. Vol I 1968–45)

129. பகவதி கோவில் கருவறை மேற்கு சுவர். தமிழ்; மிகச் சிதைவு; தேவகன்மிகள், பூதல குமாரன் பெயர் வருகிறது. (த.நா. Vol I 1968–46)

130. பகவதி கோவில் கருவறை வடமேற்கு மூலை வட்டெழுத்து; மொழி தமிழ்; கி.பி. 10 நூற்.; மிகச் சிதைவு; 2 வரி (த.நா. Vol I 1968–47)

131. பகவதி கோவில் கருவறை மேற்கு சுவர். தமிழ் வட்டெழுத்து; சோழன் மொழி தமிழ் முதல் ராஜராஜன்; கி.பி. 1000; ஆட்சியாண்டு 15; 6 நீண்ட வரிகள். இராஜராஜ வளநாட்டு புறத்தாயநாட்டில் உள்ள குமரி மங்கலம் கன்னியாகுமரி படாரிக்கு விளக்கு எரிக்க இராஜமார்த்தாண்ட பேரரையன் 25 ஆடுகள் கொடுத்தது; மெய்கீர்த்தி (த.நா. Vol I 1968–48)

132. பகவதி அம்மன் கோவில் கருவறை மேற்கு சுவர் தமிழ்; கி.பி. 10 நூற்; மிகவும் சிதைவு; 4 வரிகள் நிபந்தம். (த.நா. Vol I 1968-49)

133. பகவதி கோவில் கருவறை மேற்கு சுவர் 4 வரி; தமிழ்; சோழர்; முதல் ராஜேந்திரன்; கி.பி. 11 நூற்; 6 வரி; சோழமண்டிலம் அரையன் கன்னியாபடரார்க்கு நிபந்தம்; மெய்கீர்த்தி (த.நா. Vol I 1968-50)

134. பகவதி கோவில் கருவறை மேற்கு சுவர். தமிழ்; பாண்டியர்; ஸ்ரீசுந்தரசோழ பாண்டியர்; 8 சிதைந்த நீண்ட வரிகள். 2ஆம் ஆட்சியாண்டு; கி.பி. 11 நூற்.; இராஜராஜப் பாண்டிநாட்டு உத்தம சோழ வளநாட்டு குமரி கன்னியாபடாரியக்கு விளக்கு எரிக்க சுந்தரசோழ பாண்டியரின் தேவியார் முக்கோக்கிழானடி களின் அகப்பரிவாரம், பழவூர் பெண்டாட்டி பெரியான் சிங்கம் வைத்த விளக்கு ஒன்றும் 50 ஆடுகளும் நிபந்தம். (த.நா. Vol I 1968-51; TAS Vol VI P 150-151; 6-1095)

135. பகவதி கோவில் கருவறை வடக்கு பக்க சுவர் வடமேற்கு மூலை. தமிழ்; 11 நூற்.; மிகவும் சிதைவு; (த.நா. Vol I 1968-52)

136. பகவதி கோவில் கருவறை அருகே உள்ள பிரகாரத்தின் தெற்கு சுவர். வட்டெழுத்து, மொழி தமிழ்; கி.பி. 11-12 நூற்; கல்வெட்டில் பல பகுதிகள் சிதைவு; 4 வரிகள்; இக்கோவில் மகாநவமியில் தயிரமுது தெய்வ அமுது படைக்க கொடை. புளிக்கறி யமுது, (புளியச்சாதம்) தயிரமுது (தயிர்சோறு) நெய்யமுது; படைக்க நிபந்தம். (த.நா. Vol V 1968-53)

137. பகவதி கோவில் கருவறை அருகே பிரகாரம் மேற்கு சுவர். வட்டெழுத்து மொழி தமிழ்; சோழர்; கோப்பரகேசி; கி.பி. 11-12 நூற்; கிழார் நாட்டு வேளான் என்பான் குமரி அம்மனுக்கு விளக்கெரிக்க கொடை 4 வரிகள்; சிதைவு. (த.நா. Vol I 1968-54 TAS Vol VI P 142 தி.க.தொ. 36-1085)

138. இக்கோவில் கருவறை அடுத்த பிரகாரத்தில் வடக்கு சுவர்; காலம் கி.பி. 12ஆம் நூற். வட்டெழுத்து; தமிழ்; பாண்டியன் கோச்சடையமாறன். 16ஆம் ஆட்சியாண்டு; 5 வரிகள். களக்காட்டு புள்ள நாராயணன், விளக்குக்கும், நெய்க்கும் ஆடுகளும் கன்னி படரார்க்கு அளித்த செய்தி. (த.நா. Vol I 1968-55 TAS Vol VI P 141; 29-1085)

139. இக்கோவில் கருவறை அருகே பிரகாரம் மேற்கு, வடக்கு சுவர். தமிழ்; சோழர்; இரண்டாம் ராஜேந்திரன் 4ஆம் ஆட்சியாண்டு கி.பி. 1055; நீண்ட வரிகள் 30; இரண்டாம் இராஜேந்திரன்

கங்கைகொண்ட சோழபுரம், கேரளன் மாளிகையில் காடுவெட்டி என்னும் பள்ளிக்கட்டிலில் அமர்ந்திருந்தபோது கன்னியாகுமரி கோவில், இராஜராஜேஸ்வரமுடையார் கோவில், இராஜராஜன் சாலை (கன்னியாகுமரி) ஆகியவற்றிற்குச் சொந்தமான தேவதான நிலங்களிலும் கிராமங்களிலும் வசூலிக்கப்பட்ட பல வரிகளை, தன் நான்காம் ஆட்சியாண்டிலிருந்து தன் தேவியரான கிழானடியின் பிறந்த நாளில் அஸ்த நட்சத்திரத்தில் விழா எடுப்பதற்கும், இராஜராஜேஸ்வரமுடையார் கோவில் செலவுகளுக்கும் இராஜராஜப்பெருஞ்சாலை செலவுகளுக்கும் பயன்படுத்த வேண்டும் என்றும் ஆணை பிறப்பித்ததைக் குறிக்கிறது. இக்கல்வெட்டு முக்கியமான பதிவு. கன்னியாகுமரியைக் கங்கைகொண்ட சோழபுரம் என குறிக்கிறது. அரசு அதிகாரிகள் பலரின் பெயர்கள் வருகின்றன. (த.நா. *Vol I* 1968-56; *TAS Vol I P 164-167*)

140. பகவதி கோவில் கருவறை அருகே பிரகாரம் கிழக்கு சுவர். தமிழ்; பாண்டியர் பராந்தக தேவர் 9ஆம் ஆட்சியாண்டு; கி.பி. 12 நூற்; கோவில் தேவதான நிலத்தின் நாலு எல்லை பற்றிய விபரம். 14 வரிகள் (த.நா. *Vol I* 1968-57 *TAS Vol I* ப. 52)

141. கோவில் அர்த்தமண்டபம் வடக்கு பக்கத் தூண் தமிழ்; சோழர் குலோத்துங்கன்; 14ஆம் ஆட்சியாண்டு; கி.பி. 13 நூற்; 76 வரிகள் 60க்குமேல் வரிகள் சிதைவு. அம்மனுக்கு நிபந்த நிலம் பற்றி; நிலவிபரம் அதிகம் (த.நா. *Vol I* 1968 58)

142. கோவில் அர்த்தமண்டப நுழைவாயில் இடது பக்க சுவர். தமிழ்; கி.பி. 11 நூற்; 6 சொற்கள்; விளக்கு கொடை. (த.நா. *Vol I* 1968-59)

143. கோவில் அர்த்தமண்டப நுழைவாயில் இடது பக்க சுவர்; 7 வரிகள் தமிழ்; கி.பி. 12-13 நூற்; புறத்தாய நாடான தென்வாரணாசி பகவதிக்கு விளக்கு எரிக்க கோவிந்தன் நிபந்தம். (த.நா. *Vol I* 1968-60)

144. பகவதி கோவில் அர்த்தமண்டப நுழைவாயில் தென்புறம் சுவர். தமிழ்; கி.பி. 11-12 நூற்; 5 சொற்கள்; மிகவும் சிதைவு (த.நா. *Vol I* 1968-61)

145. பகவதி கோவில் அர்த்தமண்டப நுழைவாயில் தெற்கு பக்க சுவர்; தமிழ்; முதல் இராஜேந்திரன்; கி.பி. 11 நூற்.; மிகச் சிதைவு; 4 வரிகள் (த.நா. *Vol I* 1968-62)

146. பகவதி கோவில் அர்த்தமண்டப நுழைவாயில் தெற்கு சுவர்; தமிழ்; கி.பி. 12-13 நூற்; 6 வரிகள் முழுமை இல்லை; சிதைவு; விளக்கு நிபந்தம் (த.நா. *Vol I* 1968-63)

147. பகவதி கோவில் அர்த்த மண்டபம் நுழைவாயில் தெற்கு சுவர்; தமிழ்; கி.பி. 11 நூற்.; 8 வரிகள். பகவதி அம்மனுக்கு விளக்கெரிக்க ஸ்ரீராஜேந்திர சோழ தேவர் பெருந்தரம் சோமாசி அமோஹவரு . . . என்பவருக்கு நெய் கொடை; அதற்கு சாகா மூவா பேராடு; (த.நா. Vol I 1968–64)

148. கோவில் அர்த்தமண்டப நுழைவாயில் குமுதம்; மொழி சமஸ்கிரம் கிரந்த எழுத்து கி.பி. 17–18 நூற்; 2 வரிகள்; மிக சிதைவு (த.நா. Vol I 1968–65)

149. கோவில் அர்த்த மண்டபம் வடக்கு சுவர் அடிப்பாகம் தமிழ்; கி.பி 11 நூற்; 12 சொற்கள்; மிக சிதைவு. விளக்கு எரிக்க செந்தில் வேந்தன் கொடை (த.நா. Vol I 1968–66)

150. கோவில் அர்த்தமண்டபம் வடக்கு சுவர் அடிப்பாகம். தமிழ்; சோழன்; ராஜேந்திரன்; 9ஆம் ஆட்சியாண்டு; கி.பி. 11–12 நூற்; அரசன் 9ஆம் ஆட்சியாண்டு நிபந்தம் (த.நா. Vol I 1968–67)

151. கோவில் அர்த்தமண்டபம் வடக்கு பக்க சுவர் அடிப்பாகம் தமிழ்; சோழர்; விக்கரமசோழர், கி.பி. 12 நூற்; 5 சிதைந்த வரிகள். விக்கிரம சோழன் காலத்தில் இக்கோவிலுக்கு விளக்கு, சாவா மூவாப் பேராடு நிபந்தம்; தேவகன்மிகள் பொறுப்பில் (த.நா. Vol I 1968–68)

152. கோவில் அர்த்தமண்டபம் வடக்கு பக்கச் சுவர் வெளிப்புறம். தமிழ்; சோழர்; ஸ்ரீசுந்தரசோழ பாண்டிய தேவர்; கி.பி. 11 நூற்; 2 வரி; மிக சிதைவு; இதில் கன்னியாகுமரி கருங்குளநாட்டு குமரிக்குடியான கங்கைகொண்ட சோழபுரம் என வருகிறது. விளக்கெரிக்க 50 ஆடுகள் நிபந்தம் (த.நா. Vol I 1968–69 TAS Vol VI P 151 13–1025)

153. பகவதி கோவில் அர்த்தமண்டபம் வடபுறம்; தமிழ்; கி.பி 11; விளக்கெரிக்க சாவா மூவாப்பேராடு நிபந்தம் 25; (த.நா. Vol I Vol 1968–70 TAS VI P 152 25–1087)

154. பகவதி கோவில் அர்த்தமண்டப நுழைவாயில் வடக்கு பக்க சுவர்; தமிழ்; கி.பி. 11 நூற்; 9 வரிகள்; கோவில் மூலவருக்கு நிபந்தம்; திருவுண்ணாழிகையார் பொருள் பெற்ற செய்தி. 9 வரி; 'பெருநகர் தட்டான்' வெட்டிய கல்வெட்டு என உள்ளது. (த.நா. Vol I 1968–71)

155. கோவில் முகமண்டபம் தெற்கு சுவர் தமிழ்; சோழர்; 11–12 நூற்; 4 சொற்கள்; மிகவும் சிதைவு (த.நா. Vol I 1968–72)

156. கோவில் இரண்டாம் பிரகாரம் தெற்கு சுவர் தமிழ்; கி.பி. 12 நூற்; 3 சிறிய வரிகள்; கோவில் அமுதுபடி; இராஜராஜன் பெயர் வருகிறது. (த.நா. Vol I 1968–73)

157. கோவில் இரண்டாம் பிரகாரம் தெற்கு சுவர் தமிழ்; கி.பி. *12–13; 4* வரி; *2* சிதைவு; நிபந்தம். 'குமரிச்சட்டர்' கையில் பொறுப்பு (த.நா. *Vol I 1968–74)*

158. கோவில் முதல் பிரகாரம் தெற்கு தூண். தமிழ்; பராந்தகப் பாண்டியன் கி.பி. *12* நூற்; *5* வரி; சிதைவு; மெய்கீர்த்தி (த.நா. *Vol I 1968–75)*

159. கோவில் முதல் பிரகாரம் தெற்கு சுவர் தமிழ் கி.பி. *11–12* நூற்; *1* வரி; மெய்கீர்த்தி (த.நா. *Vol I 1968–76)*

160. கோவில் முதல் திருச்சுற்று சுவரின் வடமேற்கு மூலை. மொழி தமிழ் வட்டெழுத்து; கி.பி. *12* நூற்; *3* சொற்கள் (த.நா. *Vol I 1968–77)* பகவதிகோவில் மூன்றாம் நுழைவாயில் வலது பக்கம் தூண். கி.பி. *1413;* வரிகள் *15* குறைவான சொற்கள்; குமரி பகவதிக்குக் கார்த்திகையில் முப்பலம் சந்தனக்காப்பு வழங்கியது; ம.ஆ. *589* ஆனி மாதம் குமரி பகவதிக்கு அடிமை கற்பித்த தட்டான் தம்பி கதநல்லாமகன் பெற்ற பெருமாள் நிபந்தம். இங்கு 'அடிமை' பரம்பரை காராண்மையைக் குறிக்கலாம். (த.நா. *Vol I 1968–78; TAS Vol VII P 26)*

161. கோவில் முன்மண்டபத்தில் தூண்களில் சமஸ்கிரதம் மொழி எழுத்து கிரந்தம், சோழர் வீரராஜேந்திரன் கி.பி. *1070; 444* வரிகள்; இக்கோவிலின் மிகப்பெரிய கல்வெட்டு; கடைசி *20* வரிகள் தமிழ்; வீரராஜேந்திர சோழன் நற்றிராக்குடி, பெருங்குடிக் கீழ் கொம்பு ஆகிய ஊர்களிலிருந்து நிலம் கொடை. இக்கல்வெட்டில் வீரராஜேந்திர சோழனின் முன்னோர்களைப் பற்றிய விரிவான குறிப்பு உள்ளது. சோழவரலாறு எழுத முக்கிய ஆதாரம். (த.நா. *Vol I 1968–79 TAS Vol III Part I P 87–158)*

162. கோவில் அர்த்தமண்டபம் நுழைவாயில் வடபக்கம், கி.பி. *12*ஆம் நூற்; தமிழ் வட்டெழுத்து; கி.பி. *12*நூற்.; மிகவும் சிதைவு (த.நா. *Vol I 1968–80)*

163. கோயில் அர்த்தமண்டபம் நுழைவாயிலின் வலதுபக்கம். சோழர்; முதலாம் ராசேந்திரன்; *5*ஆம் ஆட்சியாண்டு; தமிழ்; கி.பி. *1019.* பகவதிக்கு சோழ மண்டலம் தென்கரை பெருமாள் என்பவர் விளக்கு அளித்ததைக் கூறுவது. (த.நா. *Vol I 1968–81 TAS VI P 147)*

164. கோவில் அர்த்தமண்டபம் நுழைவாயில் வலதுபுறம் மொழி சமஸ்கிரதம் கிரந்த வடிவம்; கி.பி. *11–12* நூற்.; *2* வரி சிதைவு; விளக்கு நிபந்தம் (த.நா. *Vol I 1968–82* தி.தொ.அ *27–1047)*

165. பகவதி கோவில் மூன்றாம் நுழைவாயில் முதல் பிரகாரம் படிக்கட்டு. தமிழ்; கி.பி. *19* நூற்.; *5* சொற்கள் மிக சிதைவு. படிக்கட்டு நிபந்தம் ஒரு முதலியார். (தி.த.*Vol I 1968–83)*

166. பகவதி கோவில் இரண்டாம் பிரகாரம் நுழைவாயில் வலதுபக்க இடைநாழிச் சுவரில் உள்ள கல்வெட்டு மொழி சமஸ்கிரதமும் தமிழும் எழுத்து கிரந்தமும்; தமிழும். விஜயநகர அரசு காலம் கி.பி. 15–16 நூற்.; 28 வரிகள்; மிகச் சிதைந்த நிலையில் உள்ளது. சுசீந்திரம் தாணுமாலயன் கோவில் திருவேங்கடமுடையான் அமுதுபடிக்கு நிபந்தம். வரதராயர், திம்மர், இராமராயர் பெயர்கள் வருகின்றன. (த.நா. Vol I 1968–84)

167. பகவதி கோவில் அர்த்தமண்டபம் நுழைவாயில் வலதுபுறம். தமிழ்; பாண்டியர்; கி.பி. 10 நூற்.; 5 வரிகள்; ஒரு பாண்டியரின் 13ஆம் ஆட்சியாண்டு "ஜயங்கொண்ட சோழ பாண்டிய உடையார்" கோச்சடையன் பெயர் வருகிறது. (த.நா. Vol I 1968–85)

168. பகவதி கோவில் கொடிக்கம்ப பீடம் காலம் கி.பி 17–18 நூற். மொழி சமஸ்கிரதம் தமிழ்; எழுத்து கிரந்தம் தமிழ் கொடிமரம் நிறுவல். (த.நா. Vol I 1968–86)

169. பகவதி கோவில் அர்த்தமண்டபத் தென்புறச்சுவர், தமிழ்; கி.பி. 11–12; மொத்தம் 4 சிதைந்த சொற்கள்; 'ராயர்குடி' சொல் உள்ளது. இது தேவதாசியின் விருது. (த.நா. Vol I 1968–87)

170. பகவதி கோவில் முகமண்டபம் தெற்கு சுவர் தமிழ்; கி.பி. 11–12 நூற்.; மிகசிதைவு 6 சொற்கள் (த.நா. Vol I 1968–88)

171. பகவதி கோவில் முகமண்டபம் முன் கொடிக்கம்ப பீடம், மொழி சமஸ்கிரதம்; எழுத்து கிரந்தம்; காலம் கி.பி. 17–18 நூற்.; 8 வரி கல்வெட்டு முழுதும் சிதைவு. (த.நா. Vol I 1968–89 தி.தொ.அ. 29–1087; 14–1107)

172. பகவதி கோவில் அர்த்தமண்டபம் தெற்கு சுவர்; தமிழ்; கி.பி 11–12 நூற்.; சிதைவு; 3 வரி; கல்வெட்டின் கடைசி பகுதியே உள்ளது (த.நா. Vol I 1968–90)

173. பகவதி கோவில் அர்த்தமண்டபத் தெற்கு சுவர். தமிழ்; கி.பி. 11–12 நூற்; மிகவும் சிதைந்த கல்வெட்டு; 'சோழன்' சொல் வருகிறது. (த.நா. Vol I 1968–91)

174. பகவதி கோவில் முதல் நுழைவாயில் அருகே தூண். தமிழ்; கி.பி. 1583; நாச்சியார் ஸ்ரீபண்டாரத்தில் பணம் அளித்ததைக் குறிப்பது; 14 வரி; சிதைவு (த.நா. Vol I 1968–92)

175. பகவதி கோவில் முகமண்டபத்தின் வாயில் நிலைக்கல் தெற்கு பக்கம்; தமிழ் கல்வெட்டு; கி.பி. 1569; 35 சிறிய வரிகள்; 6 வரிகள் முழுதும் சிதைவு; நாஞ்சில் நாட்டுச் சேர்ந்தமங்கலம் ஆண்டிச்சி அம்மை என்பவளின் மகள் தேவியார் நாச்சியார் என்பவர்

சன்னிதியில் கொடி விளக்கு வைப்பதற்கு மேற்படி கோயிலுக்கு 100 பணம் நிபந்தம் (த.நா. Vol I 1968—93; தி.தொ.அ. 3—111 11)

176. இவ்வூர் காசிவிசுவநாதர் ஆலயம் அர்த்தமண்டபம் தரை; தமிழ்; கி.பி. 17—18; 3 சொற்கள்; சங்கரன் மாதாயம் பதம் என்பது (த.நா. Vol I 1968—94)

177. காசிவிசுவநாதர் கோயில் அர்த்தமண்டபத் தரை; தமிழ்; கி.பி. 17—18; 2 வரி; அர்த்தமண்டபம் தரைப்பகுதி மதன குமாரசாமி என்பவரால் சீர்படுத்தப்பட்ட செய்தி (த.நா. Vol I 1968—95)

178. காசிவிசுவநாதர் கோவில் அர்த்தமண்டபத் தரை; தமிழ்; கி.பி. 17—18; சிதம்பரம் கோவில் பணி செய்த செய்தி 4 சொற்கள் (த.நா. Vol I 1968—96 TAS Vol V Part II P 201 19—1090)

179. காசிவிசுவநாதர் கோவில் அர்த்தமண்டபம் நுழைவாயில் படி; தமிழ்; கி.பி. 17—18; 1 வரி. சங்கமுத்து என்பவர் கோவிலுக்கு படி அமைத்த செய்தி. (த.நா. Vol I 1968—97)

180. காசிவிசுவநாதர் கோவில் அர்த்தமண்டபம் வாயில் படியின் மேற்பகுதி தமிழ்; கி.பி. 17—18; 1 வரி கோவில் மூலவரின் பெயர் பூலாந்துறை சிவன் (த.நா. Vol I 1968—98; TAS Vol V Part III P 201 14—1090)

181. காசிவிசுவநாதர் கோவில் அர்த்தமண்டப நுழைவாயில் படி; தமிழ்; கி.பி. 17—18; 3 சொற்கள் பூமிநாதன் கோவில் படி அமைத்தது நம்பியாரு பெயர் வருகிறது. (த.நா. Vol I 1968—99)

182. காசிவிசுவநாதர் கோவில் முகமண்டப நுழைவாயில்; தமிழ்; கி.பி. 17—18; 3 சொற்கள்; சிதம்பரம் முகமண்டபத்தை அமைத்தார் (த.நா. Vol I 1968—100)

183. காசிவிசுவநாதர் கோவில் முகமண்டபம்; தூண் மேல் பகுதி; தமிழ்; 17—18 நூற்; 1 சொல்; அழகப்ப முதலியார் தூண் கொடை (த.நா. Vol I 1968—101)

184. காசிவிசுவநாதர் கோவில் முகமண்டபம் தூண் மேற்கு; தமிழ்; கி.பி. 17—18; 2 சொல்; தேவாங்கன்னியாபகன் கொடுத்த தூண் (த.நா. Vol I 1968—102 TAS Vol V Part II P 201 தி.தொ.அ. 151—1000)

185. காசிவிசுவநாதர் கோவில் முகமண்டபம் தூண் மேற்பகுதி. தமிழ்; கி.பி. 17—18; 6 சொற்கள். நல்லசிவன் தூண் கொடை (த.நா. Vol I 1968—103)

186. காசிவிசுவநாதர் கோவில் முகமண்டபம் தூண் மேற் பகுதி. தமிழ்; கி.பி. 17—18; ஒரு புதிர்; எப்படிக் கூட்டினாலும் 15 வரும்: (த.நா. Vol I 1968—104)

187. காசிவிசுவநாதர் கோவில்; தமிழ்; கி.பி. 17–18; 2 சொல்; சமண பார்க்கரன் கொடை (த.நா. Vol I 1968–105)

188. கோனீஸ்வரர் கோவில் (குகநாதேஸ்வரர்) தெற்கு சுவர் குமுதம். தமிழ்; சோழர், இரண்டாம் ராஜேந்திரன் 5ஆம் ஆட்சியாண்டு; கி.பி. 1057; 4 நீண்ட வரிகள்; மெய்கீர்த்தி; கன்னி பகவதி கோவிலிற்கு வெட்டி செந்தில் என்பவள் ஒரு விளக்கும், அதை எரிக்க நெய் வேண்டி 25 ஆடுகளும் கொடுத்திருக்கிறாள். இந்த நிபந்தம் கொடுத்தவள் பகவதி கோவிலில் வேலை செய்த ஒருவனின் தாய். இவன் வீரநிலை வெள்ளாளன் அப்பி எனப்படுகிறான். இது இவனது சாதியாக இருக்கலாம். கோனீஸ்வரர் கோவில் இருக்கும் பகுதி ராஜராஜ பாண்டி நாட்டு உத்தம சோழ வளநாட்டு புறத்தாய நாட்டுக் கழிக்குடி ராஜராஜேஸ்வரமுடையார் என்னும் அடை மொழியுடன் குறிக்கப்படுகிறது. (த.நா. Vol I 1968–106; TAS Vol I P 245

189. குகநாதேஸ்வரர் கோவில் தென்புறச்சுவர் குமுதம். தமிழ்; சோழர்; முதல் இராஜேந்திரன் 24ஆம் ஆட்சி ஆண்டு; கி.பி. 1028; 12 வரிகள்; 4 சிதைவு; இராஜேந்திர சோழ தேவரின் 24ஆம் ஆட்சியாண்டு (கி.பி. 1038) ராஜராஜபாண்டி நாட்டு உத்தம சோழ வளநாட்டு ராஜராஜேஸ்வரம் உடையார்க்கு பாலையூர்திட்டை சோழகுலவல்லி என்பவள் விளக்கு ஒன்றும் எரிக்க நெய்வேண்டி 50 ஆடுகளும் கொடையாக அளித்துள்ளாள். இவர் இராஜேந்திரசோழனுக்கு திரு அமுது சமைப்பவள். (த.நா. Vol III 1968–107 TAS Vol I Part III P 151)

190. குகநாதேஸ்வரர் கோவில் கருவறை தெற்கு சுவர்; தமிழ்; சோழர்; முதல் ராஜேந்திரன் 30ஆம் ஆட்சியாண்டு; கி.பி. 1044; 3 நீண்ட வரிகள்; நாட்டாற்றுப் போக்கு திருக்குறும்குடி வெள்ளாட்டி அடிகள் அப்பி என்பவள் இக்கோவிலுக்கு விளக்கு நிபந்தம். (த.நா. Vol I 1968–108)

191. குகநாதேஸ்வரர் கோவில் கருவறை தென்புறம் தமிழ்; கி.பி. 11 நூற்.; 3 வரிகள்; சிதைவு கல்வெட்டின் இறுதிப் பகுதி குறுங்குடி பட்டன் குணவன் 25 ஆடுகள் கொடை பற்றிய செய்தி (த.நா. Vol I 1968–109)

192. குகநாதேஸ்வரர் கோவில் கருவறை மேற்கு பக்கம் சுவர். தமிழ்; சோழர்; கி.பி. 11 நூற்.; 4 வரிக் கவிதை வெண்பா பாடலாக; சோழ அரசன் அமைச்சர் அய்யனம்பி என்னும் தென்மங்கல காலமன் என்பவன் தென்குமரியில் தண்ணீர் பந்தல் ஏற்படுத்தியது. கல்வெட்டுச் செய்யுள் வருமாறு

தெண்டிரை நீர்த் தென்குமரி மானகர்த் தண்ணீர் பந்தல்
எண்டிசையும் ஏத்த இனிதமைந்தான் – விண்டிவரும்
ஐந்தெரியலான் அய்யனம்பி அடல் வளவன் மந்திரி
தென்மங்கல காலமன் ஸ்வஸ்திஸ்ரீ

(த.நா. *Vol I* 1968–110; *TAS Vol I Part VIII Pa* 169)

193. குகநாதேஸ்வரர் கோவில் கருவறை மேற்கு சுவர். தமிழ்; சோழர்; இரண்டாம் ராஜராஜன் 31ஆம் ஆட்சியாண்டு; கி.பி. 11 நூற்.; குகநாதேஸ்வரர் கோவில் தேவகன்மிகளுக்கு நிலம் விற்ற விபரம். ராஜராஜபாண்டி நாட்டு உத்தம சோழ வளநாட்டு புறத்தாய நாட்டு குமரிக் கழிக்குடி ராஜராஜேஸ்வரமுடையார் கோவில் தேவகன்மிகளாகிய நாங்கள் 48000 வர்க்கு விற்றுக்கொடுத்த நிலம். இக்கோவிலருகே தென்கீழ்ப் பக்கம் ஐயப்பன் வேதியன் சாத்தன் கோவில் உள்ளது; அருகே உத்தம சோழப் பேரேரி; வடக்கே சக்கர தீர்த்தம். உத்தம சோழப் பேரேரிக்கு மேற்கே பெருவழிப்பாதை; இங்கே ஐயங்கொண்ட சோழர் தண்ணீர் பந்தல் உள்ளது என்னும் தகவல் உள்ள கல்வெட்டு. இந்த இடங்கள் வரலாற்று சிறப்புடையன(த.நா. *Vol I* 198 *III TAS Vol I Part VIII* 168–169)

194. குகநாதேஸ்வரர் கோவில் உண்ணாழியின் மேற்கு சுவர் குமுதம். தமிழ்; சோழர்; கி.பி. 11 நூற்.; 3 வரிகள்; வேலய்யன் என்ற மங்கலக்காமன் குமரியில் தண்ணீர் பந்தல் அமைத்து அதை நடத்த ஒவ்வொருநாளும் பதினாழி நெல் கொடையாக அளித்ததைக் குறிக்கிறது. இக்கல்வெட்டு கவித்துவ நடையுடையது. (த.நா. *Vol I* 1968–112 *TAS Vol I Part III P* 170)

195. குகநாதேஸ்வரர் கோவில் உண்ணாழி மேற்கு பக்க சுவர் குமுதம். தமிழ்; சோழர் முதல் இராஜேந்திரன், கி.பி. 11 நூற்.; மெய்கீர்த்தி ஒருவரி (த.நா. *Vol I* 1968–113 *TAS Vol I P* 242)

196. குகநாதேஸ்வரர் கோவில் அர்த்தமண்டபம் வடக்கு சுவர் குமுதம். தமிழ்; சோழர்; முதல் ராஜாதிராஜன், கி.பி. 11 நூற்.; 5 வரி நீண்ட கல்வெட்டு; முதலாம் ராஜாதிராஜனின் மெய்கீர்த்தி. குமரி ராஜராஜேஸ்வரம் உடையார் கோவிலுக்குத் தென்கீழ் மூலையில் சாஸ்தா வேதியன் சாத்தன் கோவில் இருந்தது. இதன் தெற்கே இராஜராஜன் சாலை; கல்வி நிலையம் இதற்கு சாலபோக பரிசு வழங்கிய செய்தி. இப்பரிசு நாஞ்சில் நாட்டு மணக்குடியில் ஊரில் இருந்தது. (த.நா. *Vol I* 1968–114 *TAS Vol I P* 242)

197. குகநாதேஸ்வரர் கோவில் மேற்கு பக்க சுவரின் பட்டையும் வடக்கு பக்க சுவரின் பட்டையும். தமிழ்; சோழர்; முதல் ராஜேந்திரன் 26ஆம் ஆட்சியாண்டு; கி.பி. 1024; 7 வரிகள்; இராஜராஜமுடையாருக்குக் கண்டன் சோலை

என்ற தேவரடியாள் ஒரு விளக்கு எரிக்க நெய் வேண்டி 25 ஆடுகள் கொடையாக அளித்தாள். தினமும் ஆழாக்கு நெய் குறையாமல் கொடுக்க வேண்டும். இதற்கு புதன் கணபதி என்பவன் பொறுப்பேற்றான்; இவனுக்கு ஈடாக வியாழன் சடையன் நின்றான். *(த.நா. Vol I 1968–115; TAS Vol I P 240)*

198. குகநாதேஸ்வரர் கோவில் கருவறை வடக்கு சுவர் அடிப்பகுதி. தமிழ்; கி.பி. 11 நூற்; *3* வரிகள்; ஒரு நில எல்லை; தேவதானம்; கோனாடார் குளம்; ஜெயங்கொண்ட சோழநல்லூர், பொழி பேன்ற பெயர்கள் வருகின்றன. *(த.நா. Vol I 1968–116)*

199. குகநாதேஸ்வரர் கோவில் அந்தராளம் தெற்கு சுவர், குமுதம், தமிழ்; சோழர்; முதல் ராஜேதிரன்; *28*ஆம் ஆட்சியாண்டு; கி.பி. *1042; 5* நீண்ட வரிகள்; முதலில் மெய்கீர்த்திப் பகுதி. முள்ளி நாட்டு மதிள் குறிச்சியில் கழிக்குடி இருக்கும் வெள்ளாளன் அப்பி பொன்னாண்டி என்பவன், தன் தம்பி நாராயணனுக்காக இக்கோவிலுக்கு விளக்கும், *25* ஆடுகளும் கொடுத்தான். தினமும் ஆழாக்கு நெய் கொடுக்கவேண்டும். *(த.நா. Vol I 1968–117; TAS Vol I 239-240)*

200. குகநாதேஸ்வரர் கோவில் அர்த்தமண்டபம் தெற்கு சுவர் கீழ்; தமிழ்; சோழர் விக்கிரம சோழ பாண்டிய தேவர் *21*ஆம் ஆட்சியாண்டு கி.பி. 11 நூற்.; ஒரு செவ்வாய் கிழமை பூச நட்சத்திரம். இக்கோவில் முகமண்டபத்தில் பக்தர்கள் கூடியிருந்த போது நடந்த நிகழ்ச்சி. இந்த ஊர் வியாபாரி ஆச்சான் மாற்றிலி என்பவர் திருப்பொந்தீஸ்வரம் உடையார்க்கு திருவமுதுக்கு *20* காசுகள் கொடை. இக்கல்வெட்டில் இன்னொரு செய்தி. நாஞ்சி நாட்டு கோனாடர் குளம் வெள்ளம் வந்து உடைந்தது. இந்தக் குளத்தின் கீழ் உள்ள வயலில் உள்ள நெல்லை அரிசியாக்கி தினமும் *2* நாழி திருவமுது படைக்க வேண்டும் என்பதும் வேண்டுகோளாக உள்ளது. *(த.நா. Vol I 1968–118; TAS Vol I P 249)*

201. குகநாதேஸ்வரர் கோவில் அர்த்தமண்டபம் வடக்கு சுவர் தமிழ்; சோழர் முதல் இராஜேந்திரன். *21*ஆம் ஆட்சியாண்டு கி.பி. *1045; 4* நீண்ட வரிகள்; இக்கோவிலுக்கு வைகைக்கரை தன்மச்செட்டி மணற்காடன் என்பவன் விளக்கு ஒன்றும், *50* ஆடுகளும் கொடை. கொடுத்தவர் இராஜராஜப் பாண்டிநாட்டு வைகைக்கரை மணனூர் மணற்காடன் நடுவுநிலை தன்மச்செட்டி; இவன் (மதுரைப் பகுதி) கொடுத்த நிபந்தத்துக்கு படைத்தலைவன் அரையன் கரசாதி என்பவன் பிணையாக இருக்கிறான். *(த.நா.தொ Vol I 1968–119 TAS I P 241)*

202. குகநாதேஸ்வர் கோவில் கருவறை மேற்கு சுவர் குமுதம். சோழர் முதல் ராஜராஜன் *29*ஆம் ஆட்சியாண்டு. கி.பி. *1043; 6*

நீண்ட வரிகள்; தமிழ் கருங்குளம் நாட்டு கலிகால சோழ நல்லூரில் இருக்கும் வெள்ளாளன் சிவஞானபட்டாரன் இக்கோவிலுக்கு ஒரு விளக்கு, 25 ஆடுகள் கொடுத்தான். இதற்காக தினமும் ஆழாக்கு நெய் கொடுக்க வேண்டும். இதற்கு மணற்குடியில் இருக்கும் இடையன் ஈஸ்வரன் பிணை; இவ்வூர் இடையன் அரங்கன் பலதேவன் பிணை. *(த.நா.தொ Vol I 1968–120)*

203. குகநாதேஸ்வரர் கோவில் அந்தராளம் வடக்கு சுவர் குமுதம். தமிழ், சோழர், முதல் ராஜாதிராஜன் 30ஆம் ஆட்சியாண்டு கி.பி. 1048; 12 நீண்ட வரிகள்; இராஜராஜப்பாண்டிநாட்டு உத்தம சோழ வளநாட்டு புறத்தாய நாட்டுக் கழிக்குடியைச் சேர்ந்த ஸ்ரீ வல்லபப் பெருஞ்சாலையான இராஜராஜப் பெரும் சாலைக்கு நாஞ்சி நாட்டு மணக்குடியைச் சார்ந்த மஹிபால குலகாலப் பேரளத்திலிருந்து உப்பு அனுப்புவதில் சிக்கல் வந்தது. இதை சோழ அரசியிடம் பணிபுரியும் அரியகுலகேசரியான பவித்திரமாணிக்க தொங்கப் போரையன் என்பான் அறிந்தான்; அரசரிடம் முறையிட்டான். உடனே ராஜாதிராஜன் உப்பளங் களைக் கூறு செய்யும் அதிகாரிகளுக்கும் கண்காணி செய்யும் அதிகாரிகளுக்கும் முன்பு இருந்தவாறே அந்த சாலைக்கு ஒரு கலம் உப்புக்கு ஒரு நாழி உப்பு என உறைபிடித்து அனுப்ப வேண்டும் என்று உத்தரவு பிறப்பித்தான். சாலைக்கு உப்பு சரியாகக் கொடுக்கப்படவில்லை என்ற செய்தியைச் சோழனின் மனைவி உலகுடைய பிராட்டியார் திருப்பள்ளித் தொங்கலுடையாள் திட்டை அரிகுலகேசரியான பவித்திர மாணிக்கம் தொங்கப்பேரையன் சொல்லுவதாக வருகிறது. அப்போது உப்பளங்களைக் கூறுபோடுபவர், கண்காணிப்பவர் என்னும் அதிகாரிகள் இருந்தனர், வல்லபப் பெருஞ்சாலையான ராஜராஜப் பெருஞ்சாலை கழிக்குடியில் அதாவது இப்போது குகநாதேஸ்வரர் கோவிலுக்கு தெற்கே இருந்ததும் தெரிகிறது. *(த.நா. Vol I 1969–121)*

36. காட்டுப்புதூர் (தோவாளை வட்டம்)

204. இந்த ஊரில் உள்ள நேதாஜி வாலிபர் சங்கத்தின் முன் உள்ள தனிக்கல்லில் தமிழ் கல்வெட்டு; கி.பி. 1740; 111 வரிகள்; நாஞ்சிநாட்டு அதியனூரான அழகியபாண்டியபுரம் கீழ் பால் செண்பகராமன் புதுவூர் சிவனடியான் நாராயணன் என்பவன் தன் தந்தை முன்பு அளித்த நிபந்தத்தை மறுபடியும் உறுதிப்படுத்திய செய்தி. தந்தை கங்கோடன் சிவனடியான் நந்தவனத்துக்கும் பாளைக்கரை ஓலை மடத்துக்கும் கொடையாக அளித்த நிலவிபரம் இதில் உள்ளது. சுசீந்திரம் நாலாம் திருவிழாவில் பரதேசிகளுக்குச் சாப்பாடு, இதே நாளில் பிராமணர்கள் தேய்த்துக் குளித்து

உண்பதற்கும், பூதப்பாண்டி இரண்டாம் திருவிழாவில் பரதேசிகள் சாப்பிடவும் நிபந்தம் என்ற செய்தி உள்ளது. இதற்காகக் கொடுக்கப்பட்ட நிலவிபரம் விரிவாக உள்ளது. *(த.நா. Vol V 1969–42)*

37. காரைக்குளம் (விளவங்கோடு)

205. சிவன் கோவிலில் தூண் உத்திரம் வட்டெழுத்துக் கல்வெட்டு; மகாதேவர் கோவில் திருப்பணி குறித்து கணக்கு குட்டப்பள்ளி நாயர் எழுத்து. *(TAS Vol VII P 96)*

38. கிருஷ்ணன் கோவில் (நாகர்கோவிலின் ஒரு பகுதி)

206. கிருஷ்ணன்கோவில் உள் திருச்சுற்று கிழக்கு சுவர்; தமிழ்; கி.பி. 1372; 3 வரி; கோவில் தேவகன்மிகள் சிலவற்றைத் தானமாகக் கொடுத்த செய்தி. *(த.நா. Vol I 1968–122; TAS Vol V Part P 127)*

207. கிருஷ்ணன்கோவில் கொடிக்கம்பம் பீடத்தில் தமிழ்; கி.பி. 1769; ம.ஆ. 945 (1769) விகிறுதி வருஷம் சித்திரை மாதம் 28 தியதி திங்கள் கிழமை சித்திரை நட்சத்திரத்தில் குளத்தூர் கணபதி என்பவர் இக்கொடிமரத்தைப் பிரதிஷ்டை செய்தார். *(த.நா. Vol I 1968–123 TAS Vol I Part II P 129)*

208. கிருஷ்ணன்கோவில் வெளிப்பிரகாரம் தெற்கு பக்கத்தில் உள்ள தனிக்கல். தமிழ்; கி.பி. 1463; 97 வரிகள்; அந்தர்வேதி ராஜ்யத்தைச் சேர்ந்த பரதேசிகளில் தீர்க்கப்பட்டர் என்பவர் நாஞ்சில்நாட்டுப் பிரம்மதேயம் வடசேரியான ஸ்ரீ மகாத்திய சதுர்வேதி மங்கலத்தில் உள்ள (இப்போதைய கிருஷ்ணன்கோவில் பகுதியும் அடங்கும்) உருப நாராயண விண்ணகர் எம்பெருமானுக்கு (இப்போதைய கிருஷ்ணன்) பகல்வேளை நைவேத்தியத்துக்கும் ஒரு பிராமணருக்கு உணவு அளிப்பதற்குமாக பரிசாகப் பணம் கொடுத்த செய்தி இதில் உள்ளது. ஒரு பிராமணர் தினம் உணவு உண்ணவும் இங்கு ஏற்பாடு செய்யப்பட்டது. *(த.நா. Vol I 1968–124; TAS Vol V Part II P 124–126)*

209. கிருஷ்ணன்கோவில் முகமண்டபத்தில் உள்ள கிணற்றின் அருகே வடக்கு பக்கம் தனிக்கல். தமிழ்; வேணாடு; செண்பக ஆதித்தியவர்மர்; கி.பி. 1461; வரிகள் 10; செண்பக ஆதித்யவர்மனான சிறைவாய் மூத்தவர், இக்கோவிலுக்கு வந்தபோது கோவிலினுள் கிணறு தோண்டி திருப்பணி செய்தார். கிணற்றில் சுற்றுக்கட்டும் கட்டினார். *(த.நா. Vol I 1968–125)*

39. கிள்ளியூர் (தோவாளை)

210. கிருஷ்ணன்கோவில் இக்கோவில் கொடிக்கம்பம் பித்தளைப் பீடத்தில் கிழக்கு நோக்கி அமைந்த 7 படிக் கல்வெட்டு.

மொழி சமஸ்கிரதம்; எழுத்து வடிவம் மலையாளம். இதில் ஆண்டு இல்லை. 18நூற் இருக்கலாம், (வெளியாகவில்லை)

211. பிராட்டீஸ்வரார் கோவில் தனிக்கல் தமிழ் மொழி; வட்டெழுத்து வடிவம்; வேணாடு; வீரஉதைய மார்த்தாண்டவர்மா திருவடி கி.பி. 1178; 34 வரிகள்; வேணாட்டு அரசர் ஸ்ரீ வீரஉதைய மார்த்தாண்டன் திருவடி திருவட்டாறு ஊருக்கு கிழக்கு இருக்கும் நந்தவனத்தில் அரண்மனையில் இருந்தபோது வேணாட்டில் நாராயம் செய்கின்றவர்களும் தன்னாட்டில் நாராயம் செய்கின்றவர்களும் கூடி எழுதிய செயகட ஓலை. கிள்ளியூர் பிராட்டீஸ்வரமுடைய மகாதேவர்க்கு திருநடை செலவிற்குத் தானம் வழங்கிய செய்தி இக்கல்வெட்டில் உள்ளது. 'திருப்புறமலை' (இப்போது திப்பிரமலை) பெயர் வருகிறது. (த.நா. Vol VI 2004–544 TAS Vol VII No 14 P 25)

40. குமாரகோவில் (கல்குளம்)

212. குமாரகோவில் முதல் பிரகாரம் மேற்கு பக்க மண்டபம் தனிக்கல்லில்; தமிழ்; கி.பி. 1733; 81 வரிகள்; பிரம்மபுரம் நயினார் வேள்விமலை வேலாயுதப்பெருமாளுக்கு ராசராச தென்னாட்டு கடியப்பட்டிணத்து மண்ணைக்குறிச்சி செண்பகராமன் என்பவர் எப்பெருமான் உஷா பூசைக்கும் அமுதுபடிக்கும் மற்றும் ஏனைய பூசைகட்கும் வேண்டி நிலம் கொடையாக அளித்ததைக் குறிப்பது. (த.நா. Vol IV 1969–19)

213. குமாரகோவில் கிழக்கு பக்க வாயில்படி தமிழ்; கி.பி. 17 நூற்.; 3 வரி; கல்குளம் தேசம் ஒருவர் பணி (த.நா. Vol IV 1969–20)

214. குமாரகோவில் மடப்பள்ளியில்; தமிழ்; கி.பி 1355; மூலவர் வேலாயுதப்பெருமாளுக்கு தினமும் நாழி அரிசி 2 மாலை கொடுக்க குழிக்கோடு தேசம் அய்யப்பன் மகன் அய்யப்பனான சுப்பிரமணியன் என்பவன் நிலம் நிபந்தம். (ஆவணம் எண் 22 ப. 156)

215. குமாரகோவில் முன்மண்டபம் சுவர்; தமிழ்; ம.ஆ. 854 தை மாதம் 26 (கி.பி. 1649) வீரகேரள நல்லூர் ஆண்டிச்சி மகன் இராமன் ஆச்சி பேரால் திக்கெலாம் புகழும் பெருமாள் பராக்கிரம பாண்டியப் பெருமாள் அளித்த கொடை பற்றிய விபரம். கோவில் மூலவர் வேலாயுதப் பெருமாளுக்குரிய நிபந்த நிலம் பற்றியது. இந்த ஆவணம் இதில் குறிப்பிடபடுபவரின் முன்னோர்களான நயினார் மகன் பாண்டியனார் என்பவர் இக்கோவிலின் ஈசான மூலையில் ஒரு கோசாலை மடம் அமைத்தும் சிவ பாண்டி ஆண்டார் பூசைக்கும் மகேஸ்வர பூசைக்கும் கொடுத்த கொடை பற்றிய விபரமும் இக்கல்வெட்டில் உண்டு. கோவில் ஈசான மூலையில் கோசால மடம் அமைப்பது

நடைமுறை என்பது இக்கல்வெட்டு கூறும் செய்தி. இங்கு நிபந்த நிலத்துடன், வயலில் வேலை செய்ய அடிமைகளும் கொடுக்கப்பட்ட செய்தி கல்வெட்டில் உள்ளது. இது அரிய செய்தி. (ஆவணம் 22 ப. 156)

216. வேளிமலை முருகன் கோவிலில் மடப்பள்ளி சுவரில்; தமிழ்; கி.பி.1679. இக்கோவிலில் பூசைக்கு நிபந்தம். (வெளியாகாதது)

217. குமாரகோவில் வேளிமலை முருகன் கோவில் உள் நடை துவார பாலகரின் வலதுபுறம் பாத்திரப் புரையில் உள்ளது; தமிழ்; 13 வரிகள்; காலம் கி.பி. 1679 (கொல்லம் 854 தை 25 தேதி) பூர்வதன்மத்துப் பிரமாணம். கோக்காளை மடம் ஆண்டார் பூசைக்கும் வேலாயுதப் பெருமாள் கோவில் பூசைக்கும் நிபந்தம். நிறைய குறியீடுகள் உண்டு. (வெளியாகாதது)

41. குளச்சல் (கல்குளம்)

218. குளச்சல் அருகே கோயில்விளை என்ற ஊர். வென்றுமுகம்கொண்ட வீர கேரளபுரத்தம்மன் கோவில். கிழக்கு நடை வாசல் முகப்பு. தமிழ்; கி.பி. 1672; இவ்வூர் இசக்கிமாடன், ரவிமாதேவன் ஆகியோர் இக்கோவில் கிழக்கு முகப்பு கட்டிய செய்தி. (ஆவணம் எண் 19 ப 99)

219. மேற்படி கோவில் வடக்கு நடை வாசலில் முகப்பு தமிழ்க் கல்வெட்டு; கி.பி. 1904இல் உள்ளது. ராசாக்கமங்கலம் பாடனடியான் சண்முகப் பெருமாள் கட்டிடம் கட்டிய செய்தி. குளச்சல் விநாயகர் கோவில் பற்றியும் ஒரு செய்தி உண்டு. (ஆவணம் எண். 19 ப. 99)

42. குழிக்கோடு (விளவங்கோடு)

220. குழிக்கோடு ஊரில் இருந்த கல்வெட்டு இப்போது பத்மநாபபுரம் அரண்மனையில் உள்ளது. தமிழ்; கி.பி. 1756; இரண்டு மூன்று சொற்கள் கொண்ட 176 வரிகள். திக்கெலாம் புகழும் பெருமாள் என்பவர் இரணிய சிங்கநல்லூர் மேலத்தெருவில் சித்திவிநாயகர் கோவிலில் ஒரு மடம் கட்டி அதற்குத் தானப்பிரமாணமாக நிலக்கொடை வழங்கியதைக் கூறும் செய்தி. இங்கு குறிப்பிடப்படும் பெருமாள், செட்டு என்னும் அடைமொழியுடன் உள்ளார். இவர் கட்டிய மடத்தில் 5 பரதேசிகளுக்கு கறியமுதும், தாளிச்ச ஊறுகாய், சுடு தண்ணீர், சுண்ணாம்பு கொடுக்க வேண்டும். காவடி எடுத்து வருபவர்க்கும் வசதி செய்து கொடுக்க வேண்டும் என்னும் செய்தி. (த.நா. Vol VI 2005–588)

221. குழிக்கோடு ஊரில் உள்ள கல்வெட்டு; தமிழ்; கி.பி. *1782;* கவியலூர் மெச்சேரி பள்ளிக்கல் வீடு மாதிரிக்குட்டி என்பவர் பிராமண போஜனத்துக்குத் தானமாக விட்ட நிபந்தம்; திருப்பன்னிக்கோடு ஊர் பெயர் உள்ளது. *(TAS Vol VII P 38)*

43. குழித்துறை (விளவங்கோடு)

222. குழித்துறை கல்மடத்தில் உள்ள புடைப்புச் சிற்பத்தில் தமிழ் கல்வெட்டு *2* வரி; கி.பி. *17–18* நூற்.; சிற்பம்; உள்ள மடத்தைக் கட்டிய வேங்கடபதி அய்யன் பெயர். (த.நா. *Vol VI 2004 545)*

223. குழித்துறை சிவன்கோவில் வடக்கு பிரகாரம் பாறையில் வட்டெழுத்து; மொழி தமிழ்; *27* வரிகள்; கி.பி. *15*ஆம் நூற்.; பிராமண ஊட்டுக்கு நிலம் பணம் ஆயிரமன்றத்தாரிடம் வழங்கிய செய்தி. (த.நா. *Vol VI 2005–546)*

224. குழித்துறை ஊரில்உள்ள கல்வெட்டு பத்மநாபபுரம் அரண்மனை அருங்காட்சியகத்தில் உள்ளது. தமிழ்; *89* வரிகள்; கி.பி. *1798;* முத்துக்குமாரன் என்பவன் மிடாலம் செட்டி சாதித் தலைவன் முன்னிலையில் தன் தந்தை முத்துவின் ஊட்டுக்காகவும் பரதேசிகள் அன்னதானம் செய்யவும் நிலமும் பணமும் வழங்கியதைக் கூறுவது. இந்த ஊட்டு நிகழ்வில் பாயசம், பழம், சீதளக்கறி ஆகியன இருக்க வேண்டும். தட்சணை கொடுக்க வேண்டும். செட்டு சமுகம் தொடர்பான பண்பாட்டு செய்தி உள்ளது. (த.நா. *Vol I 2004–589)*

225. குழித்துறை ஊரில் உள்ள கல்வெட்டு. இப்போது பத்மநாபபுரம் அரண்மனையில் உள்ளது. தமிழ்; *127* வரிகள்; கி.பி. *1781;* குழித்துறை தேசம் மஞ்சவிளாகம் வீட்டு கன்னம்பிள்ளை இவ்வூர் பழைய சந்தையில் அம்பலம் கட்டி கிணறு வெட்டி தர்மம் நடத்த ஏற்பாடு செய்திருக்கிறார். பிச்சபிள்ளை தன்னம்பிள்ளை என்ற இவர் தர்மத்தில் என்ன செய்யவேண்டும் என்றும் குறிப்பிட்டிருக்கிறார். கிணற்றின் அருகே தொட்டி கட்டி தினமும் தண்ணீர் இறைத்து ஊற்ற வேண்டும். வென்னீர், ஊறுகாய், சுண்ணாம்பு கொடுக்கலாம். கிணற்றில் நீர் கோர உதவும் பாளையாலான வாளிக் கயிற்றை அடிக்கடி மாற்ற வேண்டும். இது புண்ணியமாக செய்வதற்கு பண்டாரங்களிடம் பொறுப்பை ஒப்படைத்தனர். இந்தத் தர்மத்தை அடுத்த தலைமுறையினரும் செய்யவேண்டும் என்ற செய்தி உள்ளது. (த.நா. *Vol VI No 2004–590)*

226. இவ்வூர் சிவன் கோவில் வடக்கே சுவரில் வட்டெழுத்து கல்வெட்டு. மொழி தமிழ்; கி.பி. *15*ஆம் நூற். இது பிராமண

நிபந்தம்; வெற்றிலை அடைக்காய் கொடுக்க வேண்டும். *(TAS Vol V P 160–161)*

44. குரண்டி (தோவாளை)

227. இந்த ஊர் பிள்ளையார் கோவில் அருகே உள்ள தனிக்கல்லில் தமிழ் கல்வெட்டு; *45* வரிகள்; வேணாடு அரசர் உதயமார்த்தாண்டன். கி.பி. *1363;* நாஞ்சில்நாட்டுத் தேரான அழகிய சோழநல்லூர் (தேரூர்) குளத்தகம்பு குரண்டியில் கிணறு வெட்டி, பிள்ளையார் கோவில் கட்டி, இதற்கு உதைய மார்த்தாண்ட விநாயகர் என்னும் பெயரும் கொடுத்த விஷயம் இக்கல்வெட்டில் உள்ளது. இதைச் செய்தவர் வேணாட்டு அரசன் உதைய மார்த்தாண்டன். இந்தக் கோவிலருகே உள்ள தெருவிற்கு மார்த்தாண்டன் தெரு எனவும் பெயரிட்டனர். இக்கோவில் வேலை செய்தவன் பாண்டிநாட்டு கீழ்களக்கூற்று சீவலவன். இக்கல்வெட்டை எழுத மங்கலம் ஊரின் கொதுகுல சபையாரில் ஒருவன் இருந்தான். *(த.நா. Vol VI No 2004–538)*

45. குறத்தியறை (தோவாளை)

228. இவ்வூர் குறவன்தட்டுப் பாறையில் உள்ள கல்வெட்டு. *13* வரிகள்; வட்டெழுத்து; மொழி தமிழ்; சோழர் முதல் பராந்தகன் (கோப்பரகேசரி) *31* ஆட்சியாண்டு. கி.பி. *10*ஆம் நூற்றாண்டு. குன்றப்பள்ளியைச் சார்ந்த இப்பிக்கவிசியன் சாத்தன் சிரவணன் முதனூரவி நியமத்து அமர்ந்த கோலப்பெருமாளுக்கும் நியமத்துக்கும் பொன் கொடையாகவும் வரியாகவும் வழங்கிய செய்தி கல்வெட்டில் உள்ளது. இதில் குறிப்பிடப்படும் வண்டுற வீற்றருந்தருளின எம்பெருமாள் என்ற பெயர் விஷ்ணுவைக் குறிப்பதாக இருக்கலாம். *(த.நா. Vol VI No 2004–539; TAS Vol VIII P 25)*

229. இவ்வூர் குறவன்தட்டுப் பாறை; வட்டெழுத்து; மொழி தமிழ் *2* வரி சிதைவு; கி.பி. *12–13* நூற். கோப்பரகேசிவர்மர் பெயர். *(த.நா. Vol III 1969–43; TAS Vol VIII Part I P 25)*

230. குறவன்தட்டுப் பாறையில் வட்டெழுத்துக் கல்வெட்டு; மொழி. தமிழ்; கி.பி. *10* நூற். கோப்பரகேசரிவர்மர்; ஆட்சியாண்டு *31;* நிபந்தம்; நாஞ்சிநாட்டு சாத்தன் சிராவணன் பெயர்; *(ஆவணம் No 15 P 112)*

46. கேசவபுரம் (கல்குளம்)

231. இவ்வூர் விஷ்ணுகோவிலில்; மலையாளம்; *4* வரிகள்; கி.பி. *1571;* கோவில் கட்டுமானம் செய்தவன் வாமனதேவன். *(TAS Vol VII P 100)*

47. கேசவன்புதூர் (தோவாளை)

232. இவ்வூர் அரிகரவிநாயகர் கோவிலின் முன்புறமுள்ள கற்பலகையில் உள்ள கல்வெட்டு, தமிழ்; சகம் *1572* ம.ஆ. *825* ஆனி மாதம் *22* தியதி கி.பி. *1650*. நயினார் அரிகர விநாயகர் கோவிலுக்கு ஆரியக்கரையில் வசித்த பரதேசிகளில் மாதவப்பட்டர் என்பவர் நமஸ்காரப் பூசை நைவேத்தியத்திற்காக கொடுத்த நிபந்தம். விபரம் விரிவாக உள்ளது. ஒரு நாளைக்கு நாழி அரிசி; மாதம் *21* நாழி *(52* கிலோ*)* தேங்காய் *5;* நெய் *7* நாழி; மிளகு *2* செவுடு; உப்பு விறகு இலை; இதன் பொறுப்பு பிள்ளையார் பண்டாரம் என்பவருக்கு கல்வெட்டில் இவ்வூர் புதூர் என வருகிறது. *(*ஆவணம் *21 P 110)*

233. இவ்வூர் அரிகரவிநாயகர் கோவிலில் உள்ள தனிக்கல்; தமிழ்; கி.பி. *1665;* ஆரியக்கரையில் வசித்த பரதேசிகளில் கணேசர் மாதவப்பட்டர் என்பவர் விநாயகர் கோவிலுக்குக் கொடுத்த நிபந்தம். துவாதசி தோறும் 12 பேருக்கு நமஸ்கார ஊட்டு நிபந்த நிலவிபரத்தில் செட்டு திருநெல்வேலிப் பெருமாள் பெயர் வருகிறது. இவ்வூரில் ஒரு மடம் இருந்தது. *(*ஆவணம் *No 21 P111)*

48. கேரளபுரம் (கல்குளம்)

234. மகாதேவர் கோவில் கருவறை மேற்கு. மொழி தமிழும் சமஸ்கிரதமும் எழுத்து தமிழும் கிரந்தமும்; வேணாடு; வீர ரவிவர்மரான ஸ்ரீகுலசேகரப் பெருமாள்; ம.ஆ. *782* கி.பி. *1607; 5* நீண்ட வரிகள்; இதே ஆண்டு சித்திரை மாதம் 6ஆம் தேதி வெள்ளிக்கிழமை செங்கழுநீர் வளநாட்டு முத்தளக்குறிச்சியில் நயினார் ஸ்ரீவீரகேரளபுரத்து மகாதேவர்க்குரிய கோவிலில் கீழப்பேரூர் இல்லத்தில் திருப்பாப்பூர் ஸ்வரூபத்தில் ரோகிணி நட்சத்திரம் கொண்ட உமையம்மா ராணியின் திருவயிறு பிறந்த குலசேகரப் பெருமாள் நாலு அம்பலம், திருமடப்பள்ளி, ரிஷப மண்டபம் கட்டி, கோபுர வேலை மேற்கொண்டு நீர்த்தளி செய்து திருப்பணி செய்த தகவல் உள்ளது. *(*த.நா. *Vol IV No 1969–21; TAS Vol I P 179)*

235. மகாதேவர் கோவில் கருவறை மேற்கு சுவர் பட்டியில் தமிழ் கல்வெட்டு. வேணாடு ஸ்ரீ உதைய மார்த்தாண்ட தேவர். கி.பி. *1315;* பாலக்கோட்டு முத்தலைக்குறிச்சி ஸ்ரீ வீரகேரள ஈஸ்வரத்து மகாதேவர் கோவில் நந்தா விளக்கு எரிக்க ஊர் வரியிலிருந்து கிடைக்கும் வருமானத்திலிருந்து பணம் கொடுக்குமாறு உள்ள உத்தரவு. இக்கல்வெட்டு வரலாறு முக்கியத்துவம் உடையது. வீரபாண்டிய தேவர்க்கு அதிகாரம் உடைய தென்னாட்டில் என வருவதைக் கவனிக்கலாம். *(*த.நா. *Vol IV No 1969-22 TAS Vol IV P 91)*

236. இவ்வூர் சிவன்கோவில் கருவறை பின்புறம் பிரகார முதல் தூண். தமிழ்; கி.பி. 1606; 7 சிறிய வரிகள்; இக்கோவில் மண்டபத்தில் சிற்பமுடைய ஒரு தூணைச் செய்தவர் விலவூர் தேசம் கணக்கு ஆலன் இரவி ஆவான். (த.நா. Vol IV No 1969–23)

237. கோவில் கருவறை பின்புறம் முதல் பிரகாரம் இரண்டாம் தூணில் தமிழ்; கி.பி. 1606; பெருமாள் திருவாழ்மார்பன் சிற்பதூண் கொடை இவன் பறக்கை ஊரைச் சார்ந்தவன். (த.நா. Vol IV No 1969–24)

238. இவ்வூர் சிவன் கோவில் கருவறை பின்புறம் முதல் பிரகாரம் மூன்றாம் தூண். தமிழ்; கி.பி. 1606; இக்கோவில் தானத்தாரில் மேச்சேரியைச் சேர்ந்த தேவன் திருவிக்கிரமன் என்பவன் ஒரு சிற்பதூணைக் கொடுத்துள்ளான். (த.நா. Vol IV No 1969 -25; TAS Vol 5 P 114)

239. சிவன்கோவில் கருவறை பின்புறம் முதல் திருச்சுற்று நான்காம் தூண்; தமிழ்; கி.பி. 1606; பாலைக்கோடு தேசம் பட்டயன் பார்ப்பான் இக்கோவிலுக்குச் சிற்பதூண் செய்த தகவல் (த.நா. Vol IV No 1969–26)

240. மகாதேவர் கோவில் கருவறை பின்புறம் முதல் பிரகாரம் ஐந்தாம் தூண்; தமிழ்; கி.பி. 1606; பராச்சிரமங்கல தேசம். கணக்கு ஈசுவரன் செய்த தூண் (த.நா. Vol IV No 1969–27)

241. மகாதேவர் கோவில் நந்தி மண்டபம்; கிழக்கில் உள்ள இடது பக்கத் திண்ணை; தமிழ்; கி.பி. 1606; 5 வரிகள்; விலவூர் தேசத்து வீற்றிருந்த நாச்சியார் மகள் நாச்சியார் ரிஷப மண்டபம் தென்கிழக்கு மூலையில் ஸ்ரீராமன் சிற்பம் செய்து கொடுத்ததைக் குறிக்கும். (த.நா. Vol IV No 1969–28)

49. கொட்டாரம் (அகஸ்தீஸ்வரம் வட்டம்)

242. ஊர் உயர்நிலைப்பள்ளி தனிக்கல். தமிழ்; கி.பி. 1896; கணக்கு ஈஸ்வரன் என்பவர் கருங்கல் தொட்டி கட்டிய செய்தி (த.நா. Vol I 1969–127)

243. கொட்டாரம் ஊரின் ஒரு பகுதியான ராமநாதபுரம் ஊர் செட்டு வெள்ளாளச் சமூகத்திற்குரிய கற்பக விநாயகர் கோவிலில், தனிக்கல்லில் உள்ள கல்வெட்டு. 21 வரிகள், கி.பி. 1861. இந்தக் கோவிலுக்கு மடப்பள்ளியும் முத்துச் சிவிகையும் கொடுத்தவர் பற்றிய தகவல். கொடுத்தவர் தாணுபிள்ளை நாராயணன் (வெளியாகாதது)

244. கொட்டாரம் ஊரின் ஒரு கல் மண்டபத்தின் வெளிப்புறம் வலது தூணில் இரண்டு சொற்கள் கொண்ட 22 வரிகள் தமிழ்;

கி.பி.1860. இந்த ஊர் செட்டிச்சி வயிரமுத்து இருளம்மை இம்மடம் கட்டி சிலை வைக்க ரூ. 1011 கொடுத்துள்ளார். கொட்டாரம் ஊருக்கு ராமநாதபுரம் பெயர் இருந்தது. இது பேட்டை எனப்பட்டது (வெளியாகாதது)

50. கோச்சைப்பிடாரம் (அகஸ்தீஸ்வரம்)

245. பெருமாள் கோவில் பிரகாரம் தென்புறம் நிறுத்தப் பட்ட தனிக்கல். தமிழ்; வரிகள் *71* கி.பி. *1493;* நாஞ்சில் நாட்டு பிரம்மதேயம் ஸ்ரீகுலசேகரச் சதுர்வேதி மங்கலத்து நயினார் பொலிந்துநின்றருளிய பிரான் கோவிலில் ஆரிய தேசம் கங்காதர பிரம்மச்சாரி, தொண்டை மண்டலத்தைச் சேர்ந்த பிராமணர் சிங்கப்பெருமாள் சோழமண்டலம் கொத்தியார் கொட்டிக் கிருஷ்ணப்பட்டன் ஆகியோர் *5* பிராமணர்களுக்கு நித்தம் உணவு அளிக்க மொத்தம் *2000* பணம் கொடை (த.நா. *Vol I No 1968–126 TAS Vol VI Part II P 135–137)*

51. கோட்டவிளை (கல்குளம்)

246. வள்ளியாற்றின் தென்கரையில் உள்ள பாறைக் கல்வெட்டு. தமிழ்; கி.பி. *1582;* வேணாடு தம்பிரானார் சிறைவாய் மூத்தவர்; *22* சிறிய வரிகள்; பள்ளிக்கல் நாக்கா மடத்துக்கும் பூங்கை சாத்தனுக்கும் நாராயணன் கண்ணனான ஸ்ரீ திரைலோக்கிய விழுப்பாதரையனும் கல்லான் நாகன் என்பவனும் நிலமும் குளமும் நிபந்தமாக வழங்கிய செய்தி. (த.நா. *Vol I No 2004–494)*

52. கோட்டாறு (நாகர்கோவிலின் ஒரு பகுதி)

247. கோட்டாறு ஏகாலியார் ஊர்வகை மடத்தில் உள்ள சுமைதாங்கிக்கல்; தமிழ்; கி.பி. *1814; 8* சிறிய வரிகள். கோட்டாறு பூமி பட்டங்கட்டியின் மகன் பெருமாள் பட்டங்கட்டியின் நினைவாக நடப்பட்ட சுமைதாங்கிக்கல் என்ற செய்தி (த.நா. *Vol VI No 2004–450;* ஆவணம் *15 P 111)*

248. குருமடம் புடைப்புப் பெண்சிற்பத்தின் மேல் பகுதியில் தமிழ்; *3* வரிகள் கி.பி. *17* நூற். இந்தப் புடைப்பு சிற்பம் அணைஞ்ச பெருமாள் உடையார் மகள் அணைஞ்சபெருமாளுடையது. (த.நா. *Vol VI No 2004–251)*

249. வாகையடித்தெரு குருமடம் முன்மண்டபச் சுவர்; தமிழ்; கி.பி. *1680; 35* நீண்ட வரிகள். ஈச்சக்குட்டி கைக்கொண்ட பெருமாள் வலம்புரி வினாயகப்பிள்ளையார் குளத்துக்கு வடக்கே மடம் கட்டி தர்மம் நடத்த நிலம் கொடை; இந்த நிலம் அழகியபாண்டிய புரத்தின் கீழ்பால் செண்பகராமன்புதூர் வாள வல்லாங்குடி குளத்தின் அருகே உள்ளது. (த.நா. *Vol VI No 2004–452)*

250. வலம்புரிவிநாயகர் கோவில் கிழக்கு மதில் சுவர்; தமிழ்; 18 நூற்; 7 சொற்கள்; விநாயகருக்கு வள்ளியம்மை வழங்கிய கொடை (த.நா. Vol VI No 2004-453)

251. வலம்புரிவிநாயகர் கோவில் கிழக்கு மதில் சுவர்; தமிழ்; 18 நூற். 6 சொற்கள்; தென்கரை முத்துவிநாயகருக்குத் தானம் (த.நா. Vol VI No 2004-454)

252. வலம்புரிவிநாயகர் கோவில் கிழக்கு மதில் சுவர்; தமிழ்; 18 நூற்; 6 சொற்கள்; அய்யன் பெருமாள் மாதேவன் விநாயகருக்குத் தானம் (த.ந. Vol VI No 2004-455)

253. பிள்ளையார்குளக்கரை தூண் கல்வெட்டு; தமிழ்; கி.பி. 1906; வரிகள் 18; சங்கரய்யர் என்பவர் வாகையடி தெருவில் குளத்தில் குளப்புரை கட்டிய செய்தி. இந்தச் சங்கர அய்யர் மௌதகலிய ரிஷிகோத்திரம்; அய்யாவு முனி புத்திரன் சௌராஷ்டிரர் ஆவார் (த.நா. Vol VI No 2004-456)

254. கோட்டாறு மசூதியின் உள்பக்கத் தூண். தமிழ்; கி.பி. 1767; 8 சிறிய வரி. அரிப்பு சிலைக் கச்சேரி கேராமுதலியார் மூப்பனுக்கு செகநூர் முதலியார் தூணைக் கொடையாக அளித்த செய்தி. (த.நா. Vol I 1968-123)

255. மசூதியின் உள்பக்கத்தூண்; தமிழ் கி.பி. 1767; 7 வரி; அள்ளங்கெரசு அகமது மித்துனுவின் நன்மைக்காக செகநூர் முதலியார் தூண் கொடை (த.நா. Vol 1 No 1968-129)

256. கோட்டாறு செட்டி சமூகத்திற்கு உரிமை உள்ள கிருஷ்ணன்கோவில் கல்வெட்டு. கோவில் நடையின் இருபுறமும் 6 வரிகள்; தமிழ்; கொல்லம் 1103 கார்த்திகை 20 (கி.பி. 1927) கோவில் புனர் உத்ராணம் பற்றியது. (வெளியாகாதது)

257. கோட்டாறு செட்டி சமூக மரகதவிநாயகர் கோவில் உள்நடையில் இடப்புறம் கன்னிமூலவிநாயகர் கல்சிற்பம் அருகே. பத்து வரிகள். தமிழ்; கி.பி. 1697. கோட்டாறு செட்டிதெருவுக்கு நெடுந்தெரு என்ற பெயர் இருந்தது. ஒருவர் பெயர் வெண்டவழந்தான்; தீத்தாள். (வெளியாகாதது)

258. கோட்டாறு செட்டி சமூக மரகதவிநாயகர் கோவில் கருவறை மரஉத்திரத்தில் பொறிக்கப்பட்டது. நீண்ட இரண்டு வரிகள்; தமிழ்; குறியீடு அதிகம். மரஉத்திரம் செய்த ஆண்டு. கி.பி. 1746 (கொல்லம் 92, வைகாசி மாதம்) (வெளியாகாதது)

259. கோட்டாறு செட்டி சமூகத்திற்கு உரிய சாஸ்தா கோவிலில் உள்ள தமிழ் கல்வெட்டு; 20 வரிகள். இது சவரி மலை அய்யன் சாஸ்தா. பழைய கோவில் புனர்உத்தாரணம்

கொல்லம் 1095 சித்திரை 17 வியாழன் (கி.பி. 1920) தர்மகர்த்தாக்கள் பெயர்கள் வருகின்றன. (வெளியாகாதது)

260. கோட்டாறு ஊர் குருமடம் தமிழ்க் கல்வெட்டு ஒரு வரி; கி.பி. 1861 முடிவில்லாதது. (வெளியாகாதது)

261. கோட்டாறு செப்புபட்டயம் நாகர்கோவில் ஸ்ரீராம் வீட்டில் செந்தீ நடராசன் கண்டு பிடித்த செப்பேடு; 21 வரிகள்; மொழி சமஸ்கிரதம் வடிவம் கிரந்தம். கி.பி. 1848; நெல்லை மாவட்டம் தென்காசி அருகே சைவ கோளாகி மடத்தின் சுந்தசேஸ்வரர் மீனாட்சி வழிபாட்டிற்கு நிலம் நன்கொடை. கொடுத்தவர் பாண்டி வம்சத்து வீரசூர மஷிபதியின் மகள் பூபதி. (வெளியாகாதது)

53. கோவில்விளை (விளவங்கோடு)

262. கோவில்விளை (விளவங்கோடு) வீர கேரளபுரத்தம்மன் கோவில் வடக்கு நடை வாயில் முகப்பில் தமிழ் 4 வரிகள்; கி.பி. 1804 இக்கோவில் கட்டிடம் பிரிக்கப்பட்டு குறைநீக்கி பராமரித்த வருஷம் கி.பி. 1804. செய்தவர் அளம் விசாரிப்பு அதிகாரி ராஜாக்கமங்களம் மாடனடியான் சண்முகப் பெருமாள் (வெளியாகாதது)

54. சரலூர் (நாகர்கோவில்)

263. இந்த ஊரில் உள்ள கல்வெட்டு கன்னியாகுமரி அருங்காட்சியகத்தில் உள்ளது. தமிழ்; வேணாடு; வீரகேரளவர்மர்; கி.பி. 1697; 41 வரிகள். ம.ஆ. 872 மார்கழி மாதம் 1 தேதி நாகர்கோவில் சரலூர், ஊர்பகுதியில் குறிப்பிட்ட எல்லைக்கு தண்டனாக கண்ணன்கரை கிராமத்தைச் சார்ந்த எம்பெருமான் பெரியான் குலசேகர நாடான் என்ற பெயர் வழங்கி கல்வெட்டிக் கொடுக்கப்பட்டது. இது அரச ஆணை; வீரகேரளவர்மரான சிறைவாய் மூத்த தம்பிரான் ஆணையின் படி குலசேகரர் என்ற பட்டம் கொடுத்து வெற்றிலை, கரைபணம் கொடுக்கப்பட்டது. (த.நா. Vol 6 No 2004–493; ஆவணம் No 15 P 110)

55. சாமிதோப்பு (அகஸ்தீஸ்வரம்)

264. தாசநாடார் தோப்பில் உள்ள தனிக்கல் தமிழ்; சோழர்; முதல் இராசேந்திரன்; கி.பி. 11 நூற்; 25 வரிகள்; முதலில் மெய்கீர்த்தி; சாலைக்கு உப்புகொடை பற்றிய செய்தி. (த.நா. Vol I No 130)

265. வட்டத்திட்டு தோப்பில் தனிக்கல். தமிழ்; சோழர் முதல் குலோத்துங்கன் கி.பி. 11–12 நூற்.; 49 சிறிய வரிகள். அழகிய

சோழ சித்திரவில்லி, உய்யக்கொண்ட சோழ சித்திரவில்லி. கண்டாராதித்த சித்திரவில்லி ஆகியோர் 2 நந்தாவிளக்கு கொடை; மகிபாளகுலகால அளம் பெயர் வருகிறது. *(த.நா. Vol VI No 1968–130A)*

56. சாரோடு (கல்குளம்)

266. ஆனை சாஸ்தா கோவில் கருவறை நுழைவாயில் நிலையின் மேல் பகுதி. தமிழ்; கி.பி. 1647; வரிகள் 12; புதிச்சேரி திரிவிக்கிரமன் நாராயணன் என்பவன் ஆனை சாஸ்தா கோவில் கருவறையைப் பிரித்துக் கட்டி மதில் சுவர் எழுப்பியதை குறிக்கிறது. மேலும் சாரங்கோடு தேசத்து சஞ்சாத்துக்குடி விக்கிரமன் நாராயணன் வழி வந்த தென் சரகல் சங்குண்ணி என்பவன் திருக்கார்த்திகைக்கு விளக்கு வைத்தது பற்றிய செய்தியும் உள்ளது. *(த.நா. Vol VI No 2004–210; TAS Vol VIII P 28 ARE 11–19:9)*

267. சாரோடு ஊரில் உள்ள தமிழ்க் கல்வெட்டு பத்மநாபபுரம் அரண்மனை அருங்காட்சியகத்தில் உள்ளது. வேணாடு நயினார் ரவிவர்மரான சிறைவாய் மூத்தவர். கி.பி. 1572; தமிழ்; அரசர் முக்கலம்பாடு உள்ளிட்ட இடங்களுக்கு வழங்கிய நிலத்தின் எல்கை. *(த.நா.தொ Vol VI No 2004–519)*

268. இவ்வூரில் உள்ள கல்வெட்டு; பத்மநாபபுரம் அரண்மனை அருங்காட்சியகத்தில் உள்ளது. தமிழ்; வேணாடு; நயினார் இரவிவர்மரான சிறைவாய் மூத்தவர்; கி.பி. 1623; வரிகள் 59; அரசர் பொன்னாய் குடியைச் சார்ந்த தம்பி ஸ்ரீபத்மநாபனுக்கு திருமுகம் கொடுத்தபடி வழங்கிய முக்கலம்பாடு உள்ளிட்ட புரையிடங்களுக்கான எல்லை. *(த.நா. Vol 6 No 2004–520)*

269. சாரோடு ஊரில் உள்ள பூளைசாஸ்தா கோவில் கருவறை நுழைவாயில் நிலையில்; கி.பி. 1769; இக்கோவிலுக்கு மதிலும் பிற திருப்பணியும் செய்தவர் புதிச்சேரி திருவிக்கிரமன் நாராயணன், சஞ்சத்துகுடி திருவிக்கிரமன் ஆகியோர். *(வெளியாகாதது)*

57. சிதறால் (விளவங்கோடு)

270. இங்கு சுனைக்கு அருகில் உள்ள பாறை; மொழி தமிழ் வடிவம் வட்டெழுத்து; ஆய்குலம்; விக்கிரமாதித்ய வரகுணன்; கி.பி. 906; வரிகள் 12; நாராயணக் குட்டியார், திருச்சாரணத்துக் கோவிலுக்கு விளக்கெரிக்க தானம் கொடுத்த செய்தி. 59 கழஞ்சு நிறையுடைய நிலவிளக்கு; 2 கழஞ்சு நிறையுடைய பொற்பூவும் கொடுத்துள்ளார். *(த.நா. Vol VI No 2004–549; TAS Vol IV Part II P 147–148)*

271. கோவில் உள்மண்டபத் தூண்; தமிழ்; கி.பி. *1364;* திருக்கூடக்கரையைச் சேர்ந்த தன்மச்செட்டி நாராயணன் காளியுடைய பெண் வாரிசுதார்களுக்கு அனுபவ பாத்தியமாக நிலக்கொடை; திருச்சாரணத்து பகவதி கோவில்; பெண் வழிக் காராண்மை உடையது. (த.நா. *Vol VI No 2004–550 TAS Vol IV Part II)*

272. கோவில் மண்டபத்தூண்; வடிவம் வட்டெழுத்து; மொழி தமிழ்; கி.பி. *10* நூற்; *8* வரிகள்; அருளாக்கி என்பவன் *5* கல் தூண்கள் செய்து கொடுத்தது. இவள் குடநாட்டு நல்லவர் கூத்தி மெந்நிலை ஆயின அருளாச்சி என்னும் பெருடையவள். (த.நா. *Vol VI No 2004–551)*

273. தொங்குபாறையில் உள்ள *3* வரிகள் தமிழ்க்கல்வெட்டு. கி.பி *10*ஆம் நூற். வெம்பூர் வாலுதவன் செய்வித்த திருமேனி; (த.நா. *Vol VI No 2004–552)*

274. தொங்கு பாறையில் வட்டெழுத்துக் கல்வெட்டு *3* வரிகள்; கி.பி *10* நூற். இரண்டு நோன்பிகள் செய்வித்த திருமேனி (த.நா. *Vol 1 No 2004–553)*

275. தொங்குபாறையில் *4* வரி வட்டெழுத்துக் கல்வெட்டு. கி.பி. *10* நூற்; திவாகரனின் மாணாக்கர் வச்சிரணந்தி வைரியார் செய்வித்த திருமேனி (த.நா. *Vol VI No 2004–554)*

276. தொங்குபாறை *3* வரி; வட்டெழுத்துக் கல்வெட்டு; மொழி தமிழ்; கி.பி. *10* நூற். ஸ்ரீ திருச்சாரணத்து பட்டினி படரார் சட்டன் வரகுணன் செய்வித்த திருமேனி (த.நா. *Vol VI No 2004–555 TAS Vol II P 126)*

277. தொங்குபாறையில் *4* வரி; வட்டெழுத்துக் கல்வெட்டு; மொழி தமிழ்; கி.பி. *10* நூற். திருநெடும்பறைக் காட்டாம்பள்ளியைச் சேர்ந்த உத்தணந்தி அடிகள் தீர்த்தங்கரர் திருமேனி செய்துள்ளார். (த.நா. *Vol VI No 2004–556 TAS Vol II P 126)*

278. தொங்குபாறையில் *4* வரி வட்டெழுத்துக் கல்வெட்டு மொழி தமிழ். கி.பி. *10* நூற். இரண்டு வரிகள் திருநறுங்கொண்டை மேலைப்பள்ளி வியநந்தி அடிகள் செய்வித்த திருமேனி (த.நா. *Vol VI No 2004–557 TAS Vol II Part II P 126)*

279. தொங்குபாறையில் வட்டெழுத்துக் கல்வெட்டு மொழி தமிழ்; *3* சொற்கள்; கி.பி. *10* நூற். ஸ்ரீஅச்சணந்தி செய்வித்த திருமேனி (த.நா. *Vol VI No 2004–558 TAS Vol II P 126)*

280. தொங்குபாறை *9* வரி வட்டெழுத்துக் கல்வெட்டு. கி.பி. *10* நூற். இரண்டு வரி; இரட்டபாகன் கனித பண்டிதர் மாணாக்கன் சந்திரநந்தி செய்வித்த திருமேனி (த.நா. *Vol VI No 2004–559)*

281. துவாரபாலகர் சிலையின் அடியில் வட்டெழுத்து; கி.பி. 10 நூற்; திருபுவன சுந்தரன் துவாரபாலகர் தர்மம் (த.நா. *Vol VI No 2004–560)*

282. வடபுறத் துவாரபாலகர் சிலை; வட்டெழுத்து; கி.பி. 10 நூற்; இரண்டு வரிகள் முஞ்சிறை மறேவன் தன்மம் (த.நா. *Vol VI No 2004–561)*

283. தென்புறப்பாறைமேல்; வட்டெழுத்து; 9 வரிகள் ஆய் அரசு; விக்கிரமாதித்திய வரகுணன். கி.பி. 913; 28ஆம் ஆட்சி ஆண்டு; போயக்குடி அரட்டநேமி படார மாணாக்கிகள் குணந்தாங்கி குரத்திகள் திருச்சாரணத்து படாரியார்க்கு பொன்னும் பொற்பூவும் வழங்கிய செய்தி. (த.நா. *Vol VI No 2004–562; TAS Vol I P 284–287; Vol II P 125)*

284. குளத்தின் படிக்கட்டு; மொழி சமஸ்கிரதம்; கிரந்த எழுத்து வடிவம்; கி.பி. 10 நூற்; 2 வரி விஜயபத்ர விபஜித் என்பவர் கோவில் நுழைவாயிற்கல் அமைத்தது. (த.நா. *Vol I No 2004–563)*

58. சிவகிரி (கல்குளம்)

285. சிவகிரி கோவில் நந்தி மண்டபத்தின் வடக்கு மேற்கு பகுதி தெற்கு சுவரில் தென்புறம் உட்புறப் பட்டி தமிழ்; 18 வரிகள்; கி.பி. 12–13 நூற்.; திருவிதாங்கோட்டைச் சேர்ந்த பாலக்கோட்டில் வாழ்ந்து வரும் பூங்காமன் அய்யன் என்பாரின் மனைவி கண்டன் திருவிக்கிரமி சிவகிரி மகாதேவர் கோவிலில் வந்து கூடும் அக்னிஹோத்தர்கள், பிராமணர்கள் ஆகியோருக்கு உணவு அளிக்கவும் இறை வழிபாட்டிற்குமாக தேவன்சேரியைச் சேர்ந்த நாராயணன் அரங்கன் என்பவனிடம் பணம் அளித்ததையும் குறிக்கிறது. (த.நா. *Vol IV No 1969–29; TAS Vol III Part II P 217 No 60)*

286. சிவகிரி கோவில் முகப்பு மண்டபத்தூண். தமிழ்; கி.பி. 1906; 23 வரிகள்; மூலைக்காரப்பட்டியில் உள்ள முத்தையாபிள்ளை, அருணாசலம் பிள்ளை இங்கிசெட்டு நாகலிங்கம் ஆகியோர் இம்மண்டபத்தைக் கட்டிவைத்தனர். (த.நா. *Vol IV No 1969–30)*

287. கோவில் மேற்கு பக்கபாறை மொழி சமஸ்கிரதம்; எழுத்து கிரந்தம்; கி.பி. 19 நூற்.; "ஸ்ரீராமசரணம்" (த.நா. *Vol IV No 1969–31)*

59. சீதப்பால் (தோவாளை)

288. இவ்வூர் அவ்வையாரம்மான் கோவில் வழிச்சாலையில் பாறைத் தமிழ்க் கல்வெட்டு, 4 வரிகள். கி.பி. 18–19 நூற் கிரந்தக் கலப்பு தாமரை அங்குசம் படங்கள். இந்த ஊர் ஸ்ரீ பத்மநாபநல்லூர் என வழங்கப்பட்டது என்ற செய்தி உள்ளது. (வெளியாகாதது)

60. சுங்கான்கடை (கல்குளம்)

289. சுங்கான்கடை மடத்தின் உள்ள வரிக்கல்; தமிழ்; கி.பி. 1533. விலவூர் தேசம் கணக்கு அய்யன் பெருமாள் என்பவர் இம்மடத்தைக் கட்டினார். (த.நா. Vol VI No 2004–516)

61. சுசீந்திரம் (அகஸ்தீஸ்வரம்)

290. தாணுமாலயன் கோவில் முதல் பிரகாரம் ஒரு தூண். தமிழ்; கி.பி 17–18; திருவட்டாறு தேசத்து பாப்பன் தூண் கொடை (த.நா. Vol II No 1969–131)

291. தாணுமாலயன் கோவில் முதல் பிரகாரம் தூண்; தமிழ்; கி.பி. 17–18 நூற்.; குமாரநல்லூர் மாங்காட்டு வரத சங்கரன் கொடை ஒரு தூண். (த.நா. Vol II No 1969–132)

292. தாணுமாலயன் கோவில் முதல் பிரகாரம் தூண். தமிழ்; கி.பி 17 நூற்.; அய்யப்பன் தாணுபிள்ளை; இத்தூண் கொடை. (த.நா. Vol II No 1968–133)

293. தாணுமாலயன் கோவில் முதல் பிரகாரம் தூண். தமிழ்; கி.பி. 17–18; மலைமண்டிலத்து அக்கரை தேசிகளில் கிருஷ்ணன் நாராயணன் நம்பி கொடை தூண். (த.நா. Vol II No 1968–134)

294. தாணுமாலயன் கோவில் முதல் பிரகாரம்; மேற்கு சுவர்; தமிழ் கி.பி. 1154; கல்வெட்டு முதற் பகுதி மட்டும் (த.நா. Vol II No 1968–135)

295. தாணுமாலயன் கோவில் முதல் பிரகாரம் தூண் தமிழ்; கி.பி. 17–18 நூற்; திருவட்டாறு தேசத்து கணக்கு பாப்பன் இராமன் செய்வித்த தூண். (த.நா. Vol II No 1968–136)

296. தாணுமாலயன் கோவில் முதல் பிரகாரம் தூண் தமிழ்; கி.பி. 17–18; விலவூர் அய்யப்பன் பாப்பன் தூண் கொடை (த.நா. Vol II 1968–137)

297. தாணுமாலயன் கோவில் முதல் பிரகாரம் தூண். தமிழ்; கி.பி. 17–18; தாயாற்றைச் சேர்ந்த ஸ்ரீரங்கநாத சிற்பாச்சாரி தூண்கொடை (த.நா. Vol II No 1968–138)

298. தாணுமாலயன் கோவில் முதல் பிரகாரம் தூண் தமிழ்; கி.பி. 17–18 இளைய நயினான் தூண் கொடை (த.நா. Vol II No 1968–139)

299. தாணுமாலயன் கோவில் முதல் பிரகாரம் தூண் தமிழ்; கி.பி. 17–18; மாளிகை மடம் பிச்சன் தம்பி கர்த்தன் தூண் கொடை. (த.நா. Vol II No 1968–140)

300. தாணுமாலயன் கோவில் முதல் பிரகாரம் தூண்; தமிழ்; கி.பி. *17–18;* செண்பகமார்த்தாண்டன் குட்டி தூண் கொடை *(த.நா. Vol II No 1998–141)*

301. தாணுமாலயன் கோவில் முதல் பிரகாரம் தூண் தமிழ் கி.பி. *17–18* இளையநயினான் தூண் கொடை *(த.நா. Vol II 1968–142)*

302. தாணுமாலயன் கோவில் முதல் பிரகாரம் தூண். தமிழ்; கி.பி. *17–18;* புதுவீட்டு சாதவேதன் தேவகி அம்மா கணக்கு இத்தூண் *(த.நா. Vol II No 1968–143)*

303. தாணுமாலயன் கோவில் முதல் பிரகாரம் தூண்; தமிழ்; கி.பி. *17–18;* தேவதாசிகளில் சிறப்புக்குடி ஐந்தில் உமையம்ம மகள் செகாக்குட்டி கொடை தூண்; *(த.நா. Vol II No 1968–144)*

304. தாணுமாலயன் கோவில் முதல் பிரகாரம் தூண்; தமிழ்; கி.பி. *17–18;* கிருஷ்ணன் நாகப்பட்டினன் தூண் கொடை *(த.நா. Vol II No 1968–145)*

305. தாணுமாலயன் கோவில் முதல் பிரகாரம் வடக்கு பக்கச் சுவர். தமிழ்; கி.பி. *1144; 11* நீண்ட வரிகள். வேணாடு ஆண்டருளுகின்ற ஸ்ரீ கோதை கொள்பன்மர் நாஞ்சில்நாட்டு மகாதேவரின் திருஅமுதுக்கும், திருவேங்கட ஆழ்வாரின் திருவமுதுக்கும் கறியமுது நெய்யமுது தயிரமுது போன்றவற்றுக்கும் நிருபசேகர நல்லூரில் நிலம் கொடை "இக்கல்வெட்டை எழுதியவன் இவ்வூர் தச்சன் சோழன் செல்வனான முன்னூற்றுவன்" ஆசாரி. *(த.நா. Vol II No 1968–146)*

306. தாணுமாலயன் கோவில் முதல் பிரகாரம் வடபுறம் சுவர், தமிழ்; கி.பி. *1149;* வேணாடு வாழ்ந்தருளுகின்ற ஸ்ரீகோதை கொள்பன் திருவடிக்கமைந்த அதிகாரர் மகாதேவர் நித்திய நிபந்தத்துக்கு நிருபசேகர நல்லூரில் நிலம் விட்டுக் கொடுத்தனர். *(த.நா. Vol II No 1968–147)*

307. தாணுமாலயன் கோவில் முதல் பிரகாரம் வடக்கு பக்கச்சுவர்; தமிழ்; வேணாடு; ஸ்ரீகோதை கேரளவர்மர்; கி.பி. *1144;* வேணாடு வாழ்ந்தருளுகின்ற அரசர் மகாதேவர்க்கும் திருவேங்கடநிலையாழ்வாருக்கும் நிபந்தத்திற்கு நிலம். *(த.நா. Vol II No 1968–148; TAS Vol IV P20)*

308. தாணுமாலயன் கோவில் முதல் பிரகாரம் வடபுற வெளிச்சுவர். தமிழ்; கி.பி. *1125;* சுசீந்திரம் சீவல்லமங்கலத்து அரங்கன் திருவிக்கிரமன் இக்கோவிலில் உமாசகித திருமேனி எழுந்தருளுவித்து அமுது செய்ய விட்ட நிலம். இந்திரன் வாய்க்கால் தெற்கே உள்ளது. *(த.நா. Vol II 1968–149 TAS Vol VIII P 32)*

309. தாணுமாலயன் கோவில் முதல் பிரகாரம் வடக்கு சுவர் வெளியே ஜயந்தீஸ்வர மகாதேவர் கோவில் தெற்கில் தமிழ்; கி.பி 1208; துவாரகை ஆழ்வார் கோவிலில் சந்திசேவை செய்ய இரண்யசிங்க நல்லூர் வாசியான சங்கரநாராயணன் என்பவனை நியமித்தது குறித்த செய்தி. (த.நா. Vol II No 1968–150; தி.தொ. அறிக்கை 84–1096)

310. தாணுமாலயன் கோவில் செண்பகராமன் மண்டபம் தெற்கு சுவர் தமிழ் 12 வரிகள் கி.பி. 17–18; பரிசுக்கு ஒப்பமிட்டவர்கள் 11 பேர்களின் பெயர்கள் உள்ளன (த.நா. Vol I No 1968–151)

311. தாணுமாலயன் கோவில் செண்பகராமன் மண்டபம் தெற்கு சுவர் மாளிகை அறை; தமிழ்; கி.பி. 17–18; இராமவர்மரான சிறைவாயமுத செயதுங்கனாட்டு சொரூபம்; கோவில் கணக்கு கழித்து தந்தது; முடிவுறாத கல்வெட்டு. (த.நா. Vol II 1968–152)

312. தாணுமாலயன் கோவில் செண்பகராமன் மண்டபம் வடக்கு சுவர் வெளிப்பக்கம். தமிழ்; வேணாடு; ஸ்ரீவீரராம ஸ்ரீராமவர்மா கி.பி. 1471 கீழப்பேரூர் ஜயசிம்மனாட்டு இல்லத்தில் ஸ்ரீவீரராம ஸ்ரீராமவர்மரான திருப்பாப்பூர் மூத்த திருவடி இக்கோவில் செண்பகராமன் மண்டபத்தில் இருந்தார். (ம.ஆ. 646 கி.பி. 1471) அப்போது கோயில் பொதுவாள் தென்கோட்டு சிவிந்திரவாதி கேசவன் என்பவனுக்கு ஏழுகலம் விளையக் கூடிய நிலங்களையும் தோட்டங்களையும் 400 பணத்தையும் கொடையாக அளித்தார். இவற்றிலிருந்து கிடைக்கும் வருமானத்தைத் தன் பிறந்தநாளான ரேவதி நட்சத்திரத்தில் நித்திய நிபந்தத்திற்கும், மார்கழி விழாச் செலவிற்கும், பிராமண போஜனத்திற்கும் ஏற்பாடு செய்ய ஆணையிட்டார் (த.நா. Vol II 1968–153; TAS Vol IV P 94–95)

313. தாணுமாலயன் கோவில் செண்பகராமன் மண்டபம் கிழக்கு சுவர் வெளிப்பக்கம்; தமிழ்; கி.பி. 1548; இக்கோயில் ஸ்ரீகாரியம் செய்பவர்களும் சபையில் கணக்கு எழுதுகின்றவர் களும் கூடி நாஞ்சில்நாட்டு புதுக்கிராமத்து ஈஸ்வரன் நம்பி சாமாந்தகனுக்கு ஊர்க்கணக்கு பிரமாணம் எழுதிய செய்தி. 15 வரிக் கல்வெட்டு. (த.நா. Vol II 1968–154 தி.தொ.அ. 689–1092)

314. தாணுமாலயன் கோவில் செண்பகராமன் மண்டபம் கிழக்கு சுவர். வெளிப்புறம். தமிழ் கி.பி. 1546; வரிகள் 17; சுசீந்தரம் கோவில் கணக்கு எழுதுகின்றவர்கள் கூடி நயினார் சன்னதியில் இருந்து சண்டேஸ்வரப் பிரமாணம் எழுதினர். முறத்தாய நாட்டு குமரியில் நாச்சியார் குமரிப் பகவதி கோவிலில் கைக்கோளரில் நயினார் மார்த்தாண்டனுக்குப் பிரமாணம் எழுதிக் கொடுத்தது.

சுசீந்திரம் கோவிலில் உஷா பூசை, செண்பகராமன் சந்திபூசை நடத்த நிலம் கொடை; இதில் கையெழுத்திட்டவரில் இடையர் வர்ணத்து நாராயணன் பெயர் வருகிறது. (த.நா. Vol II 1968–155; தி.தொ.அ. 12–1112)

315. தாணுமாலயன் கோவில் செண்பகராமன் மண்டபக் கிழக்கு சுவர். தமிழ்; கி.பி. 1581; வரி 11; திருவட்டாறு தேசம் கிழக்கு கோபுரம் வீட்டில் யச்சம்மை குட்டி அம்மை, இக்கோவிலுக்கு பொன்குடமும் பொன் நாழியும் கொடுத்திருக்கிறாள். (த.நா. Vol II 1968–156)

316. தாணுமாலயன் கோவில் கொன்றையடி சன்னிதி வலது பக்கத் தூண் தமிழ் கி.பி 17–18; வரி 9; கொன்றையடி கோவிலுக்கு பண்டாரம்பிள்ளை; காமன் விக்கிரமன் கொடுத்த பணம் கொடை (த.நா. Vol II 1968–157)

317. தாணுமாலயன் கோவில் கொன்றையடி சன்னிதி தெற்கு பக்கம் தூண். தமிழ்; கி.பி. 17–18; பண்டாரம்பிள்ளை காமன் விக்கிரமன் தூண் கொடை (த.நா. Vol II 1968–158)

318. தாணுமாலயன் கோவில் செண்பகராமன் மண்டபம் வடக்கு பக்க மாடம். கிழக்கே. தமிழ்; வேணாடு பூதலவீரகேரளவர்மர்; கி.பி. 1544; வென்று மண்கொண்ட பூதலவீர ஸ்ரீவீரகேரளவர்மராயர்; சுசீந்திரம் கோவிலில் ஸ்ரீபண்டாரக் கணக்கர்; பழைய கணக்கர் போன்றோர்களை நீக்கிவிட்டு கருங்குடி நாட்டு விசையன்குடியில் உடையான்குட்டி திக்கெலாம் புகழும் பெருமாள் என்பனை நியமித்து வழக்கப்படி உடைமை சோறு மற்றுமுள்ள சுவாந்திரியங்களை வழங்கியதைக் கூறுவது (த.நா. Vol II No 1968–159; TAS Vol IV P 195; 85–1026)

319. தாணுமாலயன் கோவில் செண்பகராமன் மண்டபம் மேற்கு சுவர்; தமிழ்; கி.பி. 1228; வரிகள் 15; கோவில் சொத்துக்கள் அனைத்தையும் கோவில் சபையே அனுபவிக்க வேண்டும் என்றும் கோவில் நிலங்களை யாரேனும் ஒருவர் வேறு ஒருவனிடத்தில் அடகு வைத்தாலோ அல்லது விற்றாலோ பன்னிரு கழஞ்சு அஞ்சுகாணம் தண்டம் செலுத்த வேண்டும் என்ற செய்தி இதில் உள்ளது. இதை மகாசபை கூட்டி தீர்மானிக்கலாம். இக்கல்வெட்டை வெட்டியவர் பதினெட்டு நாட்டார் கல்மாணிக்கமான ஸ்ரீபத்மநாபன் ஆசாரி (த.நா. Vol II 1968–160; தி.தொ.அ. 2–1105)

320. தாணுமாலயன் கோவில்; செண்பகராமன் மண்படத்து மேற்கு பக்கச்சுவர் வெளிப்பக்கம். தமிழ்; சோழர்; கேரளன் விக்கிரம சோழதேவன் கி.பி. 1134 வரிகள்12; கேரளன் விக்கிரம

சோழ தேவன் சுசீந்திரமுடைய நயினார்க்கு மந்திர போனகம் படைப்பதற்காக 71 அச்சு வழங்கிய செய்தி. (த.நா. Vol II 1968–161)

321. தாணுமாலயன் கோவில் செண்பகராமன் மண்டபத்தின் தெற்கு சுவர்; தமிழ்; வேணாடு; ஆதித்ய வர்மரான செயதுங்க நாட்டு மூத்த திருவடி; ம.ஆ. 659; கி.பி. 1483; மன்னர் திருக்குறுங்குடியைச் சார்ந்த செண்பகராமன் சதுர்வேதி மங்கலத்து அய்யன்குட்டி வீட்டில் அமர்ந்திருந்தபோது பதினெட்டு நாட்டிலும் உள்ள நிலங்களின் மீது விதிக்கப்பட்டிருந்த நாட்டு வாடகை திருப்பாப்பூர் மூப்பு போன்றவை உட்பட்ட இரட்சபோகம் என்னும் வரியைத் தவிர்த்து ஆணை பிறப்பித்ததைக் குறிப்பிடுகிறது. மானவீர நாட்டு எல்லை குறிப்பிடப்படுகிறது. (த.நா. Vol II 1968–162; தி.தொ.அ 67–1092)

322. தாணுமாலயன் கோவில் செண்பகராமன் மண்டபம் தெற்கு சுவர். தமிழ்; கி.பி. 1569; வரிகள் 42; மலைமண்டிலம் திருவட்டாறு தம்பி ஆதிச்சன் என்பவரைத் திக்கெலாம் புகழும் பெருமாளுக்குப் பதிலாக ஸ்ரீபண்டாரக் கணக்கராக நியமித்து அவருக்குச் சோறும் உடையும் மற்றும் உள்ள சுவாந்திரியங்களும் அளித்ததைக் கூறும். இதே செய்தியைச் சுசீந்திரம் இன்னொரு கல்வெட்டு ஒன்று (1968–159) கூறும். புகழும் பெருமாள் சரியாகக் கணக்கெழுதவில்லை என்றும், அதனால் அவனை நீக்கிவிட்டு அவன் மகன் தாணுமாலயப் பெருமாள் என்பவனை நியமித்ததாகவும் அவனும் சரியாக வேலை செய்யாததால் தம்பி ஆதிச்சனை நியமித்தனர் என்றும் உள்ள செய்திகள் இக்கல்வெட்டால் தெரிகிறது. (த.நா. Vol II No 1968–163; தி.தொல். அறிக். 69–1092)

323. தாணுமாலயன் கோவில் செண்பகராமன் மண்டபத்தின் தெற்கு சுவர் மேற்கு பக்கம்; தமிழ்; வேணாடு; கி.பி. 1540; சகலகலை மார்த்தாண்டவர்மராய சிறைவாய் மூத்த திருவடி. சுசீந்திரம் கோவில் பண்டாரகாரியம் செய்பவர்கள் வேணாட்டரசர் தங்கியிருந்த இடத்துக்குச் சென்றனர். அவரிடம் கோவிலுக்கு சொந்தமான நிலங்கள் தேரான அழகிய சோழ நல்லூரில் உள்ளன. அதற்கு தேர்க்குளத்தின் கீழ் கன்னடிய குலகாரன் மடைப்போக்கிலிருந்து தண்ணீர் வரவேண்டும்; ஆனால் துரக்காரர் தண்ணீர் தர மறுப்பதால் நிலங்கள் தரிசாகி கோவில் பூசைகள் நடவாது சங்கடம் ஏற்பட்டுள்ளது என்றனர். அரசர் கோவில் நிலங்களுக்கு தண்ணீர்பாய ஏற்பாடு செய்யக் கட்டளை இட்டார். (த.நா. Vol I 1968–164; தி.தொல்.அ. 70–1002)

324. தாணுமாலயன் கோவில் செண்பகராமன் மண்டபம் தெற்கு சுவர். தமிழ் கல்வெட்டு; பாண்டியர்; பராக்கிரம பாண்டியர்;

28ஆம் ஆட்சி ஆண்டு கி.பி. 1450; பராக்கிரம பாண்டியர் தன் பிறந்த நாளான மிருக சீஷ நட்சத்திரத்தில் திருவிளக்கு எண்ணெய், நெய் அமுது, கறியமுது, தேங்காய் அமுது, உப்பு அமுது, மிளகு அமுது படைக்க செங்களக்குறிச்சியான சுந்தரபாண்டிய நல்லூரில் சிவகாம சுந்தரி குளத்தின் கீழ் நிலம் நிபந்தம்; 19 வரிக் கல்வெட்டு; (த.நா. Vol II No 1968–165; TAS Vol I தி.தொல்.வெ. தொ I பக்.281)

325. தாணுமாலயன் கோவில் கைலாசநாதர் சன்னிதி ஆனைப்பாறை மேற்கு; தமிழ்க் கல்வெட்டு; சோழர்; சோழபாண்டியர் 3ஆம் ஆட்சியாண்டு. கி.பி. 11 நூற். வேளான் சோழ கேரளனான கரிகால் சோழனாட்டு வைதும்பராயன் சுசீந்திரம் மகாதேவருக்கு விளக்கெரிக்க 50 ஆடுகள் நிபந்தம். (த.நா. Vol II No 1968–166 TAS Vol IV P 137)

326. தாணுமாலயன் கோவிலில் உள்ள இந்திரவிநாயகர் கோவில் பின்புறம் தனிக்கல். தமிழ்; திருவிதாங்கூர் இராமவர்மா காலம் கி.பி. 1887; கோபுரம் வேலை தொடங்கியது ம.ஆ. 1056 மாசி 25 தேதி கும்பாபிஷேகம் 1063 ஆனி 21. மாட்சிமை தங்கிய மூலம் திருநாள் ராமவர்ம மகாராஜன் ICHC டி. ராமராயர் FMUF திவான்; R ரெகுநாதராய் BA திவான் பேஷ்கார். (த.நா. Vol II No 1968–167; அ.கோ. பிற். எண் 91)

327. தாணுமாலயப் பெருமாள் கோயில் இந்திரவிநாயகர் சன்னிதியின் பக்கம் தனிக்கல். தமிழ்; வேணாடு; கீழப்பேரூர் ஜெயசிம்ஹ நாட்டு இல்லத்தில் ஸ்ரீவீர மார்த்தாண்டரான குலசேகரப்பெருமாள் கி.பி. 1471. தாணுமாலயன் கோவில் வடக்கே குளம் கிணறு குளப்புரை திருப்பணி ம.ஆ. 646 இடப மாதம் வெள்ளி நடந்தது. (த.நா. Vol II No 1968–168; சு.சீ.கோ. பிற். எண்.58)

328. தாணுமாலயன் கோவில் சுப்பிரமணிய சாமி கோவில் சன்னிதி கருவறை தெற்கு பட்டி; தமிழ்; கி.பி. 1237; இரண்டு வரிகள்; கோவில் நித்திய நிபந்தம்; பண்டாரம் பொறுப்பு (த.நா. Vol II No 1968–169; TAS Vol VIII P 32)

329. தாணுமாலயன் கோவில் விஷ்ணு சன்னிதி கருவறை மேற்கு தமிழ் சோழர் முதல் இராஜேந்திரன் கி.பி. 11 நூற். ஆறு நீண்ட வரிகள். முதல் 3 வரிகள் மெய்கீர்த்தி; திருவேங்கட நிலை ஆழ்வாருக்கு நொந்தா விளக்கு; 50 ஆடுகள் நிபந்தம். இதன் பொறுப்பு இவ்வூர் படைத்தலைவனுக்கு (த.நா. Vol II 1968–170)

330. தாணுமாலயன் கோவில் விஷ்ணு சன்னிதி கருவறை மேற்கு சுவர். தமிழ்; கி.பி. 11–12 நூற். ராஜராஜ மண்டலத்து ராஜேந்திரசோழ வளநாட்டு நாஞ்சில் நாட்டு பிரம்மதேயம்

சோழர் சருப்பேதி மங்கலம் திருவேங்கடநிலை சுவாமிகளுக்கு மாணிக்கம் செட்டி என்பவர் நந்தா விளக்கிற்காக 25 அச்சும், பசுக்கள் 25ம் கொடை. (த.நா. Vol II 1968–170A)

331. தாணுமாலயன் கோவில் நந்தி சன்னிதிக்கு வடக்கு பக்கம் தூணின் சிலையின் கீழ்; தமிழ்; கி.பி. 17–18 நூற். 5 சொற்கள். பறவைக்கரை கருப்பன் தூண் கொடை (த.நா. Vol I No 1968–171)

332. தாணுமாலயன் கோவில் கைலாசநாதர் சன்னிதி வெளிப்பக்கம் தெற்கு பாறை; தமிழ் வட்டெழுத்து, பாண்டியன் மாறஞ்சடையன் 5ஆம் ஆட்சியாண்டு. கி.பி. 9–10 நூற். மூன்று வரிகள் மட்டும். வேறு செய்தி இல்லை. (த.நா. Vol II No 1968–172)

333. தாணுமாலயன் கோவில் முருகன் சன்னிதி முன் தூண்; தமிழ் கி.பி. 1583; 12 சிறிய வரிகள்; இளைய நயினார் என்பவர் மேற்படி தூணைக் கொடையாக கொடுத்த செய்தி. (த.நா. Vol II No 1968–172A)

334. தாணுமாலயன் கோவில் கைலாசநாதர் கோவில் தெற்கு சுவர் வெளிப்பக்கம்; தமிழ்; பாண்டியன்; வீரபாண்டியன்; கி.பி. 10 நூற். பாண்டியனின் 19ஆம் ஆட்சி ஆண்டு. அதிகார மேலெழுத்து சோழாந்தகப் பிரம்மராயன் வங்கனூற்தேவன் என்பான் தான் பயிரிட்ட தேவதான நிலத்தை அடகுவைத்தான் என்று கேட்ட சுசீந்திரம் ஊர் சபையார் விசாரித்தனர் என்ற செய்தி உள்ளது. இக்கல்வெட்டு கி.பி. 10 நூற்; பின்னர் கி.பி. 12–13இல் இதை மீண்டும் பொறித்திருக்கின்றனர். (த.நா. Vol II No 1968–173; TAS Vol III Part I P 27)

335. தாணுமாலயன் கோவில்; கைலாசநாதர் சன்னிதி வெளிப்புறம் தெற்கு சுவர்; தமிழ்; கி.பி. 12–13 மொத்தம் 7 சொற்கள்; இராஜராஜப் பாண்டிநாட்டு சுந்தர சதுர்வேதி மங்கலம் என்னும் பெயர் வருகிறது. (த.நா. Vol II No 1968–174)

336. தாணுமாலயன் கோவில் கைலாசநாதர் சன்னிதி மேற்கு உட்பக்கம் முதல்பட்டி; தமிழ்; கி.பி 1244; நீண்ட 4 வரிகள். சுசீந்திரன் பராசிவன் தேவன். இக்கோவிலுக்கு நந்தாவிளக்கு எரிக்க புதுப்பொன் அச்சு கோவில் அதிகாரம் உடைய பொதுவாண்மாரிடம் கொடுத்தான். (த.நா. Vol II No 1968–175 தி.சொ.அ 32/1090)

337. தாணுமாலயன் கோவில் கைலாசநாதர் சன்னிதி கிழக்கு பக்கம் தனிக்கல். தமிழ்; கி.பி. 11 நூற் எட்டு சொற்கள். கல்வெட்டின் ஒரு பகுதி தாழைக்குடி பெயர் வருகிறது. (த.நா. Vol II No 1968–176)

338. தாணுமாலயன் கோவில் கைலாசநாதர் கோவில் கிழக்கு பக்கம் தனிக்கல்; தமிழ் 11 நூற்; ஐந்து சொற்கள் செம்பியன் குன்றநாதன்; ஆடு நிபந்தம் (த.நா. *Vol II No 1968–177)*

339. தாணுமாலயன் பெருமாள் கோவில் கைலாசநாதர் கோவில் சன்னிதி கிழக்கு பக்க பாறை; வட்டெழுத்து; மொழி தமிழ்; சோழர் பராந்தகன்; 34ஆம் ஆட்சியாண்டு; கி.பி 941 தென்னாட்டு தலக்குளம் அரையன் அரவிந்தன் என்பவன் நொந்தாவிளக்கும், உழக்கு நெய்க்காக 50 ஆடுகளும் கொடுத்த செய்தி. (த.நா. *Vol II No 1968–178; TAS Vol I P 345;* இந்திய கல்வெட்டு தொகுதி *V P 42)*

340. தாணுமாலயன் கோவில் கைலாசநாதர் சன்னிதி கிழக்கு பாறை; வட்டெழுத்து; சோழர் முதல் பராந்தகன் கி.பி. 947; வரிகள் 15; களக்குடி நாட்டு கரவந்தபுரத்து வியாபாரி ஒருகை அரங்கன் விளக்கு எரிக்க 75 ஆடுகள்; திருவேட்ட நாதன் கருவறையில் விளக்கெரிக்க நெய் வேண்டி 25 ஆடுகளும் மூலப்பரடைச்சபையார் வழி கொடுக்கப்பட்டது. (த.நா. *Vol II No 1968–179;* இந். கல்வெட். தொகுதி 5 பக். 43)

341. தாணுமாலயன் கோவில் கைலாசநாதர் சன்னிதியின் கிழக்கு பக்க பாறை. வட்டெழுத்து; பாண்டியன் மாறஞ் சடையன் 3ஆம் ஆட்சியாண்டு. கி.பி. 9–10 நூற். மலைநாட்டு கணையர் பள்ளியைச் சேர்ந்த இயக்கன் செல்வன். தென்னவன் உத்தரமந்திரி சுசீந்திரத்து எம்பெருமாளுக்கு விளக்கு எரிக்க 100 ஆடுகள் கொடை; ஏழு வரிகள்; (த.நா. *Vol II No 1968–180; TAS Vol IV P 117)*

342. தாணுமாலயன் கோவில் கைலாசநாதர் சன்னிதி கிழக்கே பாறை. வட்டெழுத்து. பாண்டியன் சடையன் மாறன். 16ஆம் ஆட்சியாண்டு கி.பி 10 நூற். இக்கோவிலுக்கு விளக்கு எரிக்க குன்றன் சூலபாணி என்பவன் மூலப்பரடையார் சபையாரிடம் 50 ஆடுகள் அளித்தான். 'பரடை சபை' (த.நா. *Vol II No 1968–181; TAS Vol IV P 121)*

343. தாணுமாலயன் கோவில் கைலாசநாதர் சன்னிதி கிழக்கு பாறை; தமிழ்; சோழர்; சுந்தரசோழ பாண்டியர்; 9ஆம் ஆட்சியாண்டு; கி.பி. 11 நூற்.; 18 வரிகள்; கோட்டாறு சங்கரப்பாடியான் கழநி வெண்ணியான மதுராந்தகப் பேரரையன் என்பவர் சுசீந்திரம் திருவேங்கடத்தாழ்வான் விளக்கு எரிக்க 38 பசுக்கள் நிபந்தம். இதன் பொறுப்பு படைத்தலைவன் காவாணை கருவூராந் திருவேங்கட எட்டியேன் ஆவான். (த.நா. *Vol II No 1968–182 TAS Vol IV P 134–135)*

344. தாணுமாலயன் கோவில் கைலாசநாதர் சன்னிதி, வெளிப்புற ஆனைப்பாறை; தமிழ்; சோழர்; சோழபாண்டிய தேவர்; 24ஆம் ஆட்சியாண்டு கி.பி 11 நூற்.; 18 வரிகள். இராஜராஜப் பாண்டிநாட்டு உத்தமசோழ வளநாட்டு நாஞ்சி நாட்டு பிரம்மதேயம் கந்தசோழச் சருப்பேதி மங்கலத்து சபையார் சுசீந்திரம் மகாதேவர்க்கு விளக்கெரிக்க நிலம் விற்றுக்கொடுத்த செய்தி. (த.நா. Vol II 1968–183; TAS Vol IV P 138–139)

345. தாணுமாலயன் கோவில் அனுப்பு மண்டபம் மேற்கு தெற்கு தூண் சிலை; தமிழ் கல்வெட்டு; கி.பி. 17–18 நூற்; மாராயன் வல்லாள தேவன் மகள் ஆண்டிச்சி இத்தூணைக் கொடுத்தாள் (த.நா.தொ. Vol II 1968–184)

346. தாணுமாலயன் கோவில் முன்பகுதி அனுப்பு மண்டபம் மேற்கு பக்க தூண் சிலை; தமிழ் கல்வெட்டு 6 வரி; கி.பி 17–18 நூற். சுசீந்திரம் கோவில் தெய்வ பக்தரான ஈச்சக்குட்டியின் கொடை (த.நா.தொ. Vol II 1968–185)

347. தாணுமாலயன் கோவில் சிற்சபை அபிஷேக பீடம்; தமிழ் கல்வெட்டு ஒருவரி கி.பி. 1673; கணதேசிகளில் சவரி கிருட்டிணன் ஈச்சுரன் என்பவன் இக்கோவில் சிற்சபையில் தளவரிசை, மேல் விதானம் இரண்டையும் கட்டினான். (த.நா.தொ. Vol II 1968–186)

348. தாணுமாலயன் கோவில் சிற்சபை மண்டபம் மேற்கு தூண்; தமிழ்; 7 வரிகள்; கி.பி. 1629; வீரகேரள நல்லூர் விஸ்வநாதன் கொடை; இவர் நாஞ்சில் நாட்டு வீரகேரள நல்லூர் செட்டு விசுவநாதன் வினாயகப் பெருமாள் எனப்படுகிறார். (த.நா.தொ. Vol II 1968–187)

349. தாணுமாலயன் கோவில் கைலாசநாதர் கோவில் அருகே தென்புறப்பாறை; 15 வரிகள்; தமிழ்; சோழர் முதல் குலோத்துங்கன் கி.பி. 11–12 நூற். மெய்கீர்த்தி தொடக்கம். இக்கோவில் விளக்கெரிக்க ஆடுகள் 25 கொடை. தினமும் உழக்குநெய். (த.நா.தொ. 1968–188)

350. தாணுமாலயன் கோவில் கைலாசநாதர் சன்னிதி தென்புறம் பாறை; தமிழ்; கி.பி. 1536; 21 வரிகள். வேணாடு; செய்துங்கநாட்டு வென்று மண்கொண்ட பூதலவீர ஸ்ரீரவி வன்மராயர் கோவில் நயினார்கு திரிகாலப் பூசைக்கு உதைய மார்த்தாண்டன் சந்தியாக அமுதுபடிக்கு பணகுடியில் நிலம் (த.நா. Vol II TAS Vol IV Page 102–103)

351. தாணுமாலயன் கோவில் கைலாசநாதர் சன்னிதி தென்புறப் பாறை; தமிழ்; பாண்டியன்; வீரபாண்டியன்; கி.பி. 1351;

ஆட்சியாண்டு 7; 22 வரிகள்; கோயில் ஸ்ரீபாதமூலப்பட்டுடைய பஞ்சாரியர் தெய்வகன்மிகளுக்கு வீரபாண்டியன் சந்தி செய்ய நிலம். 'சங்கை கொண்டவர் பற்று' (பிரம்மதேசம்) (த.நா.தொ. 1968–190 சுசீ.கோ.பிற். எண். 54)

352. தாணுமாலயன் கோவில் இரண்டாம் பிரகாரம் தூண் சிலையில் தமிழ் கி.பி. 17–18 சிறப்புக்குடி பத்தாங்குடியில் உடைய நாச்சியார் மகள் குஞ்சி உமை கொடை. (த.நா. Vol II 1968–191)

353. தாணுமாலயன் கோவில் இரண்டாம் பிரகாரம் தூண் சிலை; தமிழ்; கி.பி. 17–18 நூற்.; 5 வரிகள்; திருமேனிச் செட்டியர் ஆடும் பெருமாளுக்கு இத்தூண் கொடை (த.நா.தொ. Vol II 1968–192)

354. தாணுமாலயன் கோவில் முதல் பிரகாரம் வடக்கு சுவர்; தமிழ்; பாண்டியர்; ஸ்ரீவல்லப தேவர்; 8ஆம் ஆட்சியாண்டு; கி.பி 1140; 22 நீண்ட வரிகள். பாண்டிய மன்னன் ஸ்ரீவல்லபன் முள்ளிநாட்டு இராஜராஜ சதுர்வேதி மங்கலம் அரண்மனை பள்ளியறைக்கூடம் என்னும் மண்டபத்துப் பள்ளிப்பீடம் முளையதரன் என்னும் அரசுக்கட்டிலில் இருந்தபோது சுசீந்திரம் கோவிலுக்கு நிபந்தம். புறத்தாய நாட்டு புள்ளுமங்கலம் உள்ள நிலம். இது காராண்மையாகக் கொடுக்கப்பட்டது. இந்நிலத்தை கோவில் சபை அங்கீகரித்தது. (த.நா.தொ. 1968–193; TASIVP 125–126)

355. தாணுமாலயன் கோவில் தென்புறச் சுவர்; தமிழ்; பாண்டியர்; வீரபாண்டியர்; கி.பி 1256; நீண்ட 25 வரிகள்; ஊர்சபையாலும், கோவில் ஸ்ரீகாரியத்தாலும் எழுதப்பட்ட ஜெயகடவோலை; வீரபாண்டியனின் பிராட்டி உலகமுழுதுடையாள் என்ற சொக்கத்தாண்டாள் இக்கோவில் இறைவனுக்கும் 3 பிராமணர்க்கும் உணவு கொடுக்க 200 பொன் தானம். இது தேவரடியான் குன்றாண்டி பொறுப்பு; அமரபுயங்க வாய்க்கால்; பள்ளிபடை தடி; இந்திர வீரவாய்க்கால் பெயர்கள் வருகின்றன. (த.நா.தொ.Vol II 1968–194; தி.தொ. அறிக்கை 9–1107)

356. தாணுமாலன் கோவில் கருடாழ்வார் சன்னிதி வடக்கு பக்கத் தூண் சிலை; மொழி சமஸ்கிரதம்; தமிழ்; சமஸ்கிரதமும் தமிழும்; எழுத்துவடிவம் கிரந்தம் தமிழ்; கி.பி 17–18; 19 வரிகள்; சுசீந்திரம் ஆசிரியர் கேசவனின் பெயர்த்தி கொடுத்த தூண். (த.நா.தொ. 1968–195)

357. தாணுமாலயன் கோவில் வாகன மண்டபம் வடக்கு சுவர்; தமிழ்; கி.பி. 12 நூற்.; 15 வரிகள்; சிதைவு; முழுமை இல்லை; மூலவருக்கு அமுது படைக்க, பிராமணருக்கு உணவு வழங்க நிலம் நிபந்தம் (த.நா.தொ. Vol II 1968–196)

358. தாணுமாலயன் கோவில் சிற்சபை மண்டபத்தின் மேற்கு தூண்; தமிழ்; கி.பி. 17 நூற்.; செட்டு விசுவநாதன் இத்தூண் கொடை. (த.நா.தொ. *1968–197*)

359. தாணுமாலயன் கோவில் செண்பகராமன் மண்டபம் வடக்கு சுவர். மொழி சமஸ்கிரதம்; எழுத்து கிரந்தம்; வேணாடு; இராமவர்மா; கி.பி. *1478*; *8* வரிகள்; இராமவர்மா இந்த மண்டபத்தை அமைத்த செய்தி உள்ளது. (த.நா.தொ. *Vol II 1968–198; TAS Vol VIII Part I P 23*)

360. தாணுமாலயன் கோவில் கொடிமரம் முன் தெற்கு தூண்; தமிழ்; கி.பி. *1644*; *8* சிறு வரிகள்; சுசீந்திரம் நங்கை அம்மை இத்தூண் கொடை (த.நா.தொ. *Vol II 1968–199*)

361. தாணுமாலயன் கோவில் வசந்த மண்டபம் மேற்கு தரை; தமிழ்; கி.பி. *17–18*; *3* சொற்கள்; வடுகநாதன் சதா சேவை (த.நா.தொ. *Vol II 1968–200*)

362. தாணுமாலயன் கோவில் வசந்த மண்டபம் மேற்கு மேல்பட்டி; தமிழ்; கி.பி. *1583*; வரிகள் *4*; ஊஞ்சல் மண்டபம் என்ற இந்த மண்டபத்தைப் பண்டாரம் பானைமரத்தாடி என்பவன் பணி செய்ததைக் குறிப்பது (த.நா.தொ. *Vol II 1968–201*)

363. தாணுமாலயன் கோவில் மயில் மண்டபம் மேற்கு தூண்; தமிழ்; கி.பி. *17–18* நூற்.; *3* வரிகள்; இரவி என்பவனின் மனைவி மார்த்தாண்டன் குட்டி கொடுத்த தூண் (த.நா.தொ. *Vol II 1968–202*)

364. முன்உதித்த நங்கை அம்மன் கோவில் மண்டப நுழைவாயிலில் தென்புறம் சுவர்; தமிழ்; கி.பி *1621*; வரிகள் *22*; தெய்வகன்னிகளில் சிறப்புக்குடி மூத்தகுடி இடப்பாக மகள் மாதம்மை குட்டி என்பவள் இக்கோவிலுக்கு நிபந்தம். ஆண்டு ஆடிப்பூரம் நாளில் திரு ஊசல் நடத்தவும், பெரிய தேர் வீதியில் வரும்போது செலவுக்கு காராண்மையாக நிலம். இதை இக்கோவில் பாரிசைவரில் குப்பையாண்டான்... என்பவன் வசம் கொடுக்கிறார். இந்தத் தேவதாசியின் கையெழுத்து உள்ளது. (த.நா.தொ. *Vol II 1968–203*)

365. தாணுமாலயன் கோவிலில் கைலாசநாதர் சன்னிதி வெளிப்பக்க பாறை கிழக்கு; மொழி தமிழ்; எழுத்து வட்டெழுத்து; சோழர் முதல் இராசராசன் 10ஆம் ஆட்சியாண்டு; கி.பி. *995*; ஈழநாடடு மழவரையன் சென்னிகண்டன் என்பவன் சுசீந்திரம் மகாதேவர்க்கு நாள்தோறும் உழக்கு நெய் அளிக்க *50* ஆடுகள் மூலப்பரடை சபையார் வசம் ஒப்படைக்கிறான். இக்கல்வெட்டில்

'நாஞ்சில்நாடு' என்ற பெயர்வருகிறது. இது பிரம்மதேய ஊர்; இக்கோவிலின் நிர்வாகத்தை மூலப்பரட சபை கவனித்தது. *(த.நா.தொ Vol II 1968–204; TAS Vol I P 346; இந்திய கல்வெட்டு தொகுதி V P 43)*

366. தாணுமாலயன் கோவில் கைலாசநாதர் சன்னிதி. ஆனைப்பாறை; மொழி தமிழ்; எழுத்து வட்டெழுத்து; பாண்டியன் கோச்சடையன் மாறன் 12ஆம் ஆட்சியாண்டு 13 வரிகள். கி.பி. 10 நூற்.; நாஞ்சிநாடு திருசுசீந்தரம் பெருமாளுக்கு புறத்தாயநாட்டு இழக்கந்துறை அறுகை வணிகன் கண்ணிழஞ்சி என்பவன் விளக்கு எரிக்க 50 ஆடுகள் மூலப்பரடை சபையாரிடம் கொடுத்தான். *(த.நா.தொ. Vol II 1968–205; TAS Vol IV Part II P 122)*

367. தாணுமாலயன் கோவில் கைலாசநாதர் சன்னிதி வெளிப்பக்க ஆனைப்பாறை; மொழி தமிழ்; எழுத்து வட்டெழுத்து; பாண்டியன் கோச்சடையன் மாறன் 9ஆம் ஆட்சியாண்டு; கி.பி 9–10 நூற்.; 10 வரிகள்; தென்னாட்டு காரைக்கோட்டு முருகம் பெருமானின் சிறிய அன்னை கண்டு என்பவள் சுசீந்திரம் எம்பெருமானுக்கு விளக்கு எரிக்க 25 ஆடுகள் மூலப்பரடை சபையாரிடம் ஒப்படைப்பு *(த.நா.தொ. Vol II 1968–206)*

368. தாணுமாலயன் கோவில் கொன்றையடி சன்னிதி தெற்கு தூண்; தமிழ்; கி.பி 17–18 நூற்.; 7 வரிகள்; தாமன் வித்திரன் யாசலக் கணக்கு ஆண்டார் ராயக்குட்டி கொடுத்த தூண். *(த.நா.தொ. Vol II 1968–207)*

369. தாணுமாலயன் கோவில் கோபுரவாசல் தெற்கு சுவர்; தமிழ்; கி.பி. 1629; வரிகள் 18; இக்கோவிலில் திருச்சுற்றில் உள்ள சங்கர நாராயணனுக்கு விளக்கு எரிக்க இக்கோவில் ஸ்ரீபண்டாரம் காரியம் செய்பவர் சுசீந்திரம் முல்லை இல்லம் இராம திருதேவி அம்மை பணம் கொடுத்தது. இப்பணத்தை பலிசை கொடுத்து அதில் வரும் பணத்தில் எண்ணெய் வாங்கல் *(த.நா.தொ. Vol II 1968–208)*

370. தாணுமாலயன் கோவில் இரண்டாம் பிரகாரம் கைலாசநாதர் கோவில் யானைபாறை; தமிழ்; சோழர்; முதலாம் குலோத்துங்கன் 32ஆம் ஆட்சி ஆண்டு கி.பி. 1102; வரிகள் 4; இக்கல்வெட்டு வெண்பாவில் எழுதப்பட்டது. சேய்னூர்மண் பூவணன்காரி என்பவன் இக்கோவில் தேவியை எழுந்தருள செய்தல் *(த.நா.தொ. Vol II 1968–209; TAS Vol IV Part II P 130)*

371. தாணுமாலயன் கோவில் கைலாசநாதர் சன்னிதி; பாறை கிழக்கு பக்கம்; மொழி தமிழ்; எழுத்து வட்டெழுத்து; பாண்டியர் சோழன் தலை கொண்ட வீரபாண்டியர் 10ஆம்

ஆட்சியாண்டு; கி.பி 956; திருவழுதி வளநாட்டு திருக்கோனூரைச் சேர்ந்த சாத்தஞ் சிங்கம் என்பவன், கோவில் மூலவருக்கு விளக்கு எரிக்க 50 ஆடுகள் நெய் வேண்டி கொடுத்த செய்தி; இதை மூலப்பருடை சபையார் வழி கொடுத்தான். (த.நா.தொ. Vol II 1968–210; TAS Vol III Part I Page 74)

372. தாணுமாலயன் கோவில் கைலாசநாதர் சன்னிதி யானைப்பாறை; மொழி தமிழ்; எழுத்து வட்டெழுத்து; சோழன் தலை கொண்ட வீரபாண்டியன் 19ஆம் ஆட்சியாண்டு; கி.பி. 976; வரிகள் 17; மஹிமாகர வளநாட்டு தேவதானம் பிரம்ம தேயம் சோழாந்தக மங்கலம் பெருமருதூர் காப்பியன் சோழாந்தப் பிரம்மராயன் என்பவன் சுசீந்திரம் பரமேஸ்வரனுக்கு 2 நந்தாவிளக்கு கொடை. இக்கல்வெட்டு வழி ஊர் சபை இருந்தது, மூலப்பரடைசபையும் இருந்தது தெரிகிறது. (த.நா.தொ. 1968–211)

373. தாணுமாலயன் கோவில் கைலாசநாதர் சன்னிதி ஆனைப்பாறை; மொழி தமிழ்; எழுத்து வட்டெழுத்து; சோழன் தலைகொண்ட வீரபாண்டியன்; 19ஆம் ஆட்சி ஆண்டு; கி.பி. 976; வரிகள் 19; மஹிமாசுர வளநாட்டுத் தேவதானப் பிரமதேயம் சாளகிராமத்தைச் சேர்ந்த சோழாந்தகப் பிரம்மாராய நாராயணம் ஸ்ரீ மாதவன் இக்கோவிலுக்கு 12 நாழி அரிசி படைக்க மூலபரடை சபையிடம் நிலம் கொடை. இந்நிலம் மருதகுண வாய்க்கால் நீருண்டநிலம் நிருபசேகர நல்லூர் ஊரில் உள்ளது. (த.ந.தொ. 1968–212)

374. தாணுமாலயன் கோவில் கைலாசநாதர் சன்னிதி ஆனைப்பாறை கிழக்கு தரை; மொழி தமிழ்; எழுத்து வட்டெழுத்து; பாண்டியர் சடையவர்மன்; 16ஆம் ஆட்சியாண்டு; கி.பி 11 நூற்.; வரிகள் 10; சிதைந்த கல்வெட்டு; மூலப்பரடை சபை வழி நிபந்தம் கொடுக்கப்பட்டது. (த.நா.தொ. Vol II 1968–213)

375. தாணுமாலயன் கோவில் விஷ்ணு கருவறை மேற்கு பக்க பட்டி; தமிழ்; கி.பி. 12–13 நூற்.; 3 வரிகள்; சிதைவு; விளக்கு நன்கொடை. (த.நா.தொ. 1968–214)

376. தாணுமாலயன் கோவில் கைலாசநாதர் சன்னிதி ஆனைப்பாறை கிழக்கு; தமிழ்; கி.பி. 1546; 7 நீண்ட வரிகள்; தேவரடியாரில் ஒன்பதாம் குடியில் நம்பினை கேரளக்குட்டி என்பவர், கோவில் சீகாரியம் செய்பவர், கணக்கர் கூடிய சபையில் எழுதிய சண்டேஸ்வரப் பிரமாணம்; செண்பகராமன் சந்தி உஷா பூசைக்கு நிலம். (த.நா.தொ. Vol II 1968–215; தி.தொ. அறிக்கை 12–1112)

377. தாணுமாலயன் கோவில் கைலாசநாதர் கோவில் ஆனைப்பாறை கிழக்கு பாறை; தமிழ்; சோழர்; முதல்

குலோத்துங்கன்; கி.பி 11–12 நூற்.; வரிகள் 14; மிகவும் சிதைவு; 50 ஆடுகள் கொடை (த.நா.தொ. Vol II 1968–216)

378. தாணுமாலயன் கோவில் இரண்டாம் பிரகாரம் தூண்; தமிழ்; கி.பி. 17–18 நூற்.; நெல்லை வாச்சான் நீலகண்டன் தூண் கொடை (த.நா.தொ. Vol II 1968–217)

379. தாணுமாலயன் கோவில் கைலாசநாதர் சன்னிதி ஆனைப்பாறை கிழக்கு; தமிழ்; வேணாடு செயதுங்க நாட்டு சங்கரநாராயண வென்று மண்கொண்ட பூதல வீர ஸ்ரீ உதைய மார்த்தாண்டவர்மா; கி.பி. 1520; வரிகள் 8; அரசர் அமுதுபடிக்கு நிபந்தம்; நிலம் சோழகுலவல்லிபுரம் வீரமார்த்தாண்ட சதுர்வேதி மங்கலத்தில் இருந்தது (த.நா.தொ. Vol II 1968–218)

380. தாணுமாலயன் கோவில் இரண்டாம் பிரகாரம் தூண் சிலையின் கீழ்; தமிழ்; கி.பி. 17–18; 6 வரிகள்; சிறப்புக்குடியில் அணஞ்சமுத்து மகள் நாச்சியார் கொடை (த.நா.தொ. Vol II 1968–219)

381. தாணுமாலயன் கோவில் துஜஸ்தம்பம் வடக்கு உள்ள தூண் சிலையின் கீழ்; தமிழ்; கி.பி. 17–18; வரிகள் 8; தேரூர் நாகமணி மகள் நாகம்மை இத்தூண் கொடை (த.நா.தொ. Vol II 1968–220)

382. தாணுமாலயன் கோவில் கருவறை மண்டபம் வடக்கு பக்க சிலை; தமிழ்; கி.பி 1685; வரிகள் 6; சிதைந்த கல்வெட்டு; திருவாழிமார்பன் அணஞ்ச பெருமாள் பிள்ளை என்ற பெயர் வருகிறது. (த.நா.தொ. Vol II 1968–221)

383. தாணுமாலயன் கோவில் கைலாசநாதர் கோவில் ஆனைப்பாறை மேற்கு பக்கம்; மொழி தமிழ்; எழுத்து வட்டெழுத்து; பாண்டியர்; சடையன்மாறன் 8ஆம் ஆட்சியாண்டு கி.பி. 10ஆம் நூற்.; வரிகள் 11 சிதைவு; விளக்கெரிக்க ஆடுகள் மூலப்பரடை சபையிடம் ஒப்படைப்பு (த.நா.தொ Vol II 1968–222)

384. தாணுமாலயன் கோவில் ஜயந்தீஸ்வரத்து ராமேஸ்வரர் சன்னதி முன் வடக்கு பக்க தூண்; மொழி சமஸ்கிரதம்; எழுத்து கிரந்தம்; வேணாடு; மார்த்தாண்டவர்மா; கி.பி. 1410; வரிகள் 29; செய்யுள் வடிவம்; இக்கோவில் சபா மண்டபம் கட்டிய செய்தி (த.நா.தொ. 1968–223; TAS VIII Page 33)

385. தாணுமாலயன் கோவில் கைலாசநாதர் சன்னிதி; ஆனைப்பாறை; மொழி தமிழ்; எழுத்து வட்டெழுத்து; பாண்டியர்; மாறஞ்சடையன் 5ஆம் ஆட்சியாண்டு; கி.பி 10 நூற்.; வரிகள் 22; கொழுவூர் கூற்றம் கீழ்குண்டாற்று வெளியாற்றூரைச்

சேர்ந்த தென்னவன் ஸ்ரீதொங்கப்பல்லவராயன் என்ற அரையன் விழுப்பேரையன் இக்கோவில் பூசைக்கும் பிராமண போஜனத்துக்கும் மூலப்பரடை சபை வழி, நிலம் கொடை இந்நிலம் நிருபசேகரவளநல்லூரில் உள்ளது. (த.நா.தொ. *Vol II 1968–224 TAS Vol IV Part II P 118)*

386. தாணுமாலயன் கோவில் கருடாழ்வார் சன்னிதி வடக்கு தூண் சிலை; தமிழ்; கி.பி. *17* நூற்.; வரிகள் *18*; சிதைவு; இக்கோவில் பிரதோஷம், திருவிழாவில் திருக்கண் சாத்துதல் ஆகியவற்றிற்காக பணம் நிபந்தம்; நிலம் கொடை. இந்த நிலம் பறக்கையில் உள்ளது. இந்த நிலம் கொடுத்தவர் சுயாப்பியமாகக் கொடுத்தாகக் குறிப்பு உள்ளது. (த.நா. தொ. *1968–225)*

387. தாணுமாலயன் கோவில் கைலாசநாதர் சன்னிதி ஆனைப்பாறை வெளிப்புறம்; மொழி தமிழ்; எழுத்து வட்டெழுத்து; *14*ஆம் ஆட்சியாண்டு; கி.பி *999*; வரிகள் *24*; இராஜராஜ வளநாட்டு பிரம்மதேயம் நாஞ்சி நாட்டு பிரம்மதேயம் சுசீந்திரம் எம்பெருமானுக்கு உரிய நிலங்கள் நிருபசேகர நல்லூர் பால் தென் வளநல்லூரில் உள்ளன. காராண்மையாக உடைய நிலங்கள். இந்த நிலங்களில் வரியை உயர்த்த வேண்டும் என மூவேந்த வேளாண் கேட்டபடி உயர்த்தப்பட்டுள்ளது. இந்த வரியைக் கோவிலுக்கு செலுத்த வேண்டும் என்ற செய்தி உள்ளது. (த.நா.தொ. *Vol II 1968–226; TAS Vol IV Part II P 129)*

388. தாணுமாலயன் கோவில் நந்தி சன்னிதி வெளியே வடக்கு தூண் சிலை; மொழி சமஸ்கிரதம்; எழுத்து கிரந்தம்; கி.பி *15–16* நூற்.; வரிகள் *8*; சிதைவு; ஹேஸதீட்சதர் என்பவர் அரங்க பெருமாளுக்கு ஆற்றிய சேவை (த.நா.தொ. *1968–227)*

389. தாணுமாலயன் கோவில் கைலாசநாதர் சன்னிதி பாறை; தமிழ்; வேணாடு செயதுங்கநாட்டு சங்கரநாராயணன் வென்று மண்கொண்ட பூதலவீர ஸ்ரீவீர உதைய மார்த்தாண்ட வர்மா திருப்பாப்பூர் மூத்தவர். கி.பி. *1534*; வரிகள் *23*; அரசர் ஒருமுறை இக்கோவிலுக்கு வந்து உட்கோவிலில் இருந்தபோது கொடுத்த நிபந்தம் இந்த நிலம் தாழைக்குடி ஊரில் இருந்தது. இந்தக் கல்வெட்டை வெட்டியவன் சிற்பி அய்யன்தெண்டி ஈச்சரம் ஆவான். (த.நா.தொ. *Vol II 1968–228*; திரு. தொல் அறிக்கை *89/1096)*

390. தாணுமாலயன் கோவில் அலுவலக மண்டபம் கிழக்கு பக்க தூண்; தமிழ்; கி.பி. *17–18*; *2* சொல்; 'தென்னகர் திருக்கோவில்' (த.நா.தொ. *1968–229)*

391. தாணுமாலயன் கோவில் அலுவலக மண்டபத்தூண்; தமிழ்; கி.பி. *17–18* நூற்; *10* வரிகள்; இக்கோவில் தேவதாசிகளான

தெய்வ கன்னிகளில் சிறப்புக்குடி நாலாங்குடி நல்ல உமை மகள் பாப்பகுட்டி கொடுத்த தூண். (த.நா.தொ. Vol II 1968–230)

392. தாணுமாலயன் கோவில் அலுவலக மண்டபம் தூண்; தமிழ்; கி.பி. 17–18; 4 வரி; ஈரங்கொல்லி பிச்சன் மாலை; தூண் கொடை (த.நா.தொ. Vol II 1968–231)

393. தாணுமாலயன் கோவில் கோபுரவாசல் தென்புறம் தூண்; தமிழ்; கி.பி. 17–18 நூற்.; நாகர் மகள் உமை நாச்சியார் கொடை தூண் (த.நா.தொ. Vol II 1968–232)

394. தாணுமாலயன் கோவில் கோபுர வாசல் வடக்கு தூண்; தமிழ்; கி.பி. 17–18 நூற்.; இடத்துறை தேவன் தூண் கொடை (த.நா.தொ. Vol II 1968–233)

395. தாணுமாலயன் கோவில் கோபுரவாசல் தெற்கு சுவர்; தமிழ்; கி.பி. 1629; வரிகள் 18; சுசீந்திரம் முல்லையில்லம் இராமன் திருதேவி இக்கோவில் உள்பிரகாரம் சங்கர நாராயணனுக்கு விளக்கெரிக்க எண்ணெய் நிபந்தம். இதற்காக ஒரு தொகை கொடுத்து வட்டிக்தொகையில் எண்ணெய் வாங்க ஸ்ரீபண்டாரம் பொறுப்பு (த.நா.தொ. Vol II 1968–234; திரு.தொ. அறிக்கை 66–1092)

396. தாணுமாலயன் கோவில் கோபுரவாயில் தெற்கு சுவர்; தமிழ்; கி.பி. 1619; இக்கோவில் ஸ்ரீபண்டார காரியம் செய்வோர்கள் இக்கோவிலில் திருக்கார்த்தியலுக்கு சிறப்பு விழாவிற்கும் சொக்கப்பனை நட்டெரிக்கவும் நிபந்தம். இதன் பொறுப்பு ஆளுரான விக்கிரம சோழ பாண்டியபுரத்து முடிவிளங்கும் பெருமான் சங்கர நாச்சியாருக்கு கல்வெட்டி கொடுக்கப்பட்டது. இந்த நிலம் இடலாய்குடிப் பற்றில் இருந்தது. ஆடிக்கார்த்திகை நடத்தவும் வேண்டுதல் (த.நா.தொ. Vol II 1968–235; தி.தொல். அறிக்கை 103–1096; 60–1092)

397. தாணுமாலயன் கோவில் கோபுர வாசல் தெற்கு சுவர்; தமிழ்; நாயக்கர் 17–18 நூற்.; 8 நீண்ட வரிகள். பெருமாள் நாயக்கர் மகன் திப்பைய நாயக்கர், திப்பைய நாயக்கர் மகன் வசவண நாயக்கர், வசவண நாயக்கர் மக்கள் பெரிய ராமப்ப நாயக்கர், சிறிய ராமப்ப நாயக்கர் ஆகியோர் உடல் நலத்துடன் விளங்கவேண்டும் என்பதற்காகவும் செய்த பாவங்களுக்குப் பரிகாரம் கிடைக்க வேண்டும் என்பதற்காகவும் திருவேங்கிட விண்ணவர் எம்பெருமானுக்கும் தாணுமாலயப் பெருமாளுக்கும் செய்த திருப்பணி பற்றியது. (த.நா.தொ. Vol II 1968–236)

398. தாணுமாலயன் கோவில் கோபுரவாசல் வடக்கு சுவர்; தமிழ்; கி.பி. 1774; வரி 7 திருவனந்தபுரம் புத்தன் சந்தை

கொட்டயடி விளாகம் கணக்கு பத்மநாபன் நிலம் விற்ற செய்தி; கல்வெட்டு சிதைந்துள்ளது. (த.நா.தொ. *Vol II 1968–237)*

399. தாணுமாலயன் கோவில் கோபுரவாசல் வடக்கு சுவர்; தமிழ்; கி.பி. *1590;* வரி *19;* சுசீந்திரம் திருவழுதி உண்மை நம்பியார் என்பவர் தர்மகர்த்தா அருளானந்த பண்டாரத்திற்கு முறியிட்ட பரிசு. மேற்படியார் வழி *40* பணம் பெற்று கோபுர வாசல் நந்தீஸ்வரருக்கு தினமும் விளக்கிட ஒப்புதல் அளித்தது. இந்த அதிகார நந்தி உரிமை தமிழ் சிவாச்சாரியார்களுக்கு; இப்போதும் நடைமுறையில் உள்ளது. (த.நா.தொ. *Vol II 1968–238;* திரு.தொல்.அறிக்கை *59–1092)*

400. தாணுமாலயன் கோவில் கோபுரவாசல் வடக்கு சுவர்; தமிழ்; கி.பி. *1620;* வரி *6;* நாஞ்சில் நாட்டு தேரூரில் நாகமணி மகள் நாகம்மை கணக்கு, கல்பாவை விளக்கு வைத்து ஒரு நாளைக்கு ஆழாக்கு எண்ணெய் என்ற விகிதத்தில், *50* பணம் கொடை. (த.நா.தொ. *Vol II 1968–239;* தி.தொல்.அறிக்கை *101–1906)*

401. தாணுமாலயன் கோவில் கோபுரவாசல் வடக்கு சுவர் மொழி சமஸ்கிரதம், தமிழ்; எழுத்து கிரந்தம் தமிழ்; விஜயநகர் விட்டலர் கி.பி. *1544;* கொல்லம் *720* ஆவணித் திங்கள் கிருஷ்ண ஜயந்தியில் விட்டலரும் அவருடைய தம்பியும் சுசீந்திரம் கோவில் கோபுர அதிஸ்தானம் எடுப்பித்த செய்தி. (த.நா.தொ. *Vol II 1968–240)*

402. தாணுமாலயன் கோவில் கோபுரவாசல் வடக்கு சுவர்; தமிழ்; வேணாடு; பூதலவீர ராமவர்மா; *1546;* வரிகள் *14;* செயதுங்க நாட்டு சங்கரநாராயண மூர்த்தி வேளைக்காரன் வென்று மண் கொண்ட பூதலவீர ராமவர்மா என்னும் செயதுங்க நாட்டு மூத்தவராய அரசர் இக்கோவில் திருவேங்கடவர் எம்பெருமானுக்கு அமுதுபடிக்கும் திருவாராதனைக்கும் பணமும் நெல்லும் கொடை. இதை ஸ்ரீகாரியம் கணக்கும் பொறுப்பு. அதோடு விட்டலேஸ்வர மகாராசாவின் ரோகிணி நட்சத்திரத்தில் விண்ணவர் வேங்கடவருக்கு பாயசம் வைக்கவும், அன்று சீவிலிக்கு செலவும் நிபந்தம். இந்த வேலைகளை வயிராவியும் முறையான் பிள்ளையும் கவனித்துக் கொள்ளவேண்டும். (த.நா.தொ. *Vol II 1968–241;* திரு. தொல். அறிக்கை *65–1092; 7–1111)*

403. சுசீந்திரம் ஊர் இரட்டைத் தெருவில் உள்ள குலசேகரப் பெருமாள் கோவிலின் முகமண்டபம் நுழைவாயிலின் மேல்; தமிழ்; கி.பி. *1689;* நீண்ட *3* வரிகள்; கல்வெட்டு முதல் பகுதி உள்ளது. சுசீந்திரத்திற்கு வீரகேரளச் சதுர்வேதி மங்கலம் என்னும் பெயரும் வழங்கியது என்று தெரிகிறது. (த.நா.தொ. *Vol II 1968–242;* சுசீ.கோ.பிற்.எண்.*87)*

404. சுசீந்திரம் இரட்டைத்தெரு குலசேகரப் பெருமாள் கோவில் முகமண்டபம் மேல்பகுதி; தமிழ் *17–18* நூற்; உமையம்மை, இராமலிங்கன், சிவகாமி ஆகிய மூன்று பேரும் இந்த மண்டபத்தை எடுப்பித்தது. (த.நா.தொ. *Vol II 1968–243)*

405. சுசீந்திரம் இரட்டைதெரு குலசேகரப் பெருமாள் கோவில் முகமண்டபம் மேல்பகுதி தமிழ்; கி.பி. *17–18* நூற். தாணுவன், சுப்பிரமணியன் ஆகியோர் கொடுத்த கொடை வழி தெய்வங்களடியான் ஒருவன் பொறுப்பில் முகமண்டபம் எடுத்த செய்தி (த.நா.தொ. *Vol II 1968–244)*

406. சுசீந்திரம் இரட்டைத்தெரு குலசேகரப்பெருமாள் கோவில் முகமண்டபம் தென்புறத் தூண்; தமிழ்; கி.பி. *17–18* நூற்; புத்தில்லம் பரத்வாஜ கோத்திரம் ஆபஸ்தம்ப சூத்திரம் தெய்வங்களடியான் தாணுவன் இத்தூண் கொடை (த.நா.தொ. *Vol II 1968–245)*

407. சுசீந்திரம் இரட்டைத்தெரு குலசேகரப் பெருமாள் கோவில் முகமண்டபம் வடக்கு பக்க தூண்; தமிழ்; *17–18* நூற். சிதைந்த பகுதி. இத்தெரு பிராமணர் குடியிருப்பு; கேரள விண்ணவர் எம்பெருமாள் கோவில் இறைவன் பெயர் வருகிறது. (த.நா.தொ. *Vol II 1968–246)*

408. சுசீந்திரம் துவாரகை கிருஷ்ணன் கோவில் கருவறை தென்புறம் சுவர் முதல் பட்டி; தமிழ்; கி.பி. *1228;* கோவில் நிபந்தம்; திருவிடையாட்டம்; கோவிலில் ப்ரந்ந படரார் என்பவர் முன்னிலையில் ஒரு குளம் நிபந்தம். இதிலிருந்து நீர் கொண்டு விளைகின்ற நிலங்களில் கடமைவரி வசூலிக்கப் பெற்ற செய்தி. (த.நா.தொ. *Vol II 1968–247; TAS Vol VIII P 35–36)*

409. சுசீந்திரம் துவாரகை கிருஷ்ணன் கோவில் கருவறை வடக்கு பக்கம் சுவர் முதல் பத்தி; தமிழ்; கி.பி. *1250;* வரிகள் *12* கிரந்தக் கலப்பு; சுசீந்திரம் மகாசபை, கோவில் சபை இரண்டும் துவாரகையில் இருந்த கோவிந்த ப்ரந்ந படாரர் அவர்கள் முன்னிலையில் கூடியது. துவாரகை கோவிலுக்குத் தாங்கள் வைத்த பெருஞ்சாந்தி சுவாந்தர்யம் கோவிந்த ப்ரந்ந படாரர் ஆளுகையின் கீழ் விட்டுக் கொடுத்தது பற்றியும் பின்னர் திருவனந்தபுரத்தைச் சேர்ந்த பெரிய திருவடிக்கு வேண்டியோரைக் கொண்டு நடத்திப் போகும்படி கூறியது பற்றிய செய்தி. கல்வெட்டில் தச்சாசாரியான் பதினெட்டு நாட்டர் ஸ்ரீபத்மநாபன் ஆசாரி என வருகிறது. (த.நா.தொ. *Vol II 1968–248;* திரு.தொல்.அறிக்கை *70–1086)*

410. சுசீந்திரம் துவாரகை கிருஷ்ணன் கோவில் கருவறை தென்மேற்கு மூலையில் உள்ள பாறை தமிழ்; கி.பி. 1229; வரிகள் 23 கல்வெட்டின் ஒரு பகுதி சிதைவு. சுசீந்திரம் ஊர்சபை, கோவில் சபை கூடியது. கோசாந்த ப்ரந்ந படாரர், ஸ்ரீகான கிராம பகவான் இருவரும் சபையிலிருந்தனர். கோவிலுக்கு நிலம் நிபந்தம் (த.நா.தொ. Vol II 1968–249; திரு.தொ.அறி. 82–1091)

411. துவாரகை கிருஷ்ணன் கோவில் கருவறை வடக்கு சுவர்; தமிழ்; கி.பி. 13 நூற்.; இரணியசிங்க நல்லூர் சங்கர நாராயணன் துவாரகையில் இருந்த கோவிந்த படராரின் மாணவர்களின் சாப்பாட்டிற்கு சுசீந்திரம் ஸ்ரீ பண்டாரத்திலிருந்து நெல் எடுத்துக் கொள்ள வேண்டுதல், இதற்குரிய பணத்தைக் கொடுத்துவிட்டார். இது காராண்மையாகப் பொறுப்பில் விடப்பட்டது. (த.நா.தொ. Vol II 1968–250; தி.தொ.அறிக். 71–1086)

412. சுசீந்திரம் துவாரகை கிருஷ்ணன் கோவில் கருவறை வடபுறம் சுவரில் முதல் பட்டி; தமிழ் கி.பி. 1236; வரிகள் 12; சுசீந்திரம் புதுமாடம் சங்கரன் உருத்திரன் என்பான் சுசீந்திரம் துவாரகை கிருஷ்ணனுக்கு நாள் ஒன்றுக்கு இரண்டு நாழி உரிஅரிசி செலவு செய்வதற்கு சுசீந்திரமுடைய மகாதேவர்க்கு தேவதானமான வடவள நல்லூரில் இருந்து ஒன்றரை மா நிலத்தைக் கொடை; காராண்மையாக கொடுக்கப்பட்டது. (த.நா.தொ. Vol II 1968–251; தி.தொ.அறிக்கை 69–1086)

413. சுசீந்திரம் துவாரகை கிருஷ்ணன் கோவில் கருவறை வடக்கு சுவர்; தமிழ்; கி.பி. 13 நூற்.; 4 வரி; சிதைவு; பூமி சாத்தன் நிபந்தம் (த.நா.தொ. Vol II 1968–252)

414. சுசீந்திரம் துவாரகை கிருஷ்ணன் கோவில் கருவறை வடபுறம் வடக்குச் சுவர்; தமிழ்; கி.பி. 1224; நீண்ட வரிகள் 5 அரங்கன் கணபதி என்பான் துவாரகை கிருஷ்ணனுக்கு நந்தாவிளக்கு ஒன்று கொடுத்திருந்தான். அது ஸ்ரீ பண்டாரத்திலிருந்து காணாமல் போய்விட்டது. இது குறித்து விசாரிக்க ஊர்ச் சபை, மகாசபை, ஸ்ரீகாரியம் செய்பவர், பள்ளிக்கல் நாயர், படாரர், வேணாட்டு நாராயணன் திருவடி ஆகியோர் சுசீந்திரம் கோவில் கிழக்கு வாசலில் கூடினர். பேசினர். முடிவில் கணபதி அரங்கன் களவுபோன விளக்கை மறுபடியும் வாங்க பத்து புதுக்காசு கொடுக்க வேண்டும் என முடிவு செய்யப்பட்டது. (த.நா.தொ. Vol II 1968–253; தி.தொ.அறி. 72–1086)

415. சுசீந்திரம் தாணுமாலயன் கோவில் ஊஞ்சல் மண்டபம் மேல்புற கபோதகம் கீழ்வரித் தூண்; தமிழ்; கி.பி. 1583; ஊஞ்சல் மண்டபம் கட்டின பண்டாரம் காமன் இரவியின் மனைவி பணி கொடை; இக்கோவிலில் முறையில் தேவதாசி 13ஆம்

குடியினரான, மேற்படியாரின் மகன் மார்த்தாண்டன் குட்டி தூண் கொடை (த.நா.தொ. *Vol VI 2004–472*)

416. சுசீந்திரம் தாணுமாலயன் கோவில் சித்திரசபை காளி சிற்பம் மேல் பொதிகை தமிழ்; கி.பி. 1628; யோகீசுவரர்களில் தியானனாதர் வோணைப்பண்டாரம் தூண் கொடை (த.நா.தொ. *Vol VI 2004–473*)

62. செட்டியார்மடம் (கல்குளம்)

417. செட்டியார் மடம் ஊர் கல்தூண்; தமிழ் கி.பி. 1783; வரிகள் 83; இரணியநல்லூர் மேலத்தெருவில் இருக்கிற செட்டு ஆபத்துக்காத்தான் மாங்குழியில் கல்மடப்பணி முடிக்கவும் மாலலர் மடத்தில் தர்மம் நடக்கவும் நிலம் கொடை, இந்த மடத்தில் நெருப்பு நீர் கொடுக்க வேண்டும். பொறுப்பு ஒரு பண்டாரம் இங்கு செட்டு சாதி மூப்பனார் எனவும் அழைக்கப் பட்டது தெரிகிறது. (த.நா.தொல். *Vol 6 2004–495*)

63. செண்பகராமன்புதூர் (தோவாளை)

418. இவ்வூர் வடபகுதியில் சாலையில் சுமைதாங்கிக் கல்லில் தமிழ்க் கல்வெட்டு. காணியாளம் மண் கோவில் அருகே உள்ளது. 1 அல்லது 2 சொற்களுடைய வரிகள். ம.ஆ. 950 (கி.பி.1782) பண்டாரம் பிள்ளை மகள் சிதம்பரம் பிள்ளை அமைத்தது. (பத்மநாபபிள்ளை 1930 ப39)

64. சேரமங்கலம் (கல்குளம்)

419. ஆழ்வார்கோவில் அர்த்தமண்டபம் தென் பக்கச் சுவர் மொழி தமிழ்; எழுத்து வட்டெழுத்து; சோழர்; சுந்தரசோழ பாண்டிய தேவர்; கி.பி 11ஆம் நூற்.; ஒரு வரி; திருவேங்கடமுடையார் என்ற பெயர் மட்டும் உள்ளது. (த.நா.தொ. *Vol IV 1969–32*)

420. ஆழ்வார்கோவில் கருவறை தென்புறச்சுவர் முதல் பட்டி மொழி தமிழ்; எழுத்து வட்டெழுத்து கி.பி. 11ஆம் நூற். 4 வரிகள். கல்வெட்டு சிதைவு. இந்த ஊர் மன்றாடியும் ஊர் மக்களும் சேரமங்கலம் சபையாரிடம் ஒப்பந்தம் செய்த செய்தியைச் சொல்வது. (த.நா.தொ. *Vol IV 1969–33*)

421. ஆழ்வார்கோவில் கருவறை தென்புறச்சுவர் இரண்டாம் பட்டி. மொழி தமிழ்; எழுத்து வட்டெழுத்து; சோழர்; சுந்தர சோழ பாண்டியர்; 19ஆம் ஆட்சியாண்டு; கி.பி. 11ஆம் நூற். கல்வெட்டு சிதைந்துள்ளது. (த.நா.தொ. *Vol IV 1969–34*)

422. ஆழ்வார்கோவில் முகமண்டபத்தில் உள்ள தூண். தமிழ்; கி.பி. 17–18 நூற்.; 4 சொற்கள் 'தென் திருவரங்கத்து ஆழ்வார்' எனப் பெயர் மட்டும் உள்ளது. (த.நா.தொல். *Vol IV 1969–35*)

65. சோழபுரம் (அகஸ்தீஸ்வரம் வட்டம்; நாகர்கோவில் நகரப்பகுதி)

423. சோழீஸ்வரர் கோவில் உண்ணாழி தென்புறச்சுவரின் அடிப்பகுதி. தமிழ்; சோழர்; முதல் குலோத்துங்கன்; 29ஆம் ஆட்சியாண்டு கி.பி. 1109; நீண்ட வரிகள் 5 இராஜராஜப் பாண்டிநாட்டு உத்தமசோழ வளநாட்டு நாஞ்சிநாட்டுக் கோட்டாறான மும்முடிச் சோழபுரத்தில் உள்ள சோழீஸ்வரமுடைய மகாதேவர்க்கு சோழமண்டலத்து பாண்டிகுலாந்தக வளநாட்டு ஆர்காட்டுக் கூற்றத்து இரையூரைச் சேர்ந்த கங்கைகொண்டானான சோழ விச்சாதரப் பல்லவரையர் என்பவர் விளக்கு எரிக்க 50 ஆடுகளைக் கோட்டாற்று நிலைப்படையைச் சேர்ந்த தமிழன் மாணிக்கம் வசம் கொடுத்ததையும் அதைப் பெற்றுக்கொண்டு ஒவ்வொரு நாளும் உழக்கு நெய் வழங்கிய செய்தி. கோட்டாற்றில் நிலைப்படை இருந்தது. (த.நா.தொ. Vol III 1968–254 TAS Vol I P 246–247)

424. சோழீஸ்வரன் கோவில் கருவறை தென்புறம் சுவர்; தமிழ்; கி.பி. 1253; திருக்கோட்டாறான மும்முடிச் சோழ நல்லூர் உடையார் சோழீஸ்வரர் கோயிலுக்கு திருக்கோட்டாறான சோழகேரளபுரத்துக் குணவன் வடுகனான இராசேந்திர சோழனை பிர வண்ணன் என்பான் அமுதுபடி நிபந்தம்; 61 அச்சு (ஒருவகை நாணயம்) இந்த பணத்தைக் கொண்டு வீரபாண்டியப் பல்லவரையரிடம் ஒரு நிலம் இறை ஒற்றியாகப் பெறப்பட்டது. இந்த நிபந்தத்தில் இக்கோவில் தேவரடியான் வடுகன் குணவன் தங்கை கோமளவல்லிக்கு நானாழி அரிசி சோறு கொடுக்க வேண்டும் என்பதும் ஒன்று; கோவில் நிர்வாகிகளை மகேஸ்வரக் கண்காணி செய்வார் எனவும் அழைத்தனர். தெலுங்குமொழி பேசிய தேவதாசிகள் இருந்தனரா? ஆய்வு செய்யலாம் (த.நா.தொ. Vol III 1968–255; TAS Vol VI P 25–26)

425. சோழீஸ்வரர் கோவில் அர்த்த மண்டபத்தின் தெற்கு பக்க சுவரின் கீழ் பகுதி. தமிழ். கி.பி. 1252; வரிகள் 11; இக்கோவிலில் உள்ள குன்றெறிந்த பிள்ளையார்க்கு, தேவரடியாரில் செங்கோடன் பூவண்டி என்பான் அமுதுபடிக்காக மூன்று சலாகையும் இருபது அச்சும் அளித்தான். கோவில் சபையினர் இந்த தேவதாசிக்குப் பரிவட்டமும் தீர்த்தமும் மதித்து கொடுப்போம் என எழுதினர். (த.நா.தொ. Vol III 1968–256; TAS Vol VI P 24)

426. சோழீஸ்வரர் கோவில் அர்த்தமண்டபம் தென்புறச் சுவர் அடிப்பட்டை; தமிழ்; கி.பி. 13 நூற்.; ஒருவரி; நிபந்த நெல் தொடர்பு; சிதைவு; (த.நா.தொ. Vol III 1968–257)

427. சோழீஸ்வரர் கோவில் அர்த்த மண்டபம் தென்புறம் சுவர்; தமிழ்; கி.பி. *1416*; கல்வெட்டில் *6* சொற்கள் உள்ளன. இடையில் திரிசூலம் படம்; கொல்லம் *592* மிதுன மாதம் ஞாயிறு *20* தேதி குறிப்பு. *(த.நா.தொ. Vol III 1968–258; TAS Vol VI P 29)*

428. சோழீஸ்வரர் கோவில் அர்த்த மண்டபம் வடக்கு சுவர்; தமிழ்; கி.பி. *11* நூற்.; எட்டு நீண்ட வரிகள். இக்கோவிலுக்கு கோட்டாறு மக்கள் ஒரு நிலத்தை விற்று நிபந்தமாகக் கொடுத்த செய்தி. இதில் கோட்டாறு 'ராஜராஜபாண்டி நாட்டு உத்தமசோழ வளநாட்டு நாஞ்சில் நாட்டு கோட்டாறு' எனக் குறிப்பிடப்படுகிறது. *(த.நா.தொ. Vol III 1968–259)*

429. சோழீஸ்வரர் கோவில் முகமண்டபம் தென் பக்கம் சுவர் அடிப்பகுதி; சோழபாண்டிய தேவர்; சுந்தர சோழ பாண்டியதேவர். *11*ஆம் ஆட்சியாண்டு; கி.பி. *11* நூற்; எட்டு நீண்ட வரிகள்; கிரந்தக் கலப்பு; இக்கோவில் ஈஸ்வரனுக்கு தென்னாட்டு கொடுங்குளத்து ஆதித்தன் இரணசிங்கனான வீரபாண்டியப் பல்லவரையன் நந்தாவிளக்கும் சாவாமூவா பேராடு *50*ம் கொடுக்கிறான். இந்த நிபந்தத்தைப் பராமரிக்கும் பொறுப்பு. இவ்வூரிலிருக்கும் படைத்தலைவன் அழிப்பன் காடன், படைத்தலைவன் திருமால் ஆகியோருக்கு. *(த.நா.தொ. Vol III 1968–260; TAS Vol VI P 10)*

430. சோழீஸ்வரர் கோவில் முகமண்டபம் தெற்கு சுவர் அடிப்பகுதி. தமிழ்; கி.பி. *1217*; வரிகள் ஆறு; இக்கோவிலுக்கு கோட்டாறு குளத்தூர் கேசவனரைசு என்பவர் நந்தா விளக்கும், எட்டு அச்சும் கொடை; கோவில் பிராமணர் வழி இதைக் கொடுக்கிறான். *(த.நா.தொ. Vol III 1968–261; TAS VI P 21; Indian Antiquary Vol XXVI P 144)*

431. சோழீஸ்வரர் கோவில் முகமண்டபம் தெற்கு சுவர் அடிப்பகுதி. தமிழ்; கி.பி. *1140*; ஆறு நீண்ட வரிகள்; இராஜேந்திர சோழீஸ்வரம் என்ற இக்கோவிலுக்கு ஆளூரான விக்கிரம சோழ பாண்டியபுரத்தைச் சார்ந்த மாலாத பரதன் என்பவர் அமுதுபடி படைக்க கோவில் பூசகர்களான சிவபிராமணர்களிடம் *15* புதுப்பொன் கொடை. இக்காலகட்டத்தில் குன்றம் எறிந்த பிள்ளையார் கோவில் அதே இடத்தில் இருந்தது. *(த.நா.தொ. Vol III 1968–262; தி.தொ. அறிக்கை 74–1084)*

432. சோழீஸ்வரர் கோவில் முகமண்டபத்தின் தென்புறச் சுவரின் அடிப்பகுதி; தமிழ்; சோழர்; சுந்தர சோழ பாண்டியர்; *11*ஆவது ஆட்சியாண்டு; கி.பி *11*ஆம் நூற்றாண்டு, எட்டு வரிகள். இக்கோவிலுக்கு கீழ் செம்பி நாட்டு பிரமதேயம் கோச்சடைய

சீவளநாடான ஆடவல்ல சுந்தர சருப்பேதி மங்கலம் மருதூர்க் கணன் சந்திரசேகரப் பட்டன் வைத்த நொந்தா விளக்கு; 50 ஆடுகள் கொடை. (த.நா.தொ. Vol III 1968–263; TAS Vol VI P 11; இந். கல். அறிக்கை 1896)

433. சோழீஸ்வரர் கோவில் முகமண்டபம் தென்புறச்சுவர் அடிப்பட்டை. தமிழ்; கி.பி. 1264; நீண்ட வரிகள் 5; கிரந்தக் கலப்பு. கோட்டாறு சேமத்தன் கருணாகரன் இக்கோவிலுக்கு விளக்கு ஒன்று எட்டு அச்சு கொடை; கோவில் தேவகன்மிகள், ஸ்ரீமாகேஸ்வரர் பொறுப்பு. (த.நா.தொ. Vol III 1968–264 TAS Vol VI P 26–27; இந். கல்வெட்டு. ஆண்டறிக்கை 37–1896)

434. சோழீஸ்வரர் கோவில் முகமண்டபம் தெற்கு சுவர் அடிப்பகுதி; தமிழ்; சோழ பாண்டியர்; சுந்தரசோழ பாண்டியதேவர். 11ஆம் ஆட்சியாண்டு. கி.பி. 11ஆம் நூற். இக்கோவில் இறைவனுக்கு சாளுக்கிய மன்னன் ஸ்வலோக விஷ்ணுவர்த்தன மகாராஜனான விஜயாதித்தன் விக்கியண்ணன் விளக்கும், 25 பசுவும் அளித்தான். இதன் பொறுப்பை கோட்டாறு படைத்தலைவன் அருளாச்சி வேட்டுவன் ஏற்றுக்கொண்டான். இவனுக்கு உதவியாக இருக்க அழிப்பன் காடன் இருந்தான். இவன் இடையன் சாதியினன். (த.நா.தொ. Vol III 1968–265 TAS Vol VI P 8 இந். கல். ஆண்டறிக்கை 44–1896)

435. சோழீஸ்வரர் கோவில் முகமண்டபம் தென்புறச் சுவர் அடிப்பகுதி. தமிழ். சோழ பாண்டியர்; சுந்தரசோழ பாண்டிய தேவர் கி.பி. 11 நூற். 7 நீண்ட வரிகள். சுந்தரசோழ பாண்டியனின் அதிகாரி தேவன் விக்காதிரனான சோழ மாராயன் என்பவன் இரண்டு விளக்கு எரிக்க 50 ஆடுகளைச் சாத்தன் தூயக்கோன் என்பவனிடமும் சாத்தன் சுந்தரனிடம் 50 ஆடுகளையும் கொடுத்தான். இதன் பொறுப்பு இடைத்தலைவன் சாத்தன் அரையன். (த.நா. தொ. Vol III 1968–266; TAS Vol VI P 9; இந். கல். அறிக்கை 1896)

436. சோழீஸ்வரர் கோவில் முகமண்டபம் தென்புறச் சுவர் அடிப்பகுதி; தமிழ்; சோழ பாண்டியர்; சுந்தரசோழ பாண்டிய தேவர் 11ஆம் ஆட்சியாண்டு; கி.பி. 11ஆம் நூற்.; எட்டு நீண்ட வரிகள்; ராஜராஜப் பாண்டி நாட்டு உத்தம சோழ வளநாட்டு நாட்டாற்றுப் போக்கு பிரம்மதேசம் சீவல்லவமங்கலமான கேரள குலாசினி சருப்பேதி மங்கலத்து சபையார்கள் இக்கோவில் தேவகன்மிகளுக்கு நிலம் விற்றுக்கொடுத்தனர். இக்கோவில் காராண்மை உடைய பலதேவன் என்பவனின் பெயர் வருகிறது. (த.நா.தொ. Vol III 1968–267; இந்திய கல். அறிக். 1896; TAS Vol VI P 11–12)

437. சோழீஸ்வரர் கோவில் முகமண்டபம் கிழக்கு சுவர் நுழைவாயில் இடது பக்கம் தமிழ்; சோழர்; சுந்தர சோழ பாண்டிய தேவர்; கி.பி. 11 நூற்.; இக்கோவிலுக்குத் தேர்க்கரும்பழுவான அழகியசோழ நல்லூர் ஊர்சபை நிலம் விற்றுக் கொடுத்த செய்தி. 'விலை ஆவணம். வரி தொடர்பாக விரிவான பெயர்கள் உள்ளன. நாஞ்சில் நாட்டு ஊர் பெயர்கள் சில உள்ளன. ஆறு நீண்ட வரிகள். (த.நா.தொ. *Vol III 1968–268;* இந். கல். அறி. *1896; TAS Vol VI P 13)*

438. சோழீஸ்வர கோவில் முகமண்டபம் கிழக்கு சுவர். தமிழ்; பாண்டியன்; பராக்கிரம பாண்டியர் *15*ஆம் ஆட்சி ஆண்டு கி.பி. *1371.* ஆறு வரிகள். ஸ்ரீ கோச்சடைய வர்மரான திரிபுவன சக்கரவர்த்திகள் ஸ்ரீ பராக்கிரம பாண்டியதேவர் இக்கோவிலில் திருப்பணி செய்தார். (த.நா.தொ. *Vol III 1968–269* இந். கல். அறிக். *30–1896; TAS Vol VI P 21)*

439. சோழீஸ்வரர் கோவில் அர்த்தமண்டபம் வடக்கு சுவர் குமுதத்தின் மேல்; தமிழ்; சோழர் முதல் குலோத்துங்கன்; *30*ஆம் ஆட்சியாண்டு; கி.பி. *1100;* முதல் குலோத்துங்கன் காஞ்சிபுரம் கோவில் உள் ஆட்டத்தில் வெளி மேலை மண்டம் ராஜேந்திர சோழன் கோட்டையில் இருந்தார். அப்போது ஆந்தாய்குடி என்ற ஊரில் செலுத்தவேண்டிய எல்லா வகை வரிகளையும் அரசுக்கு செலுத்த வேண்டாம்; அவற்றை சோழீஸ்வரர் கோவிலுக்குக் கொடுக்க வேண்டும் என ஆணை பிறப்பித்தான். இப்பொறுப்பை சோழ மண்டிலம் மண்ணி நாட்டு முழையூருடையான் அரையர் மதுராந்தன் ஏற்றுக்கொண்டான். இவன் கோட்டாற்று நிலைப் படை அதிகாரியாக இருக்கலாம். இக்கல்வெட்டில் முதல்பகுதி மெய்கீர்த்தியாக உள்ளது. குலோத்துங்கனின் வெற்றி பேசுவது; இக்கல்வெட்டு மூன்று வரிகளாக குறிக்கப்பட்டாலும் மடக்கிய *52* வரிகள் உள்ளன. (த.நா.தொ. *Vol III 1968–270;* இந்.கல்.அறிக் *31–1896 TAS Vol VI P 14–17)*

440. சோழீஸ்வரர் கோவில் கருவறை மேற்கு பக்க சுவர்; வெளிப்பக்கம். தமிழ் வேணாடு வீரகேரளவர்மன் கி.பி. *1126;* நீண்ட வரிகள் *4* இக்கோவிலுக்கு திருவமுது படைக்கவும், விளக்கு எரிக்கவும், கடமை காசு ஆகியவற்றைப் பயன்படுத்திக்கொள்ள கூறும் செய்தி. இதன் பொறுப்பு வருக்கைப் பள்ளிவாழும் தனஞ்செயங் கண்டன், மண்ணூர் வாழும் இரவிசக்கிராயுதன் என்னும் ஸ்ரீ தொங்கப் பல்லவரையன், இவ்வரிப் பள்ளி வாழும் கண்ணன் கோவிந்தன், உள்ளிருப்புக் குன்று விக்கிரமன் குன்றன் என்ற கேரளச் சிங்கப் பல்லவரையன் ஆகியோராவர். இவர் இதைச் செய்ய நீர் வார்த்துக் கொடுக்கின்றனர். (த.நா.தொ. *Vol III 1968–271* இந்.கல்.அறிக். *32 1896; TAS Vol IV P 17)*

441. சோழீஸ்வரர் கோவில் அர்த்தமண்டபம் தெற்கு சுவர். தமிழ்; கி.பி. *1243.* இக்கோவிலில் திருகைக்கொட்டியில் (கைகொட்டிப் பாடும் மண்டபம்) இருந்து திருஞானமோதும் ஆண்டார்க்கு அமுது படிக்காக ஸ்ரீ பாண்டி மண்டலத்து குடநாட்டு சங்கை மங்கலமான மதுரோதையப் பெருந்தெருவில் மேற்படி வாழும் ஆலாலசுந்தரப் பெருமாள் நிலம் நிபந்தம். இந்த நிலம் பஞ்சந்தாங்கி விளையின் அருகே உள்ளது. திருநானம் பாடும் ஆண்டார்–தேவாரம் ஓதுபவர்கள் குறிப்பிடப்படுகின்றனர். (த.நா. தொ. *Vol III 1968–272;* இந்.கல்.அறிக். *30–1896; TAS Vol VI P 22–23)*

66. தக்கலை (கல்குளம்)

442. ஆறுமுக வினாயகர் கோவில் கல்தூண். தமிழ்; கி.பி *1896; 14* வரிகள்; தக்கலை பண்ணையார் ஆறுமுகம் பிள்ளையின் மனைவி ஆறுமுகத்தம்மாள் இக்கோவில் கட்டிய செய்தி. (த.நா. தொ. *Vol VI No 2004–496)*

443. தேவசகாயம் பிள்ளை குருசடி; தமிழ்; *24* வரிகள் கி.பி. *1897;* இராமவடிவுகண்ணி வைத்தியநாதன் காண்ட்ராக்கிட்டரு நாடாரின் கல்லறைக் குறிப்பு (த.நா.தொ. *Vol 6 2004–511)*

67. தலக்குளம் (கல்குளம்)

444. அழகியபெருமாள் கோவில் கருவறை தெற்கு சுவர் தமிழ்; கி.பி. *1484;* நீண்ட *3* வரிகள்; படைப்பானாட்டு இரணிய சிங்கப்பாடியைச் சேர்ந்த கண்டப் பெருமாள் வீரகேரளப் பல்லவதரையர் அழகம்பெருமாள் கோவிலைத் திருப்பணி செய்து கும்பாபிஷேகம் செய்தார். இது வைகாசி மாதம் வெள்ளிகிழமை நடந்தது. (த.நா.தொ. *Vol III 1969–36)*

445. இவ்வூர் எழுத்திட்டான் பாறை; தமிழ்; கி.பி. *13* நூற்.; சிதைந்த கல்வெட்டு; *15* வரிகள்; தென்னாட்டு குறுநாட்டு கடியப்பட்டிணம் பெரிய குளம் கறைக்கண்டேஸ்வரத்து தேவரடியான் வசம் சேரமங்கலம் சபை நிலம் கொடுத்த செய்தி. (த.நா.தொ. *Vol IV 1969–37)*

446. தெய்வநாயகர் கோவில் மண்டபம் தூண்; தமிழ்; கி.பி. *1916;* சிதம்பரம் பழனியாண்டிச் செட்டியார் கட்டியது. (ஆவணம் *25* ப. *127)*

447. மேற்படி மண்டபத்தின் பிற செலவை சிவனுச்செட்டியார் கொடுத்த செய்தி. தமிழ் *6* வரிகள் (ஆவணம் *25* ப *127)*

68. தாழக்குடி (தோவாளை தாலுகா)

448. ஜயந்தீஸ்வரர் கோவில் வாயில்படி தென் புறச்சுவர்; தமிழ் கி.பி. *17–18* நூற்.; *5* சொற்கள்; திருநாவுக்கரசு பிள்ளை ஆறுமுகப் பெருமாள் ஆகியோரின் திருப்பணி *(*த.நா.தொ. *Vol V 1969–46; TAS Vol VI Part 1 P 103* இந்.கல். அறி. *17–1093)*

449. ஜயந்தீஸ்வரர் கோவில் முதல் பிரகாரம் தென் சுவர் பட்டை தமிழ்; கி.பி. *1606;* வரிகள் *4;* திருப்பாபன் என்பவர் கோவிலுக்கு அமுதுபடி. எண்ணெய் கொடை *(*த.நா.தொ. *Vol V 1969–47 TAS Vol VI Part I P 103; 21–1093)*

450. ஜயந்தீஸ்வரர் கோவில் முதல் பிரகாரம் தெற்கு சுவர்; தமிழ்; கி.பி. *16* நூற்.; *6* வரி; கல்வெட்டு சிதைவு; வாணியன் அருமை மார்க்கண்டன் சோழகன் செக்கு ஒன்றும், பூசைக்கு நிலமும் கொடை. பொறுப்பு கோவில் தேவரடியார் இரண்டாங்குடியில் உள்ள நாகம்மை செந்தியார். இதனால் இக்கோவிலில் தேவதாசி முறை இருந்தது தெரிகிறது. *(*த.நா. தொ. *Vol V 1969–48; TAS Vol VI Part I P 103 (20, 19, 18–1093; 92–1099)*

451. ஜயந்தீஸ்வரர் கோவில் முகமண்டபம் வடக்கு பக்கம் மேற்கு சுவர்; தமிழ்; கி.பி. *1559;* இவ்வூர் கொதுகுலசபையைச் சார்ந்த திருந்துறை நயினார் சிதம்பரநாதன் என்பவர் நந்தவனத்திற்கு நிலம் கொடை; இந்நிலம் வீரகேரளப் பேரேரி குளக்கரையில் உள்ளது. *(*த.நா.தொ. *Vol V 1969–49; TAS Vol VI Part I P 102)*

452. ஜயந்தீஸ்வரர் கோவில் முதல் பிரகாரம் வடக்கு சுவர் பட்டிகை; தமிழ்; கி.பி. *1568;* நீண்ட *4* வரிகள். இவ்வூர் கொதுகுல சபையைச் சேர்ந்த நயினார் சிதம்பரநாதன் கோவில் நந்தவனத்துக்கு நிலம் கொடை. *(*த.நா.தொ. *Vol V 1969–50; TAS Vol VI Part I P 103)*

453. ஜயந்தீஸ்வரர் கோவில் முதல் பிரகாரம் மேற்கு சுவர்; தமிழ்; வேணாடு; செயதுங்க நாட்டு சங்கரநாராயண வென்று மண்கொண்ட பூதலவீர ஸ்ரீ வீர வீரஉதைய மார்த்தாண்டவர்மர் திருப்பாப்பூர் மூத்தவர். நீண்ட *13* வரிகள். வீர உதைய மார்த்தாண்டவர்மா களக்காடு சோழகுல வல்லிபுரத்தில் தங்கியிருந்தபோது சுசீந்திரம் கொதுகுலசபையாரில் ஆரியன் சொக்கன் பெரிய பெருமாள் என்பவன் மார்த்தாண்ட பிரமாதராயன் என்பனை தாழக்குடி கோவிலில் ஸ்ரீபண்டாரக் கணக்கராக நியமித்து, அவருக்குச் சோறும் உடையும் கொடுக்க ஆணை இட்டது. *(*த.நா.தொ. *Vol V 1969–51; TAS Vol VI Part II P 131; 91–1099)*

454. இவ்வூர் வண்ணாரக்குடி செக்கின் மேல் பொறிக்கப் பட்டது. தமிழ்; கி.பி. 17–18; 3 சொற்கள்; தாழைக்குடி வாச்சபெருமாள் செய்வித்த செக்கு. இது புண்ணியமாகக் கொடுக்கப்பட்டது. (த.நா.தொ. Vol V 1969–52)

455. இவ்வூர் வண்ணாரக்குடி வண்டி மலைச்சியம்மன் கோவிலுக்கு முன் உள்ள தனிக்கல் தமிழ்; கி.பி. 17–18 நூற்.; குமரி கன்னி பகவதி கோவிலுக்கு விளக்கெரிக்க எண்ணெய் கொடுக்க நிலம்; ஒரு செக்கு இரண்டும் ஊர் சபையார் கொடுத்தனர். (த.நா.தொ. Vol V 1969–53; TAS Vol VI Part I P 101)

456. வண்ணாரக்குடி வண்டிமலைச்சியம்மன் கோவில் முன் தனிக்கல்; தமிழ்; கி.பி. 17–18 நூற்.; கல்வெட்டு சிதைவு; தெய்வச்சிலை பெருமாள் என்பவர் எழுதிய கணக்கு (த.நா.தொ. Vol V 1969–54)

457. மோம்புரியம்மன் கோவில் முதல் பிரகாரம்; தமிழ்; கி.பி. 17–18; கல்வெட்டு சிதைவு; முத்துப்பட்டன் பெயர் வருகிறது. இக்கோவில் இவன் கட்டியிருக்கலாம் (த.நா.தொ. Vol V 1969–55)

458. ஜயந்தீஸ்வரர் கோவில் கருவறை இலங்கத்திற்கு கிழக்கே சுவர்; தமிழ்; கி.பி. 17–18 நூற்; சிதைந்த கல்வெட்டு; கோவிலுக்கு அமுதுபடி 'இராமவர்மரான திருப்பாப்பூர்' பெயர் வருகிறது. வேணாட்டு அரசனாக இருக்கலாம். (த.நா.தொ. Vol V 1969–56)

459. மண்டகப்படி பிள்ளையார் கோவில் தெற்குச் சுவர். தமிழ்; கி.பி. 1677; நீண்ட வரிகள் 21; சுசீந்திரம் கணக்கு நல்ல நயினான் பரியேறும் பெருமாள் தாழக்குடியில் கல்மடம் கட்டி அதில் பிள்ளையார் பூசை நடக்க நிலம் கொடை. இம்மடத்தில் நீர் தானம் நடந்தது. (த.நா.தொ. Vol V 1969–57)

460. தாழக்குடி இவ்வூர் மேலைகிராமம் வடக்கு நந்தவனம் துலாக்கல்லில், தமிழ் கல்வெட்டு 13 வரிகள் கி.ப1576 இவ்வூர் கொதுகுலசபை சாதியினரான சிதம்பரநாதன் சேந்தநாதர் ஜயந்தீஸ்வரர் கோவிலுக்கு பூமாலைக்காக நந்தவனம் கொடை. (பத்மநாபபிள்ளை 1944 ப.151)

461. தாழக்குடி: ஊர் துவாதசி மடத்தில் கிணற்றுப் பக்கம் தொட்டியில் தமிழ் கல்வெட்டு. கொதுகுல சபையார் துவாதசி மடம் என உள்ளது. கி.பி. 18 நூற். இருக்கலாம் இவ்வூர் தாழைக்கண்டன் சாத்தன் கோவிலுக்குப் போகும் வழியில் ஆற்றுப்படியில் உள்ள கல்வெட்டு. இளங்கடை சேரியில் இருப்பது; தமிழ்; கி.பி. 1859; 4 வரிகள் (பத்மநாபபிள்ளை 1944 ப.151)

462. தாழக்குடி ஊர் ஐயந்தீஸ்வரர் கழகம் மண் கோவில் குளம் வீரகேரளப் பேரேரி படித்துறை வடக்கு சுவரில் தமிழ்; 4 வரிகள். இந்த வீரகேரளப் பேரேரி படிக்கட்டு கட்டிய ஆண்டு கி.பி. 1910; (வெளியாகாதது)

463. தாழக்குடி மோம்புரியம்மன் கோவில் அர்த்தமண்டபம் தளவரிசை; தமிழ்; கி.பி. 14 நூற்; இருக்கலாம். 9 வரிகள் இந்தத் தளவரிசை அமைத்த தாணுமாலயன் உட்பட 8 பேர்களின் பெயர்கள் உள்ளன. இவர்கள் மொத்த செலவைப் பங்கு போட்டுக் கொண்டு கட்டியிருக்கின்றனர். (பத்மநாபபிள்ளை 1944 ப 302)

69. திக்கணங்கோடு (கல்குளம்)

464. பெருமாள் கோவில் அர்த்தமண்டபம் தென்புற அதிட்டானம்; மொழி தமிழ்; எழுத்து வட்டெழுத்து; கி.பி. 10–11 நூற்.; வரிகள் 5; திருக்கண்கோட்டு இறைவனுக்கு திருக்கண்சாத்துக்காக நிலதானம் வழங்கிய செய்தி. இதில் திருமுதான்கோடு பெயர் வருகிறது. (த.நா.தொ. Vol 6 2004–497; TAS Vol VI Part I P 76)

465. பெருமாள் கோவில் மகாமண்டபம் தென்புற அதிட்டானம்; மொழி தமிழ்; எழுத்து வட்டெழுத்து; கி.பி. 10ஆம் நூற்.; வரிகள் 5; சோமானி நாராயணன் என்பவன் திருக்கண்ணன் கோட்டு தேவர்க்கு வழங்கிய தானம் பற்றியது; மிகவும் சிதைந்த கல்வெட்டு (த.நா.தொ. Vol 6 2004–498; TAS Vol VI P I No 29 P 77)

466. பெருமாள் கோவில் மகாமண்டப கிழக்கு புற அதிட்டானம்; மொழி தமிழ்; எழுத்து வட்டெழுத்து; இந்த ஊர் வாரியன் நாராயணன் என்பவன் இவ்வூர் கோவிலுக்கு ஒரு விளக்கும் அஞ்சு எருமைகளும் தானம். (த.நா.தொ. Vol VI 2004–499; TAS Vol III Part I P 78)

467. மகாதேவர் கோவில் மடப்பள்ளி மேல்புறத்தூண்; தமிழ்; கி.பி. 1887; 17 வரிகள்; மேக்கூர் ஸ்ரீகாரியம் நாராயணன் போற்றி என்பவர் இக்கோவில் மடப்பள்ளி கட்டிய செய்தி உள்ளது. (த.நா.தொ. Vol VI 500–2004)

468. பெருமாள் கோவில் முன்னுள்ள பலிக்கல் தமிழ்; கி.பி. 10 நூற்.; ஸ்ரீகலாசெயபட்டிணத்து குமரநாராயணன் பலிக்கல் செய்தது. (த.நா.தொ. Vol VI 2004–501)

70. திங்கள் சந்தை (கல்குளம்)

469. இவ்வூர் கல்வெட்டு பத்மநாபம் அரண்மனையில் உள்ளது; தமிழ்; கி.பி. 1730; திருவிதாங்கூர்; வீர ராமவர்மா; சிறவா

மூத்த தம்பிரான். கி.பி. 1730 (ம.ஆ. 905 ஆனி 20) இரண்ய சிங்க தேசத்து பெருமாள் என்பவர் நாலாறு மூட்டு சந்தையில் கிணறு வெட்டி சிறு அம்பலமும் வைத்துள்ளார். கிணற்றில் தண்ணீர் கோரவும், அம்பலத்தில் சுண்ணாம்பு தானமாக கொடுக்கவும் ஏற்பாடு செய்து நிலம் விட்டுள்ளார். கிணற்றில் தோண்டி (வாளி)யும் போட்டு நீர் இறைக்கவும் ஏற்பாடு செய்துள்ளார். இக்கல்வெட்டு இராமவர்மாவின் காலம் (1730) என்கிறது. (த.நா. தொ. Vol 6 2004–521)

71. திப்பிரமலை (விளவங்கோடு)

470. கிருஷ்ணன் கோவில் பலிக்கல்; மொழி தமிழ்; எழுத்து வட்டெழுத்து; கி.பி. 11–12 நூற்.; வரிகள் 33; இக்கோவிலுக்கு விக்கிரமனும் இவளது தம்பிமாரும் நந்தாவிளக்கு எருமை நிலம் கொடை வழங்கியதை கூறும் செய்தி. மூலவர் கருமாணிக்கத்தாழ்வார்; ஊர் சபையே கோவிலைக் நிர்வகித்தது. (த.நா.தொ. Vol VI 2004–567)

471. கிருஷ்ணன் கோவில் பலிக்கல்; மொழி தமிழ்; எழுத்து வட்டெழுத்து; கி.பி 11–12 நூற்.; தேவநாராயணன் பலிக்கல் பிரதிஷ்டை செய்த செய்தி. (த.நா.தொ. Vol VI 2004–568)

472. இவ்வூர் சிவன் கோவில் கீழ்புற அதிட்டானம் மொழி தமிழ்; எழுத்து வட்டெழுத்து; கி.பி. 11–12 நூற். விக்கிரமனை பாதுக்கவும் என்ற வாசகம் மட்டும் உள்ளது. (த.நா.தொ. Vol VI 2004–569)

473. இவ்வூர் கல்வெட்டு பத்மநாபபுரம் அருங்காட்சியகத்தில் உள்ளது. தமிழ்; கி.பி. 1769; திப்பிரமலை (திருமலை) மகாதேவர் கோவில் இருந்தபோது நிலக்கொடை; வரிகள் 41 ‘திருமுக்காலவட்டம்’ ஊர் சபையாக இருக்கலாம் ‘பிடாகை’ சொல் வருகிறது. பூட்டேத்தி தேசம். காஞ்சர நாடு போன்ற பெயர்கள் வருகின்றன. (த.நா.தொ. Vol VI 2004–593)

72. திற்பரப்பு (கல்குளம் வட்டம்)

474. அருவியின் அருகே பாறை; மொழி சமஸ்கிரதம்; எழுத்து தேவநாகரி; கி.பி. 16–17 நூற். தன் வெற்றியையும், நல்வாழ்விற்கும் காரணமாக ஒரு மன்னரால் எழுப்பப்பட்ட மண்டபம் இது (த.நா.தொ. Vol 4 1969–106 TAS Vol VI Part 1 P 78)

475. அருவியின் அருகே பாறையில். மொழி சமஸ்கிரதம் எழுத்து தேவநாகரி கி.பி. 16–17 நூற். தவமுனிவர்களை ஆதரிப்பவரும் சம்புவை வணங்குபவரும் ஆன வஞ்சிநாட்டு மன்னர் பசுமடம் ஒன்று எடுப்பித்ததைக் குறிப்பது. (த.நா.தொ. Vol 4 1969–107; TAS Vol VI Part I P 78)

476. இவ்வூர் மகாதேவர் கோவில் கருவறை முன்பக்க தூண். தமிழ்; கி.பி. *1596;* 4 சொற்கள் கல்வெட்டில் ஆண்டு மட்டும் உள்ளது. (த.நா.தொ. *Vol 4 1969–108)*

477. மகாதேவர் கோவில் இரண்டாம் பிரகாரம் சாஸ்தா கோவில் முகப்பில்; இடது பக்கம் மொழி தமிழ்; எழுத்து வட்டெழுத்து; கி.பி. *12–13* நூற்.; மொத்தம் *4* சொற்கள்; மிக சிதைந்த வடிவம் (த.நா.தொ. *Vol 4 1969–109)*

73. திருநந்திக்கரை (கல்குளம் வட்டம்)

478. குகைக்கோவில் நுழைவாயில் கிழக்கு பக்கம். மொழி தமிழ்; எழுத்து வட்டெழுத்து; கி.பி. *8*ஆம் நூற்.; வரிகள் *14;* திருநந்தன் கரை ஊர் பெருமக்களும் கோவில் அதிகாரிகளும் கண்குருந்தம்பாக்கம் என்ற இடத்தில் கூடி மகாதேவர் திருவமிர்துக்கு நம்பி கணபதி என்பவனிடம் நிலம் கொடுத்த செய்தி. இந்த ஊர் ‘தலைக்குளம் நந்தி மங்கலம்’ எனப்பட்டது. நிலம் நந்தியாற்றுக்கு கிழக்கு இருந்தது. இப்போது நந்தி கால்வாய் மட்டும் உள்ளது. (த.நா.தொ. *Vol 4 1969–38F; TAS Vol III Part II Page 202)*

479. குகைக்கோவில் நுழைவாயிலின் மேற்கு பக்கத்தூண் மொழி தமிழ் எழுத்து வட்டெழுத்து கி.பி. *9*ஆம் நூற்.; மங்கலச்சேரி நாராயணந் திவாகரன் என்பான் திருநந்திக்கரை படரார்க்கு வழிபாடு செய்ய பூபலி பூசை செய்ய விளக்கெரிக்க நிலம் கொடை; வரிகள் *40* (த.நா.தொ. *Vol IV 1969–38G TAS Vol III part II Page 204)*

480. குகைக்கோவில் கிழக்கு பக்க சுவர் மொழி தமிழ்; எழுத்து வட்டெழுத்து; கி.பி. *12* நூற்.; வரிகள் *17;* திருநந்திக்கரை படரார்க்கு நாஞ்சிநாட்டு வேய்கோட்டு மலையுடைய சித்தக்குட்டி அம்பி என்ற அஞ்நூற்றுவ முத்தரையன் என்பவன் ஒன்பது எருமைகள் விளக்கெரிக்க நெய் வேண்டி கொடை கொடுத்திருகிறான். இதன் பொறுப்பு இடையன் வீரன் என்பவனுக்கு. (த.நா.தொ. *Vol IV 1969–38H TAS Vol III Part II Page 206)*

481 குகைக்கோவில் கிழக்கு சுவர். மொழி தமிழ்; எழுத்து வட்டெழுத்து; சோழர்; முதல் ராஜராஜன் *18*ஆம் ஆட்சியாண்டு; கி.பி *1003; 22* வரிகள்; சிதைந்தவை; முதல் வரிகள் மெய்கீர்த்தி. இராசராச தென்னாட்டு வள்ளுவநாட்டு திருநந்திக்கரை மகாதேவர்க்கு திருவிழா நடத்த சந்தி விளக்கு எரிக்க கொடை. இராஜராஜன் பிறந்த நாளான ஐப்பசி சதயத்தில் திருவிழா நடக்க வேண்டும். முட்டம் என்ற பேருடன் மும்முடிச்சோழ நல்லூர் சேர்க்க வேண்டும் என்ற தகவல் இதில் உள்ளது. (த.நா. தொ. *Vol IV 1969–38–1; TAS Vol I P 413)*

482. இவ்வூர் சிவன் கோவிலில்; மொழி தமிழ்; எழுத்து வட்டெழுத்து; விசையராச தேவர் வேணாட்டரசனாக இருக்கலாம்; கி.பி. 10ஆம் நூற்.; நீண்ட 3 வரிகள். திருநந்திக்கரை பெருமக்களும் கோவில் அதிகாரிகளும் மாடக்கோவிலில் கூடினர். இவர்கள் முன் குலசேகர தேவர் மகளும் விசயராகதேவரின் தேவி கிழானடிகள் இக்கோவிலில் விளக்கெரிக்க 30 களஞ்சு பொன் கொடுத்தார். இங்கு இக்கோவில் மாடக்கோவில் எனப்படுகிறது. *(த.நா.தொ. Vol VI 2005–512; TAS Vol IV No 28)*

74. திருநயினார்குறிச்சி (கல்குளம்)

483. கறைகண்டேஸ்வரர் கோவில் கருவறை தெற்கு பக்கம் பட்டி; தமிழ்; கி.பி. 1139; நீண்ட 8 வரிகள்; தென்னாட்டு குறுநாட்டை சேர்ந்த கடிகைப்பட்டினத்து கறைகண்டேஸ்வரமுடைய மகாதேவர்க்கு ஆதிச்சன் கோதை என்பான் திருநந்தவனமும், திருநந்தாவிளக்கும் கொடுத்த செய்தி. 'வலங்கை மாணிக்கம் செட்டியார்' என்ற பெயர் வருகிறது. *(த.நா.தொ. Vol IV 1969–38; TAS Vol IV P 82)*

484. கறைக்கண்டேஸ்வரர் கோவில் கருவறை மேற்கு பக்கம் பட்டி; தமிழ்; கி.பி 1227; இக்கோவில் ஸ்ரீபலி நடத்த 30 அச்சு ஆயிரப்புலை ஆதித்தன் கோதை அளித்தது. இதைக் கொடுக்க ஊர் மக்கள் கூறினர். கல்வெட்டு எழுதியவன் தசாராச்சரியன் சூரியன் பொற்கொடியான் இரவி ஆச்சாரியான் எழுத்து. *(த.நா. தொ. Vol VI 1969–38A; TAS Vol IV P 84)*

485. கறைகண்டேஸ்வரர் கோவில் ரிஷப மண்டபத்தின் தெற்குப் பக்கச் சுவர்; தமிழ் கி.பி. 1163; நீண்ட 10 வரிகள். இக்கோவிலில் சித்திரை திருநாளில் நீராடுவதற்கும் திருஉலா எழுந்தருளுவதற்கும் அந்நாளில் நாடகம் நடத்துவதற்கும் சிவனுக்கினியார் என்பவர் நெல் கொடை. இவ்வூர் 'ராஜராஜத் தென்னாட்டு குறுநாட்டுக் கடிகைப்பட்டினத்து உடையார் கறைக்கண்டேஸ்வரர்' எனப்படுகிறது. கோவிலில் திருநாடகம் நடக்க தேவகன்மிகளும் ஊர் மக்களும் பொறுப்பு ஏற்றனர். *(த.நா.தொ. Vol IV 1969–38B; TAS Vol VII Part I P 30)*

486. இக்கோவில் மேற்குப் பக்கச் சுவர்; (அரசு வெளியீட்டு நூலில் குகைக்கோவில் எனக் குறிப்பிடப்பட்டுள்ளது. ஆனால் இப்படி ஒரு கோவில் இங்கில்லை); தமிழ்; கி.பி 15ஆம் நூற். கேரளன் குன்றன் என்பவன் பலிபீடம் அமைத்து கோவிலில் நாளும் வழிபாடு செய்ய கொடை. *(த.நா.தொ. Vol IV 1969–38C; TAS Vol VII Part I P 35)*

487. கோவில் மேற்கு சுவர். தமிழ்; கி.பி *1432;* இக்கோவில் ம.ஆ. *608;* சித்திரை மாதம் *26*ஆம் தேவி ரோகிணி நாளில் கும்பாபிஷேகம் செய்யப்பட்டது. *(த.நா.தொ. Vol IV 1969–38D; TAS Vol VII Part I P 31)*

488. இவ்வூர் கறைகண்டேஸ்வரர் கோவில். மணி மண்டபம் வடக்கு குறுக்குப்பட்டி; தமிழ்; கி.பி *1706;* பத்து நீண்ட வரிகள்; பெரும்பற்றப் புலியூர் என்னும் ஊரைச் சேர்ந்த சிவனுக்கினியார் என்பார் கறைக்கண்டேஸ்வரமுடைய நாயனார் கோயிலில் மண்டபம் கட்டுவித்து கலசத்துக்கு நீர் ஆட்டுவித்து வழிபாட்டுக்கும் ஸ்ரீபலிக்கும் திருவிளக்கும் நிலம் அளித்ததையும் குறிக்கிறது. பிரையிடம், வடலிவிளை, பூச்சிக்காட்டுவிளை, மலையாம்விளை, போன்ற ஊர் பெயர்கள் வருகின்றன. *(த.நா. தொ. Vol IV 1969–38E; TAS Vol VII Part I P 33–34)*

489. இவ்வூர் கல்வெட்டொன்று பத்மநாபபுரம் அரண்மனை அருங்காட்சியகத்தில் உள்ளது. தமிழ். கி.பி. *1810* ஒரு சொல் கொண்ட *115* வரிகள். இவ்வூர் அணைந்த பெருமாளும் நீலமப்பிள்ளை வகையும் அம்பலம் கட்டி அதில் தர்மம் நடக்க நிலக்கொடை வழங்கியதைக் கூறுவது. இந்த அம்பலத்தில் தண்ணீர்சால், தீ, சுண்ணாம்பு கொடுக்க ஏற்பாடு செய்திருக்கிறார். பொறுப்பு முத்து அப்பன் என்பவனுக்கு *(த.நா.தொ. Vol VI 2004–522)*

490. இவ்வூர் கல்வெட்டு பத்மநாபபுரம் அருங்காட்சியகத்தில் உள்ளது. தமிழ் கி.பி. *1755.* ஒரு சொல் உள்ள *84* வரிகள். இவ்வூர் அரசடிப் பிள்ளையாருக்கு இவ்வூர் பள்ளிக்கல் பெருமாள் நிலக்கொடை. *(த.நா.தொ. Vol VI 2004–523)*

491. இவ்வூர் கறைகண்டேஸ்வரர் கோவில் முன் மண்டபம் நடுப்பாதை மேல்பட்டியில் *2* வரித் தமிழ்க்கல்வெட்டு, ஆண்டு இல்லை. தெய்வநாயகம் கொடையில் இம்மண்டபம் கட்டப்பட்டிருக்கலாம். *(வெளியாகாதது)*

492. இவ்வூர் கழுவன்திட்டை பகுதி சாலை அருகே தனிக்கல். தமிழ்; *24* வரிகள்; கி.பி. *1496;* சிறைவாய் அரச குடும்பத்திற்கு கொடுத்த கருப்புகட்டியும் பண்டாகருப்புகட்டியும் இனி கொடுக்க வேண்டாம் என்றது. *(வெளியாகாதது)*

75. திருப்பதிசாரம் (தோவாளை வட்டம்)

493. திருவாழிமார்பன் கோவில் முதல் பிரகாரம். தமிழ்; கி.பி. *1614;* திருவாழிமார்பனார் கோவிலில் திருஓணவிழாவில் அமுது படிக்கும், பால் பாயசம் செய்யவும், பிராமணவித்துவான்கள் போஜனம் பண்ணவும், திருப்பதி நங்கை கோவில் பூசைக்கும்

நாராயணன் நம்பி என்பார் நிபந்தமாக 150 பணம் கொடுத்திருக்கிறார். பொறுப்பு கோவில் சபை நிர்வாகிகள். இந்தப் பணம் கோவில் ஸ்ரீபண்டாரத்தில் சேர்க்கப்பட்டிருக்கிறது. *(TAS Vol 5 No 46 P 157)*

494. திருவாழிமார்பன் கோவில் முதல் பிரகாரம் கல்பலகையில் உள்ள இக்கல்வெட்டு தமிழில் அமைந்தது. 11 வரிகள்; கி.பி. 1786; இக்கோவிலில் உள்ள ஒத்தைக்கல் மண்டபம் தளத்தை அமைத்தவர் கல்குளம் பிள்ளையார் கோவில் கிராமத்தில் வாழும் குப்பான் சிட்டி என்பவர் ஆவார். *(TAS Vol 5 No 47 P 159)*

495. இக்கோவில் இரண்டாம் பிரகாரம் மேற்கு நீண்ட ஒருவரித் தமிழ் கல்வெட்டு உள்ளது. கி.பி 1129 ஆண்டு திருப்பரிசாரத்து வீற்றிருந்த எம்பெருமானுக்கு விழிஞமான இராஜேந்திர சோழப் பட்டிணத்து வியாபாரி நாகன் செட்டி நிபந்தம் அல்லது பணி செய்த செய்தி. கல்வெட்டு முழுமை இல்லை. இக்காலத்தில் விழிஞம் என்ற ஊர் ராஜேந்திர சோழப் பட்டிணம் என்று அழைக்கப்பட்டிருக்கிறது. இக்கல்வெட்டில் இவ்வூர் 'திருப்பரிசாரம்' எனப்படுகிறது. இக்கோவில் தலபுராணமும் இதே பேரைக் குறிப்பிட்டு ஒரு கதை கூறுகிறது. *(TAS Vol III No 51 P 197–198)*

496. இவ்வூர் அம்மன் கண்ட சாஸ்தாகோவில் முன்மண்டபத்தில் காணப்படும் கல்வெட்டு. தமிழ். கி.பி 18–19 நூற்.; வாச்சபெருமாள் மகன் சண்முகப்பெருமாள் செய்த பணி பற்றிய செய்தியைக் இக்கல்வெட்டு குறிப்பிடுகிறது. *(ஆவணம் 23 No 57 ப. 201)*

497. இவ்வூர் அம்மன் கண்டசாஸ்தா கோவில் முன்மண்டபத்தில் உள்ள தமிழ் கல்வெட்டு; கி.பி. 18–19 நூற். இருக்கலாம். இக்கோவிலுக்கு தெய்வதம் பெருமாள் மகன் அய்யம் பெருமாள் அளித்த கொடை பற்றிய செய்தி இதில் உள்ளது. *(ஆவணம் 23 No 57 P 201)*

498. இவ்வூர் கீழ்ப்பகுதி சாஸ்தாகோவில் முன்மண்டபம் நடுத்தூணில் ஒரு வரியில். ஒன்று அல்லது இரண்டு எழுத்து 9 வரிகள். வாச்ச பெருமாள் சண்முகப் பெருமாள் சதா சேவை. கி.ப. 18 நூற். இருக்கலாம். *(வெளியாகாதது)*

499. இவ்வூரின் மேற்கே உள்ள ஐடாயுபுரம் சிவன் கோவில் மேற்கு சுவர் அதிஷ்டானத்தில் முப்பட்ட குமுதத்தில் தமிழ் கல்வெட்டு 5 வரிகள் கி.பி. 12–13 நூற். விழிஞம் (ராஜேந்திர சோழப்பட்டிணம்) வியாபாரி நாதன் செட்டி இக்கோவிலுக்கு

விளக்கு, நெய் நிபந்தம். 50 ஆடுகள் கொடுத்தான். மேற்பார்வை திருக்கோவிலுடையான் நாராயணன். (வெளியிடப்படாதது)

500. இவ்வூர் திருவாழ்மார்பன் கோவிலில் பித்தளை திருவாச்சி. கி.பி. 1888 வைகாசி 15; 10 வரி; தமிழ்; இக்கோவிலுக்கு சிவஞானம் பிள்ளை செய்து கொடுத்த திருவாச்சி. ஈஸ்வர ஆசாரி பணி. (வெளியாகாதது)

501. இவ்வூர் கீழ்பகுதி சாஸ்தாங் கோவில் முன்மண்டபம் வடக்கு தூணில் தமிழ் கல்வெட்டு ஒரு சொல் உடைய 7 வரிகள். அய்யம்பெருமாள் தூண் கொடை. (வெளியாகாதது)

76. திருப்பன்னிகோடு (கல்குளம் வட்டம்)

502. இவ்வூர் தமிழ்கல்வெட்டொன்று பத்மநாபபுரம் அருங்காட்சியகத்தில் உள்ளது. கி.பி 1750; மலைமண்டிலத்து பன்னிகோட்டு தேசத்து வேலாயுதப் பெருமாள் உடையார் என்பவர் தென் பராசத்து ராச பாதையில் மடம் கட்டி அதில் தர்மம் நடக்கிற வகைக்கு நிலக்கொடை வழங்கிய செய்தி உள்ளது. 2 அல்லது 3 சொற்கள் உள்ள 80 வரிகள் கொண்டது இக்கல்வெட்டு. இந்த மடத்தில் நெருப்பும் நீரும் தானமாகக் கொடுக்கப்பட்டது. இதற்காகக் கொடுக்கப்பட்ட நிலம் நாஞ் சில்நாட்டில் உள்ளது. (த.நா.தொ. Vol VI 2004–535)

77. திருவட்டாறு (கல்குளம் வட்டம்)

503. ஆதிகேசவப் பெருமாள் கோவில், முதல் பிரகாரம் கிழக்கு பக்கம் பட்டி; தமிழ்; வேணாடு, கீழப்பேரூர் இல்லத்தில் திருப்பாப்பூர் சொரூபத்தில் ஸ்ரீவீரரவி இரவிவர்மர் குலசேகரப் பெருமாள்; கி.பி. 1694; நீண்ட 5 வரிகள்; கிரந்தக் கலப்பு; இரவிவர்மா இக்கோவில் திருச்சுற்று மாளிகை, மடப்பள்ளி, ஒரு கல் மண்டபம் ஆகியவற்றைத் திருப்பணி செய்த செய்தி. இது ம.ஆ. 779 ஆனிமாதம் சனிக்கிழமை நடந்தது. திருப்பணி நடந்த பின்பு பெருமாளுக்கு புனுகும் சாத்தினர். இக்காலத்தில் இளங்கோவில் கட்டப்பட்டது. (இப்போது சாஸ்தா கோவில்) வேணாட்டு அரச குடும்பத்தைச் சார்ந்த இரையுமக்குட்டி அம்மை, இளைய இரையுமக் குட்டி, எனச் சிலரும் அரசரின் மனைவியும் பணிகள் செய்துள்ளனர். (த.நா.தொ. Vol IV 1969–39; TAS Vol I P 258)

504. ஆதிகேசவப் பெருமாள் கோவில் முதல் பிரகாரம் கிழக்கு சுவர்; தமிழ்; கி.பி 17–18 நூற்.; 2 சொற்கள் உள்ள 5 வரிகள்; கல்வெட்டு மிக சிதைந்துள்ளது. 'பெரிய நம்பி' என்னும் சொல் வருகிறது. (த.நா.தொ. Vol IV 1969–40)

505. ஆதிகேசவப் பெருமாள் கோவில், முதல் பிரகாரம் கிழக்கு பக்கச் சுவர்; தமிழ் கி.பி 17–18 நூற்.; சிறிய அளவில் 4 வரிகள்; சிதைந்த பகுதிகள்; கருவேல செட்டி சின்னான் செய்த பணி என்ற செய்தி இதில் உள்ளது. (த.நா.தொ. Vol IV 1969–41)

506. ஆதிகேசவப் பெருமாள் முதல் பிரகாரம் கிழக்கு பக்க தூண்; தமிழ்; கி.பி 17 நூற்.; வரிகள் 11; இக்கோவில் திருமாளிகையில் பணி செய்தவர்கள் பரமகுடி, உவச்சன் ஆதிச்சமன் செண்பகராமன் பணிக்கன், ஈச்ச குட்டி தமுக்கறை நாயர் ஆகியோர். (த.நா.தொ. Vol IV 1969–42)

507. ஆதிகேசவப் பெருமாள் கோவில் முதல் பிரகாரம் கிழக்கு பக்க தூண்; தமிழ்; கி.பி. 1602; மலையாளம் கொல்லம் 778 பங்குனி மாதம்; இளம் கோயில் கட்டிய செய்தி; இதே ஆண்டு புனித நீராட்டுவிழா நடந்தது. கல்வெட்டு சிதைந்து உள்ளது. (த.நா.தொ. Vol IV 1969–43)

508. ஆதிகேசவப் பெருமாள் கோயில் முதல் பிரகாரம் கிழக்கு பக்க சுவர். தமிழ்; கி.பி. 17–18 நூற்.; ஒரு வரியில் 2–3 சொற்கள் ஆக 18 வரிகள்; தொட்டார் என்ற வீட்டில் உள்ள பாப்பகுட்டி என்பவர் தேசாந்திரியாகச் சென்றார். பின் துறவியாக ஆனார். இவர் இக்கோவிலுக்கு பெருநீராட்டினார். (த.நா.தொ. Vol IV 1969–44)

509. ஆதிகேசவப் பெருமாள் கோவில் முதல் பிரகாரம், கிழக்கு சுவர்; தமிழ்; கி.பி 17–18 நூற்.; 5 சொற்கள்; கொடியன் இரவி இக்கோவில் சுவரில் ஒரு வரிசைக்கல் அமைத்தான். (த.நா.தொ. Vol IV 1969–45)

510. ஆதிகேசவப் பெருமாள் கோவில் முதல் பிரகாரம் தெற்கு பக்க பட்டி. மொழி தமிழ்; எழுத்து வட்டெழுத்து; வேணாடு; வீர உதைய மார்த்தாண்டவர்மா; சுமார் 12 ஆம் நூற்.; 6 சிதைந்த வரிகள்; நிபந்த நெல் பற்றி செய்தி இருக்கலாம். (த.நா.தொ. Vol IV 1969–46; TAS Vol VII Part II P 118)

511. ஆதிகேசவப் பெருமாள் கோவில், முதல் பிரகாரம் தெற்கு பக்கம் பட்டி; தமிழ்; கி.பி. 1604 விலவூர் தேசம் கணக்கர் அய்யப்பன் கொடை (த.நா.தொ. Vol IV 1969–47)

512. ஆதிகேசவப் பெருமாள் கோவில் முதல் பிரகாரம் தெற்கு பக்கப் பட்டி. மொழி சமஸ்கிரதம்; எழுத்து தேவநாகரி; வேணாடு; குலசேகரவர்மன் என்பவனின் திருப்பணி; சிதைந்த கல்வெட்டு. இதே கல்வெட்டுச் செய்தி த.நா.தொ. Vol IV 1969–55இல் தமிழில் உள்ளது. (த.நா.தொ. Vol IV 1969–48 TAS Vol VII P 112)

513. ஆதிகேசவப் பெருமாள் கோவில் முதல் பிரகாரம் தெற்கு பக்க பட்டி; மொழி தமிழ்; எழுத்து வட்டெழுத்து; வேணாடு

இளங்கூறு வாண்ணருள்கின்ற ஸ்ரீவீர உதைய மாத்தாண்டவர்ம திருவடி. கி.பி. 1172 நீண்ட இரண்டு வரிகள். கோவில் மூலவருக்கு நித்த செலவிற்கு நிலம் கொடை (த.நா.தொ. Vol IV 1969-49; TAS Vol VII Part II P 117)

514. தளியல் மகாதேவர் கோவில் கருவறை தெற்கு பட்டி; மொழி தமிழ்; எழுத்து வட்டெழுத்து கி.பி. 14 நூற்.; கல்வெட்டு மிக சிதைந்துள்ளது. (த.நா.தொ. Vol IV 1969-50)

515. தளியல் மகாதேவர் அர்த்தமண்டபம் தெற்கு பக்க தூண் மொழி தமிழ்; வட்டெழுத்து; கி.பி 10-11 நூற்.; கல்வெட்டு மிகவும் சிதைவு; (த.நா.தொ. Vol IV 1969-51)

516. ஆதிகேசவப் பெருமாள் கோவில் முதல் பிரகாரம் தென்கிழக்கு பக்கம் தூண். தமிழ்; கி.பி. 1604; காக்காணச் சேரியில் வாழ்ந்த கேசவன் திருவிக்கிரமன் ஒரு வரிசைக் கல் அமைத்த செய்தி இதில் உள்ளது. (த.நா.தொ. Vol IV 1969-52)

517. ஆதிகேசவப் பெருமாள் கோவில் கிழக்கு கோபுரம் தெற்கு பக்கம் பட்டி; தமிழ்; 1463 திருவாட்டாற்றைச் சேர்ந்த ஒருவன் கோவில் பணி தொடர்பாக ஆணையிட கலாரத்தின் தலைவன் முடித்து வைத்தான் என்ற செய்தி. கல்வெட்டு மிகவும் சிதைந்து உள்ளது. இது ஒரு செய்யுளாக இருக்க வேண்டும். (த.நா.தொ Vol IV 1969-53)

518. ஆதிகேசவப் பெருமாள் கோவில் முதல் பிரகாரம் மேற்கு பக்கப் பட்டி. மொழி தமிழ்; எழுத்து வட்டெழுத்து; சோழர் முதல் குலோத்துங்கன்; கி.பி. 11ஆம் நூற்.; கல்வெட்டு மிகவும் சிதைந்துள்ளது. குலோத்துங்கரின் மெய் கீர்த்தி வரிகள் உள்ளன. 'நுளம்பர்' சொல் வருகிறது. (த.நா.தொ. Vol IV 1969-54)

519. ஆதிகேசவப் பெருமாள் கோவில் முதல் பிரகாரம் மேற்குப் பக்க சுவர் தமிழ் கி.பி. 17-18 நூற். மூன்று வரிகள் கல்வெட்டின் ஒரு பகுதியே உள்ளது. இராமவர்ம குலசேகரப் பெருமாள் என்பவர் செய்த திருப்பணி பற்றி குறிப்பிடுகிறது. (த.நா.தொ. Vol IV 1969-55)

520. ஆதிகேசவப் பெருமாள் கோவில் கிழக்கு கோபுரத்தின் தெற்குப் பக்கம் பட்டி மொழி சமஸ்கிருதம்; எழுத்து கிரந்தம்; கி.பி. 17-18 நூற்; கல்வெட்டில் 4 சொற்களே உள்ளன (த.நா.தொ. Vol VI 1969-56)

521. ஆதிகேசவப் பெருமாள் கோவில் முதல் பிரகாரம் வடக்கு சுவர் மொழி சமஸ்கிரதம் எழுத்து கிரந்தம்; கி.பி. 17 நூற்.; மிக சிதைந்த கல்வெட்டு. (த.நா.தொ. Vol IV 1969-57)

522. ஆதிகேசவர் கோவில் முதல் பிரகாரம் மேற்கு தூண் தமிழ் கி.பி 17–18; சிதைந்த கல்வெட்டு; மார்த்தாண்டன் என்பவன் கூரை திருப்பணி செய்த தகவல். (த.நா.தொ. Vol IV 1969–58)

523. ஆதிகேசவர் கோவில் முதல் பிரகாரம் வடக்கு சுவர் தமிழ். கி.பி. 17–19; திருவனந்தபுரம் கணக்கர் காலப்பெருமாள் கல்பணிக்கு உதவிய செய்தி. (த.நா.தொ. Vol IV 1969–59)

524. ஆதிகேசவர் கோவில் கிழக்கு கோபுரம் தெற்கு பக்க பட்டி; மொழி சமஸ்கிரதம்; எழுத்து கிரந்தம்; கி.பி 17–18 நூற்.; மிக சிதைவு; எழுத்துக்கள் மட்டும் உள்ளன. (த.நா.தொ. Vol IV 1969–60)

525. ஆதிகேசவர் கோவில் முதல் பிரகாரம் வடக்கு தூண்; தமிழ்; கி.பி. 17–18 நூற்.; 8 வரிகள். மேலாங்கோடு தேசத்து ஈச்சுரன் கணக்கு ஈச்சுவரன் செய்வித்த பணி. இதை ஸ்ரீ பண்டாரக் கணக்கு ஈச்சுரன் ஆதித்தன் குறிப்பிடுகிறான். (த.நா.தொ. Vol IV 1969–61)

526. ஆதிகேசவன் கோவில் முதல் பிரகாரம் வடக்கு தூண். தமிழ். கி.பி. 16–17 நூற்.; ஸ்ரீபண்டாரக் கணக்கு ஈச்சரன் ஆதித்தன் என்பவனும், திருவிதாங்கோடு ஊர் கணக்கன் மார்த்தாண்டன் என்பவரும் இத்தூணைக் கொடையாக அளித்தனர். இங்கு திருவிதாங்கோடு கிராம தேசம் எனக் குறிப்பிடப்படுகிறது. (த.நா.தொ. Vol IV 1969–62)

527. ஆதிகேசவர் கோவில் முதல் பிரகாரம் வடக்கு சுவர்; தமிழ்; கி.பி 17–18; திருவட்டாறு தேசம், ஸ்ரீபாதமூலத்து தென்புரத் தங்கல் இல்லத்தில் கணக்கு கிட்டிணன் செய்வித்த பத்தி. (த.நா.தொ. Vol VI 1969–63)

528. ஆதிகேசவப் பெருமாள் கோவில் எதிரே ஆற்றின் படிக்கல்; தமிழ்; எழுத்து வட்டெழுத்து; கி.பி 14 நூற்.; 3 வரிகள்; முழுதும் சிதைவு; நிபந்த நிலவரி தொடர்பாய் இருக்கலாம். (த.நா.தொ. Vol IV 1969–64)

529. ஆதிகேசவர் கோவில் கிருஷ்ணன் சந்நிதி தெற்கு பட்டி. மொழி தமிழ்; எழுத்து வட்டெழுத்து கி.பி. 1234; கல்வெட்டு 4 வரிகள் பாடல் வடிவில் ஆனது. திருவட்டாறு அம்பாடி கோவிலில் (கிருஷ்ணன் கோவில்) அவரன் ஜெய அவரன் என்பவன் செய்த திருப்பணி (த.நா.தொ. Vol IV 1969–65)

530. திருவட்டாறு பாலத்தின் தென் பக்கச் சுவர். ஆங்கிலம் கி.பி. 1900; திருவிதாங்கூர் ராமவர்மா காலம். இப்பாலம் 1900இல் ராமவர்மா காலத்தில் திவான் பகதூர் கே. கிருஷ்ணசாமி ராவ்,

டபிள்யூ. ஜாப் தலைமைப் பொறியாளர், பி. சுப்பிரமணிய அய்யர் துணைப் பொறியாளர் ஆகியோர் முன்னிலையில் திறக்கப்பட்டது. (த.நா.தொ. *Vol VI 1969–67*)

531. ஆதிகேசவர் கோவில் கல்மண்டபம் வடக்கு பட்டி. மொழி தமிழ், சமஸ்கிரதம்; எழுத்து தமிழ் கிரந்தம்; கி.பி. *1603;* கோவில் திருப்பணி. இக்கோவில் முன் மண்டபத்தின் ஒற்றைக்கல் இடுவித்த ஸ்ரீகீழப்பேரூர் இல்லம் திருப்பாப்பூர் அரசர் திருவனந்தபுரத்தில் இருந்தபோது எடுக்கப்பட்டது. சித்திரை திங்கள் 7ஆம் தேதி நடந்தது. (த.நா.தொ. *Vol IV 1969–68*)

532. ஆதிகேசவர்கோவில் ஒற்றைக்கல் மண்டபம் வடக்கு சுவர். தமிழ்; வேணாடு ஸ்ரீவீரரவி ரவிவர்மரான ஸ்ரீகுலசேகரப் பெருமாள். கி.பி 17 நூற். அரசர் செய்த திருப்பணி. கல்வெட்டு சிதைவு; இதில் அரசரின் அம்மாவின் பெயர் சிதைந்த நிலையில் உள்ளது. (த.நா.தொ. *Vol IV 1969–69*)

533. ஆதிகேசவர் கோவில் கிருஷ்ணன் சந்நிதி முன் விளக்கு கம்பம் கீழ் பகுதி. தமிழ்; கி.பி. *17–18;* கேரள மண்டிலம் நாராயணன் தாண்டவன் சதாசேவை பற்றியது. (த.நா.தொ. *Vol IV 1969–70*)

534. ஆதிகேசவன் கோவில் கிழக்கு பக்க இடைநாழி தென்புறம் சுவர். மொழி தமிழ்; எழுத்து வட்டெழுத்து; கி.பி 13ஆம் நூற்.; கல்வெட்டு ஒரு பகுதி மிகவும் சிதைவு. (த.நா.தொ. *Vol IV 1969–71*)

535. ஆதிகேசவன் கோவில் முதல் பிரகாரம் தென்புறச் சுவர். மொழி தமிழ்; எழுத்து வட்டெழுத்து; கி.பி. 14 நூற்.; மிகவும் சிதைந்த நிலையில் உள்ளது. (த.நா.தொ *Vol IV 1969–71*)

536. ஆதிகேசவர் கோவில் கொடிமரம் மேற்கு பட்டி. தமிழ்; கி.பி. *17–18* நூற்; *2* வரி; சீகரணம் குளத்தறை நாராயண தேவன் என்பான் கொடிமரம் செய்வித்த செய்தி. (த.நா.தொ. *Vol IV 1969–73*)

537. ஆதிகேசவன் கோவில் கொடிக்கம்பம் பித்தளைப் பட்டி. மொழி தமிழ், சமஸ்கிரதம்; எழுத்து தமிழ் கிரந்தம்; கி.பி. *1581;* திருவட்டாறு தேசத்து ஸ்ரீபாத மூலத்தில் கிழக்கு கோபுரத்தின் வீட்டில் குட்டத்தி ஈச்சம்மக்குட்டி கொடிமரம பெரிய பலிக்கல் அமைத்தாள். (த.நா.தொ. *Vol IV 1969–74; TAS Vol VII P 120*)

538. ஆதிகேசவப் பெருமாள் கோவில், உதைய மார்த்தாண்ட மண்டபத்தூண்; தமிழ்; கி.பி *1796;* நீலகண்டன் ஈச்சகுட்டி சதா சேவை. (த.நா.தொ. *Vol IV 1969–75*)

539. ஆதிகேசவன் கோவில் கொடிமரம் அருகே துவாரபாலகர் சிலை கீழ் பகுதி. தமிழ்; கி.பி. 1611; மூன்றுவரி சிதைந்த கல்வெட்டு (த.நா.தொ. Vol IV 1969–76)

540. ஆதிகேசவர் கோவில் கொடிமரம் அருகே துவாரபாலகர் சிலையின் கீழ் தமிழ்; கி.பி 17–18 நூற்.; 2 சொல்; சிதைந்த கல்வெட்டு (த.நா.தொ. Vol IV 1969–77)

541. ஆதிகேசவர் கோவில் கொடிமரம் அருகே துவாரபாலகர் சிலையின் கீழ் பகுதி. தமிழ்; கி.பி 17–18; 6 சொல்; சிதைந்த கல்வெட்டு (த.நா.தொ. Vol IV 1969–78)

542. ஆதிகேசவர் கோவில் கீழ் புறம் அழிக்கடவு; படிக்கல். மொழி தமிழ்; எழுத்து வட்டெழுத்து; கி.பி 11 நூற்.; ஸ்ரீவரதப் பட்டர் என்பவர் படிக்கற்கள் அமைத்த செய்தி. (த.நா.தொ. Vol IV 2004–502)

543. ஆதிகேசவர் கோவில் வெளிப்புறம் தென்புற சோபன மண்டபச் சுவர். தமிழ்; கி.பி 1744; இதே ஆண்டு சோபன படி கட்டப்பட்டிருக்கலாம் (த.நா.தொ. IV 2004–503)

544. திருவட்டாறு ஊரில் உள்ள கல்வெட்டு பத்மநாபபுரம் அரண்மனையில் உள்ளது. தமிழ்; கி.பி 1681; 2–3 சொற்கள் உடைய 98 வரிகள். திருவட்டாறு இரவிக்குட்டியும் பத்மனாபனும் மடம் கட்டி தர்மம் நடத்தி தானவிலை பிரமாணமாக நிலக்கொடை வழங்கியதை கல்வெட்டு தெரிவிக்கிறது. இது உதயபூர்வ தர்மதானப் பிரமாணம் இந்த மடத்தில் மகேஸ்வர பூசை நடந்தது. (த.நா.தொ. IV 2004–525 TAS Vol VII Part II No 27)

78. திருவிதாங்கோடு (கல்குளம் வட்டம்)

545. நீலகண்டசுவாமி கோவில் கருவறை மேற்கு பக்கப் பட்டி மொழி தமிழ் எழுத்து வட்டெழுத்து கி.பி. 10ஆம் நூற்.; நீண்ட 3 வரிகள், ஈசான மகாதேவர்க்குக் கார்த்திகை மாதத்தில் விளக்கு எரிப்பதற்கும் விளக்கு வைக்கின்ற நாளில் சுவாமிக்கு திருவமுது படைப்பதற்கும் விளக்கை கண்காணிக்க ஒருவனுக்கும் நித்திய செலவிற்கு நிலம் கொடை. (த.நா.தொ. Vol IV 1969–104; TAS Vol III Part I P 79)

546. நீலகண்டசாமி கோவில் கருவறை வடக்கு சுவர்; மொழி தமிழ்; எழுத்து வட்டெழுத்து; கி.பி 12ஆம் நூற். இராசராசத் தென்னாட்டு வேம்பனூரைச் சார்ந்த அரங்கன் என்பான் திருவாய்ப்பாடியைச் சேர்ந்த செந்திளங்கையின் நினைவாக திருவிதாங்கோட்டு மகாதேவர் கோயிலில் ஒரு விளக்கு எரிக்க

சபையாரிடம் ஐந்து எருமை அளித்த செய்தி வருகிறது. (த.நா. தொ. *Vol IV 1969–105; TAS Vol III Part I P 50)*

547. நீலகண்டசாமி கோவில் கல்பாறை; மொழி தமிழ் எழுத்து வட்டெழுத்து. சோழர், சுந்தர சோழ பாண்டியன். கி.பி. 11ஆம் நூற்.; திருக்கண்ணன் கோட்டு வெள்ளாளன் கருநட்டவி என்பவன் இக்கோவிலுக்கு விளக்கு எரிக்க 20 கழஞ்சு பொன் நன்கொடை கொடுத்தான். இது 9 மாத்து பொன். (பத்தரை மாத்து என்று சொல்வது வழக்கம்) (த.நா.தொ. *Vol IV 1969–105A TAS Vol IV P 140)*

548. நீலகண்டசாமி கோவில் கருவறை வெளிப்பக்கம் தெற்கு சுவர் மொழி தமிழ்; எழுத்து வட்டெழுத்து; கி.பி. 869–870; ஓமாய நாட்டு தலைவன் சிங்கன் குன்றன் குன்றப் போழன் ஆறு கலம் நெல் சபையாரிடம் அளித்து அதில் வருகின்ற வட்டியிலிருந்து மகாதேவர்க்கு இரு வேளை நிபந்தங்கள் செலவிட வேண்டும் என்ற செய்தி உள்ளது (த.நா.தொ. *Vol IV 1969–105B; TAS Vol IV P 142)*

549. நீலகண்டசாமி கோவில் துவாரபாலகர் மண்டபம் கிழக்கு பக்க திண்ணை; தமிழ்; கி.பி 1611; 2 வரி; மிகவும் சிதைந்த நிலை. 'கந்தங்கோடு' பெயர் வருகிறது. (த.நா.தொ. *Vol IV 1969–105C)*

550. திருவிதாங்கோடு மசூதிக்கு அருகே நிறுவப்பட்ட தூண். தமிழ்; கி.பி. 1688; இரண்டு அல்லது மூன்று சொற்கள் கொண்ட 133 வரிகள். புதுவூர் தேசத்து கணக்கு தேவன் இரவியும், பள்ளிக்கல்லைச் சேர்ந்த ஈஸ்வரன் பொல்லம் பிள்ளையானும் புதுவூரில் அம்பலம் கட்டி தானப்பிறமாணமாக நிலக்கொடை வழங்கிய செய்தி; இவர் கட்டிய அம்பல மடத்தில் தண்ணீர் சுண்ணாம்பு தர்மம்; சாவடி சொல் வருகிறது. (த.நா.தொ. *Vol VI 2004–513 TAS Vol V Part I No 25)*

551. திருவிதாங்கோடு பெண்கள் பள்ளிக்கு அருகே நிறுவப்பட்ட கல்தூண். மொழி தமிழ்; எழுத்து வட்டெழுத்து; கி.பி 1452; ஒன்று அல்லது இரண்டு சொற்கள் உடைய 66 வரிகள். இக்கல்வெட்டு வேளாளர்களுக்கும் வெள்ளநாடர்களுக்கும் இடையில் உள்ள பிரச்சனை பற்றியது. இதனால் வெள்ளநாடர் பிழைக்கப்பட்டவர்களாகக் கருதப்படுவர். இதற்குரிய நிபந்தனைகள்; வெள்ளநாடன் தமிழ் பகுதியில் பெண் எடுக்கக்கூடாது; நம்முடன் சேவகம் செய்ய வரக்கூடாது; இது தொடர்பாக எதுவும் பேசக்கூடாது; இவர்கள் கணக்கு எழுதக் கூடாது என்றும் கல்பிக்கப்பட்டது. இதில் சில பெயர்கள் வருகின்றன. இது சாதி தொடர்பான முக்கிய கல்வெட்டு (த.நா. தொ. *Vol VI 2004–514; TAS Vol V Part I No 26)*

552. இவ்வூர் பெரியநாயகிமாதா கோவிலில் உள்ளது. தமிழ்; கி.பி. *1860* கொல்லம் மிஷனரியில் பணிபுரிந்த கத்தோலிக்க பாதிரியின் கல்லறை. அதெரியானஸ் என்பார் கத்தோலிக்க அப்போஸ்தோலிக் மிஸியனில் சேர்ந்து குருவானவர். *1800*இல் பிறந்து *1840*இல் கும்பிசாரம் பெற்றார். *1855*இல் கொல்லம் மிஸியனில் அலுவல். *1860*இல் திக்கணங்கோட்டு கோவிலில் மரணம். இங்கு அடக்கம் (த.நா.தொ. *Vol VI 2004–515 TAS Vol VII Part I No 43 P61)*

553. இவ்வூரில் உள்ள கல்வெட்டு பத்மநாபபுரம் அரண்மனையில் உள்ளது. தமிழ்; வேணாடு; வீரகேரளவர்ம சிறைவாய் மூத்த தம்பிரான். கி.பி *1693* (ம.ஆ. *871* தை மாதம் *27* தேதி. சனியாட்சை சதய நட்சத்திரம், வெளியிடப்பட்ட உத்தரவு. வீரகேரளர் கல்குளம் அரண்மனையில் இரண்டுவகை ஜனங்களும் கூடி நின்றபோது கூறியது. தோவாளைக்கு மேக்கு கண்ணாற்றுக்கு கிழக்கு கடல் மலைக்கு இடைப்பட்ட நாட்டில் இப்போது நடைமுறையில் உள்ள புலைப்பேடியும் மண்ணார் பேடியும் என்னும் வழக்கம் தடைசெய்யப்பட்டுள்ளது. இது இரண்டு வகை ஜனங்களும் அரசரும் முடிவு செய்து வெளியிட்ட உத்தரவு. இதை மீறி இந்த வழக்கத்தை மேற்கொள்ளுபவர்கள் அழிக்கப்படுவார்கள்; அவர்களது கர்ப்பிணி பெண்களின் வயிற்றுப் பிள்ளைகளும் அழிக்கப்படுவர். இதை மீறி புலைப்பேடி மண்ணார்பேடி வழக்க முறையில் அகப்பட்ட பெண்கள் நீரில் குளித்தால் தோஷம் போய்விடும். இந்த உத்தரவு புல்லும் பூமியும் கல்லும் காவேரியும் உள்ள காலம் வரை செல்லுபடியாகும். இக்கல்வெட்டு திருவிதாங்கோடு தெண்டப்படை வீட்டில் வடக்கு வாசல் கல்வெட்டி வைக்கப்பட்டது. (த.நா.தொ. *Vol VI 2004–525; TAS Vol VII Part II No 27)*

555. இவ்வூரில் இருந்த கல்வெட்டு இப்போது பத்மநாபபுரம் அரண்மனையில் உள்ளது. தமிழ்; வேணாடு; சிறைவாய் மூத்த திருவடி; கி.பி. *1513;* இரண்டு அல்லது மூன்று சொற்கள் உள்ள *62* வரிகள்; அரசர் திருவிதாங்கோடு அரண்மனையில் எழுந்திருந்தபோது ஸ்ரீ பண்டாரத்திலிருந்து *15000* பொன், நிலம் தானம். (த.நா.தொ. *Vol VI 2004–526)*

79. திருவிடைக்கோடு (கல்குளம் வட்டம்)

556. சடையப்பர் கோவில் இரண்டாம் பிரகாரம் தெற்கு பகுதி. மொழி தமிழ்; எழுத்து வட்டெழுத்து; கி.பி. *10*ஆம் நூற்.; மருதத்தூர் திருவிடைக்கோடு மகாதேவர்க்கு ஓமாயநாட்டு அரையனின் நினைவாக அந்நாட்டின் கிழவன் ஊர் வேளான் என்பான் திருவிடைக்கோடு மகாதேவர்க்கு விளக்கு எரிக்கவும் திருஅமிர்துக்கும் நிலம் அளித்ததைக் குறிக்கிறது. நிபந்த நிலம்

மருதத்தூர் தாமரைகுளம் அருகே இருந்தது. (த.நா.தொ. *Vol IV 1969–79; TAS Vol III Part II P 198–199)*

557. சடையப்ப மகாதேவர் கோவில் இரண்டாம் பிரகாரம் தென்பகுதி பாறை; மொழி தமிழ்; எழுத்து வட்டெழுத்து; கி.பி. *13–14;* மகாதேவர்க்கு திருஅமிர்துக்கு நிலம் கொடுத்தவன் வீரபாண்டிய ஆன்குடி வேளான் இந்நிலம் நாஞ்சில் நாட்டு குண்பூர்காவில் கட்டிமாங்கோடு ஊரில் இருந்தது. (த.நா.தொ *Vol IV 1969–80; TAS Vol III Part II P 199)*

558. சடையப்ப தேவர் கோவில் இரண்டாம் பிரகாரம் தென்பகுதி பாறை தமிழ்; கி.பி. *12* நூற்.; முற்றுப்பெறாத கல்வெட்டு; எட்டு வரிகள்; ஆளூரான விக்கிரமசோழ பாண்டியபுரத்தைச் சேர்ந்த உடையான் பட்டனான கற்பகச்செட்டி சாரிசாத்தனுக்கு முக்கால் பணம் கொடுத்து அமாவாசை தினத்தன்று பன்னிரண்டு பிராமணர்க்கு உணவு அளிக்க ஏற்பாடு செய்வித்ததைக் குறிப்பிடுகிறது. (த.நா.தொ. *Vol IV 1969–81; TAS Vol V P 144)*

559. சடையப்பர் கோவில் இரண்டாம் பிரகாரம் தெற்கு பக்கம் பாறை; தமிழ்; கி.பி *12–13* நூற்.; வரிகள் *46;* குறுநாட்டு மருதத்தூரைச் சேர்ந்த உதையன் பொன்னாண்டியும் உதையன் மங்கல நங்கையும் திருவிடைக்கோட்டு மூலவருக்கு திருவமுது படைக்கவும் ஏழு பிராமணர்களுக்கு துவாதசி நாளில் உணவு அளிக்கவும் நிலம் கொடுத்த செய்தி. பிராமணர் உணவு குறித்த செய்தி விபரமாக உள்ளது. அரிசி *16* நாழி; பயிறு நாழி, எரிச்ச கறி, நறு நெய் உழக்கு, மிளகு அரை உழக்கு, தேங்காய் ஒன்று, மோர் முந்நாழி உரி, தேவையான உப்பு, புளி, விறகு, வெற்றிலை, பாக்கு ஆகியவற்றைக் கொடுக்க வேண்டும் என்னும் செய்தி உள்ளது. (த.நா.தொ. *Vol IV 1969–82; TAS Vol V P 144–145)*

560. சடையப்பர் கோவில் சுவரில் உள்ள தூண், தமிழ்; கி.பி *17–18* நூற்.; கழைக்கூட்டம் தேசம் கணக்கு இராமன் தேவன் அமைத்த தூண். (த.நா.தொ. *Vol IV 1969–83)*

561. சடையப்ப தேவர் கருவறை சுவரில் தூண். தமிழ்; கி.பி *16–17* நூற்.; கேரளம் சரப்பள்ளி மருதன்நாகன் செய்விச்ச பத்தி. (த.நா.தொ. *Vol IV 1969–84)*

562. சடையப்ப மகாதேவர் கோவில் கருவறை சுவர் தூண். தமிழ்; கி.பி *16–17* நூற்.; மணியன் கண்ணன் என்பார் பத்தி அமைத்தது. (த.நா.தொ. *Vol IV 1969–85)*

563. சடையப்பர் கோவில் கருவறை சுவர் தூண். தமிழ்; கி.பி *16–17* நூற்.; கேரளன் அய்யப்பன் என்பவர் ஒருவரிசை தூண் அமைக்க *20* அளித்த செய்தி. (த.நா.தொ. *Vol IV 1969–86)*

564. சடையப்பர் கோவில் கருவறை வெளிச்சுற்றில் தூண். தமிழ்; கி.பி. 16–17 நூற்.; பாறைசாலை தேசம் நாகன் ஆதித்தன் என்பார் ஒருவரிசை தூண் அமைக்க பணம் கொடுத்த செய்தி. (த.நா.தொ. *Vol IV 1969–87*)

565. சடையப்பர் கோவில் கருவறை வெளிச்சுற்று தூண். தமிழ்; கி.பி. 16–17 நூற்.; குட்டமங்கலம் தேசத்தைச் சேர்ந்த காமன் கிருஷ்ணன் என்பார் ஒருவரிசை தூண் அமைக்க பணம் அளித்த செய்தி உள்ளது. (த.நா.தொ. *Vol IV 1969–88*)

566. சடையப்பர் கோவில் கருவறை சுவர் தூண். தமிழ்; கி.பி. 16–17 நூற்.; பெருமாள் என்பவர் ஒரு வரிசை தூண் பணம் அளித்த செய்தி. (த.நா.தொ. *Vol IV 1969–89*)

567. சடையப்பர் கோவில் கருவறை சுவர் தூண். தமிழ்; கி.பி. 16–17 நூற்.; மருதத்தூர் தேசத்தைச் சேர்ந்த கணக்கு ஈச்சுரன் என்பான் ஒருவரிசை தூண் அமைத்த செய்தி உள்ளது. (த.நா. தொ. *Vol IV 1969–90*)

568. சடையப்பர் கோவில் கருவறை தூண். தமிழ்; கி.பி. *1594;* மாச்சகோட்டு முடவம் புறத்து பெரிய திருவடி நயினார் திருவனந்தாழ்வான் செய்வித்த பத்தி ஒன்று அமைக்க நூற்றி இருபது பணம் கொடுத்த செய்தி உள்ளது. (த.நா.தொ. *IV 1969–91*)

569. சடையப்பர் கோவில் வடக்கு பக்க வாயிலின் வலது நிலைக்கல். தமிழ்க் கல்வெட்டு சிதைந்துள்ளது; (த.நா.தொ. *Vol IV 1969–92; TAS Vol V P 152–153*)

570. சடையப்பர் கோவில் வெளிப்பிரகாரம் பாறை. மொழி தமிழ்; எழுத்து வட்டெழுத்து; ஆய்; கோக்கருநந்தடக்கன் 22 ஆம் ஆட்சி ஆண்டு; கி.பி. 877; ஒன்பது வரிகள்; அரசனின் 22ஆம் ஆட்சியாண்டு புரட்டாசி மாதம்; இக்கோவில் விளக்கெரிக்க உழக்கு நெய் கொடை. (த.நா.தொ. *Vol IV 1969–93; TAS Vol I P37*)

571. சடையப்பர் கோவில் வெளிப்பிரகாரம் பாறை. தமிழ்; கி.பி 12–13 நூற்.; மிகவும் சிதைந்த கல்வெட்டு; விளக்கெரிக்க நெய் கொடை (த.நா.தொ. *Vol IV 1969–94*)

572. சடையப்பர் கோவில் வெளிப்பிரகாரம் பாறை மொழி தமிழ்; எழுத்து வட்டெழுத்து ஆய் அரசன்; கோத்தருநந்தடக்கன்; 14ஆம் ஆட்சியாண்டு; கி.பி. 869; திருவிடைகோடு மகாதேவர்க்கு முகுளத்து வணிகன் புல்ல முருகன் என்பான் ஒரு நந்தாவிளக்கு அமைத்து எரிக்க நெய் கொடுக்க 25 ஆடுகள் கொடை (த.நா. தொ. *Vol IV 1969–97; TAS Vol I P 34*)

573. சடையப்பர் கோவில் முதல் பிரகாரம் சுவரில் தூண். தமிழ்; கி.பி. 1659; கல்குளம் ஊர், மகாதேவர் கோவிலில் தெய்வ

புத்திரரில் கணக்கு பெருமாள் தாணுவன் என்பவர் நாச்சியார் குளத்தின் கரையில் அம்பலமும் நீர் வாவியும் அமைத்தான். அம்பலத்தில் தண்ணீர் தீ, உப்பு ஊறுகாய் சுண்ணாம்பு தானம் ஏற்பாடு. இதற்காக நாஞ்சில் நாட்டில் நிலம் கொடை. இக்கல்வெட்டில் எறச்சகுளம், பேய்க்காகுளம், மணலிக்கரை, எடுத்தபாதம் பிள்ளை ஆகிய பெயர்கள் வருகின்றன. 2 முதல் 4 சொற்கள் கொண்ட 93 வரிகள் உடையது. இக்கல்வெட்டு (த.நா.தொ. Vol IV 1969–98; TAS Vol V P 147)

574. சடையப்பர் கோவில் தெப்பக்குளம் படிக்கல்; தமிழ்; கி.பி. 18–19; 'பிச்சிமாலை' என்ற சொல் மட்டும் உள்ளது. (த.நா. தொ. Vol IV 1969–99)

575. சடையப்பர் கோவில் தெப்பக்குளம் நுழைவாயில் உள் உள்ள சிலை கீழ் பகுதி தமிழ்; கி.பி. 17–18 நூற்; மூன்று சொற்கள் கணக்கு மாடன் சட்டயன் என்ற பெயர்கள் உள்ளன. (த.நா.தொ. Vol IV 1969–100)

576. சடையப்பர் கோவில் நந்தி மண்டபம் முன் தரை; தமிழ்; கி.பி. 16–19; மிக சிதைந்த கல்வெட்டு (த.நா.தொ. Vol IV 1969–101)

577. சடையப்பர் கோவில் முட்டுப்பிறை முன் நிற்கும் கல் தமிழ்; கி.பி. 1649; 2 முதல் 4 வரை சொற்கள் கொண்ட 105 வரிகள்; திருவிடைக்கோடு கொடம்பீஸ்வர முடையார் கோவிலில் துவாதசியன்று 54 பிராமணர் உணவளிக்க நிலம் கொடை. அளித்தவர் இராசராச தென்னாட்டு குறுநாட்டு கடிகைப்பட்டிணத்து மணவாளக்குறிச்சி கணக்கு பெருமாள் கண்டன் ஆவான். இக்கொடை நிலம் இவ்வூரில் உள்ளது. வெப்பறைக்குளம், செய்கோல்குளம், ஊற்றிக்குளம், கோட்டு குளம், புங்கறை குளம், சல்லன் குளம், ஆகிய பெயர்கள் வருகின்றன. இந்நிலப்பொறுப்பு ஊர்மக்களுக்கு. (த.நா.தொ. Vol IV 1969–102 TAS Vol V P 149)

578. சடையப்பர் கோவில் வெளிமண்டபத் தூண். தமிழ்; கி.பி. 1694; அக்கரை தேசத்து சேதியில்லாயன் விட்டுணு நாராயணர் இக்கோவிலில் ஒருவரிசை தூண் அமைக்கவும் நாலு மாலை கட்டவும் குறுணி நிலம் கொடை. (த.நா.தொ. Vol IV 1969–103)

80. தூவச்சி (தோவாளை வட்டம்)

579. காஞ்சிரங்கோடு கல்மடம் தூண். தமிழ்; கி.பி 1696; 2 முதல் 3 சொற்கள் உள்ள 76 வரிகள். காஞ்சிரங்காடேறி அம்பலத்துக்கு சிவகாமி, அணஞ்ச பெருமாள், குப்பை ஆண்டி, மற்றும் தோழன் ஆகியோர் நிலக்கொடை. இந்த அம்பலத்தில் நீர், வெற்றிலை, பாக்கு, புகையிலை கொடுக்க கட்டளை; இதன்

பொறுப்பு அழகியபாண்டியபுரம் ஊராருக்கு. (த.நா.தொ. *Vol VI 2004–540*)

81. தெங்கன்புதூர் (அகஸ்தீஸ்வரம்)

580. இவ்வூரில் சாஸ்தாங்கோவில்விளை வாதிரியார் தெருவில் உள்ள கல்தொட்டியில் உள்ள தமிழ் கல்வெட்டு; கி.பி 1824; நீண்ட பத்து வரிகள் வாதிரியார் சாதி செங்கைகாத்த பெருமாள் என்பவர், அவரின் சமூகத்தினருக்காக கிணறு வெட்டி பாவுநூல் நனைக்க கல் தொட்டி செய்த செய்தி. 'தென்கொம்பு' என்று இக்கல்வெட்டில் வருவது தெங்கம்புதூராக இருக்கலாம். இந்த தொட்டி ஒரு கோல்வீதி இரண்டரை கோல் நீளம். (த.நா. தொ. *Vol VI 2004–458*)

82. தெரிசனங்கோப்பு (தோவாளை)

581. இராகவேஸ்வரர் கோவில், உலகநாயகி அம்மன் சன்னிதியின் அர்த்த மண்டபம் வடக்கு பக்க சுவர். தமிழ்; கி.பி. 1623; நீண்ட 29 வரிகள்; இது ஆதிசண்டேஸ்வரப் பிரமாணம். தென்னாட்டு குறுநாட்டு கைகட்டி பட்டிணம் (கடியப்பட்டிணம்) உதயமார்த்தாண்டவன் பெருந்தெருவில் வசிக்கும் தெய்வங்கள் அடியான் ராகவேஸ்வரர் கோவில் ஸ்ரீபண்டாரம் காரியம் செய்வோர்களிடம் இக்கோவில் நிபந்தத்துக்கு 1200 பணம் கொடுக்கிறான். நிபந்த பணியாரத்துக்கு அரிசி, எரி கரும்பு, விளக்கெரிக்க எண்ணெய், வெற்றிலை, பாக்கு, சர்க்கரை, நெய், போன்றன கொடுக்க வேண்டும். கல்வெட்டு சில இடங்களில் சிதைந்துள்ளது. (த.நா.தொ. *Vol V 1969–59*)

582. ராகவேஸ்வரர் கோவில் கருவறை தெற்கு சுவர். தமிழ்; வேணாடு; ஆதித்யவர்மராகிய சிறைவாய் மூத்தவர்; கி.பி 1558; நீண்ட 16 வரிகள்; முதல் 5 வரிகள் தவிர்த்த பிற வரிகள் எல்லாம் குறியீடுகளாக உள்ளன. குமரி மாவட்டத்தில் இத்தகைய கல்வெட்டு குறைவு. ஒருமுறை அரசர் இக்கோவிலுக்கு வந்தபோது உச்சி சந்தியும் ஸ்ரீபலியும் நடக்க நிலம் நன்கொடையாக அளித்தார். இதற்கு பொறுப்பு காமன் ரவி. (த.நா.தொ. *Vol V 1969–60*)

583. ராகவேஸ்வரர் கோவில் உலகநாயகி அம்மன் சன்னிதி அர்த்தமண்டபம் தெற்கு சுவர். தமிழ்; கி.பி. 1618; வேணாடு; உதைய மார்த்தாண்டவர்மர் திருப்பாப்பூர் மூத்தவர். இவர் ராகவேஸ்வரர் கோவில் தனது பூரட்டாதி நட்சத்திரத்தில் மாதம் தோறும் தாரை சடங்கு நடத்தவும், உலகுடைய நாச்சியாருக்கு பூசைக்கு நெய் அரிசி பலவெஞ்சன வகைக்கு ஏற்பாடு செய்கிறார். இதை இவ்வூரில் உள்ள தெவராடியார் ஆன ஏழாங்குடி அய்ய

நயினான் மகள் உலகுடைய நாச்சியார் வசம் கொடுத்திருக்கிறார். இந்த நிலம் உள்ளூரில் இருந்தது. இக்கல்வெட்டிலும் குறியீடுகள் நிறைய உள்ளன. இங்கு குறிப்பிடப்படும் உலகநாயகி தேவதாசியாக இருக்கலாம். *(த.நா.தொ. Vol V 1969–61)*

584. ராகவேஸ்வரர் கோவிலின் தென்புறத்தில் உள்ள கல்வெட்டு. வட்டெழுத்து; சோழர் முதல் ராஜராஜன் பத்தாம் ஆட்சியாண்டு; கி.பி *995;* வரிகள் *5;* சிதைவு; அரசன் சார்பாக மூவேந்த வேளார் விளக்கு நிபந்தம். புல்லநாராயணன் பொறுப்பு; சபையார் நடத்த வேண்டும். *(TAS Vol V P 347)*

585. ராகவேஸ்வரர் கோவில் தென்புறம் மொழி தமிழ்; எழுத்து வட்டெழுத்து; வரிகள் *5* சிதைவு. சோழர்; முதல் ராஜராஜனின் *8*ஆம் ஆட்சியாண்டு; கி.பி. *993;* கோவில் சபை இருந்த குறிப்பு உள்ளது. *(TAS Vol V P 346)*

83. தெள்ளாந்தி (தோவாளை)

586. ஊர் பாறையில்; தமிழ் கல்வெட்டு; கி.பி. *16*ஆம் நூற்.; வரிகள் *11;* சங்கர நாராயணன் பெயரில் பூசை நடத்த ஸ்ரீ சுந்தரப் பெருமாளார்க்கு ஸ்ரீ பத்மநாபன் நிலக்கொடை. *(த.நா. தொ. Vol VI 2004–542)*

84. தென் பாறைக்குன்றம் (தோவாளை)

587. இவ்வூர் சிவன் கோவிலில்; பலிக்கல் உபயம்; கி.பி. *18* நூற்.; தமிழ்; வடபாறைக்குளம் வெங்கடேசன் உபயம் *(ஆவணம் 15 ப. 112)*

85. தேரூர் (அகஸ்தீஸ்வரம்)

588. இவ்வூர் இளையநயினார் கோவில் கருவறை தெற்கு சுவர் முதல் பட்டை. தமிழ்; சோழன் இராஜேந்திரன்; *3*ஆம் ஆட்சியாண்டு; கி.பி *12–13* நூற்.; நீண்ட *4* வரிகள்; நாஞ்சில் நாட்டு தேர்க்கழும்பில் கோன் கொற்றனான ஸ்ரீ இராஜேந்திர சோழர் தமிழ்ப் பேராயன் என்பான் இளைய நயினார் கோவிலுக்கு நிபந்தமாக நிலம் கொடுத்தான். பொறுப்பு அப்பிவேளான். காணியாகக் கொடுத்தது. *(த.நா.தொ. Vol III 1968–273A)*

589. இளைய நயினார் கோயில் தென்புற அதிட்டானம். தமிழ்; சோழர்; முதல் இராஜேந்திரன்; மூன்றாம் ஆட்சி ஆண்டு; கி.பி *1015;* இராஜேந்திரச் சோழ தமிழ்ப் பேராயன் என்பவன் இக்கோவிலுக்கு நிலம் நிபந்தம். இது காராண்மையாகக் கொடுக்கப்பட்டது. பொறுப்பு அப்பி வேளான் என்பவனுக்கு. நீண்ட *4* வரிகள் கொண்ட இக்கல்வெட்டு த.நா.தொல். தொகுதி

மூன்றில் எண் *273A*ஆக உள்ளது. இது கோவிலில் இரண்டு இடங்களில் பொறிக்கப்பட்டதா கவனப் பிசகாக மீண்டும் பதிப்பிக்கப்பட்டதா எனத் தெரியவில்லை. *(த.நா.தொ. Vol VI 2004–459; TAS Vol VI Part 2 No 106 P 146)*

590. இதே கோவில் வடமேற்கு அதிட்டான முப்பட்டை குமுதம்; தமிழ்; கி.பி 11ஆம் நூற். ‘ஆற்காட்டு கூற்றத்து முகம்’ என உள்ளது. இது துண்டுக் கல்வெட்டு. வேறு எங்கேயோ கிடந்த உள்ள கல்லை இங்கு பயன்படுத்தியிருக்கலாம். *(த.நா. தொ. Vol IV 2004–460)*

86. தேங்காய்பட்டிணம் (விளவங்கோடு)

591. மாலிக்தினார் பள்ளிவாசல் கி.பி. *1631;* தமிழ்; *3* வரிகள்; பள்ளிவாசலுக்கு மணிவழங்கப்பட்ட செய்தி

592. மாலிக்தினார் பள்ளிவாசல் கி.பி. *1612;* தமிழ்; ஒருவரி;

593. மாலிக்தினார் பள்ளிவாசல் கி.பி. *1632;* தமிழ்; மூன்று வரிகள் மேற்கு தெருவில் சபை கூடிய செய்தி.

இந்த மூன்று கல்வெட்டுகளும் வெளியாகாதவை.

87. தேவகுளம் (அகஸ்தீஸ்வரம் வட்டம்)

594. தெய்வ விநாயகப் பிள்ளையார் கோவில் மளிகை அறை வடக்கு சுவர். தமிழ்; கி.பி. *1782;* இக்கோவில் பிள்ளையார்க்கு சித்திரை மாதம் முதல் பங்குனி மாதம் முடிய திருப்பள்ளி பூசைக்கும் விநாயகர் சதுர்த்திக்கும் திருக்கார்த்திகைப் பூசைக்கும் ஏற்படும் செலவுகளுக்கு நிலம் கொடை. இது உதக பூர்வ தர்மதானப் பிரமாணம். தேர்பிடாகை என்ற புத்தனாறு போக்கில் கண்ணஞ்சேரிக் குளம், காணியாளன், பெயர்கள் வருகின்றன. இந்த ஊர் சமூகம் வேட்டை மச்சையாடி என்பது; பெண்களுக்கும் இந்த பிரமாணத்தில் கையொப்பம் இட உரிமை இருந்தது. சுசீந்திரம் கோவிலில் ‘எங்கள் இனத்தவருக்கு சோறு’ குடுக்கவேண்டும் என நிபந்தனை கல்வெட்டில் உள்ளது. *(த.நா. தொ. Vol III 1968–273)*

88. தொடுவெட்டி (விளவங்கோடு)

595. தொடுவெட்டி ஊர் பழைய சந்தையில் கிடந்த கல்வெட்டு கல் இப்போது பத்மநாபபுரம் அரண்மனையில் உள்ளது. தமிழ்; வேணாடு; இரவிவர்மரான சிறவாய் மூத்தவர்; கி.பி. *1644;* அரசர் ஒருமுறை கல்குளம் அரண்மனையில் இருந்தபோது வெளியிட்ட அறிக்கை. இந்த செய்தி என்னவென்றால் நம்முடைய நாட்டில், என் மாமா காலத்தில் நாடாசனம் எழுதி வைத்த

தண்டத்தின்படி விளக்குள்ளத்தெ சேர்ந்தவர்கள் தண்டனை அனுபவிக்க வேண்டும் என்பது. பழைய தண்டனை மாறாது என்பது. (த.நா.தொ. *Vol VI 2004–591 TAS Vol VIII Page 38; 43 00 1108)*

89. தோவாளை (தோவாளை)

596. சத்திரம் பாறை வடக்கு பக்கம்; தமிழ்; திருவிதாங்கூர் கி.பி. *1494;* (இங்கே காக்கும் விநாயகர் கோவில்) நீண்ட *25* வரிகள்; இக்கோவிலுக்கு கொடுக்கப்பட்ட நிபந்தம் 'நயினார் ஆதித்த விண்ணகர்' கோவில் பெயர். இங்கு பிராமணர் *24* பேருக்கு ஊட்டு நடத்த வேண்டும். ஆதிகேசவப் பெருமாளுக்கு யதர்த்தெ பூசை நடத்த வேண்டும் என்ற செய்தி வித்தியாசமாக உள்ளது. (த.நா.தொ. *Vol V 1969–62; TAS Vol VI P 172)*

597. காக்கும் விநாயகர் கோவிலின் வடக்கு பக்கமுள்ள பாறை; தமிழ் வேணாடு; வீரஉதைய மார்த்தாண்டவர்மா; சயதுங்க நாட்டு சங்கரநாராயண வென்று மண் கொண்ட பூதலவீர ஸ்ரீ வீர உதையமார்த்தாண்டவர்மா. திருப்பாப்பூர் மூத்தவர். இவர் காலம் கி.பி *1532* நீண்ட வரிகள் *14;* இவ்வரசர் சுசீந்திரம் கொது குலசபையில் ஒருவனான ஆரியன் கொச்சன் பெரிய பெருமாள் என்பவனை தோவாளை நயினார் கோவிலில் கணக்கனாக நியமிக்கிறார். மேலும் களக்காடான சோழகுல வல்லிபுரம் என்ற ஊர் இனி மார்த்தாண்ட சதுர்வேதி மங்கலம் என்று அழைக்கப்பட வேண்டும் என்று கட்டளை இட்டார். இதை அவர் களக்காடு அரண்மனையில் இருந்து வெளியிட்டார். (த.நா.தொ. *Vol V 1969–63 TAS Vol IV P 99)*

598. கிருஷ்ணசாமி கோவில் கருவறையின் தென்புறச் சுவர்; தமிழ்க் கல்வெட்டு; வேணாடு; பூதலவீர ஸ்ரீ வீர உதையமார்த்தாண்டவர்மா திருப்பாப்பூர் மூத்தவர்; கி.பி *1524;* வரிகள் *10;* அரசன் கொதுகுல சபையாரில் ஆரியன் கொச்சன் பெரிய பெருமாள் என்பவரைத் தோவாளையில் உள்ள கிருஷ்ணன் கோயிலுக்கு ஸ்ரீபண்டாரக் கணக்காக நியமித்து நாள் ஒன்றுக்கு இவ்வளவு ஊதியம் என்பதையும் வரையறை செய்தார். இது முந்தைய கல்வெட்டுச் செய்தியை மீண்டும் கூறுகிறார். (த.நா.தொ. *Vol V 1969–64; TAS Vol IV P 101)*

599. இவ்வூர் மலை முருகன் கோவில் வடக்கு பக்கச் சரிவில் உள்ளது. தமிழ்; கி.பி. *15–16*ஆம் நூற்.; தோவாளை என்ற எதிர்வில்லி சோழபுரத்துத் திருமலை அமரர்பதி காத்த நயினாருக்கு அமுதுபடி சாத்துபடி திருப் பரிவட்டம் திருமாலை நந்தாவிளக்கு ஆகியவைகளுக்கான செலவுகளுக்காக நிலம் அளிக்கப்பட்டதைக் குறிக்கிறது. இக்கோவிலில் பிராமணர்

அத்தியாயனம் நடந்தனர். இப்படி செய்தவர் 4 பேருக்கு உணவு கொடுத்தனர். (த.நா.தொ. *Vol V 1969–66*)

90. நட்டாலம் (விளவங்கோடு)

600. இவ்வூரில் உள்ள கல்வெட்டு பத்மநாபபுரம் அரண்மனையில் உள்ளது. மொழி தமிழ்; எழுத்து வட்டெழுத்து. கி.பி. *1664;* நட்டாலம் தேசத்து திருவிக்கிரமன் ரவி அம்பலம் கட்டி அதில் தர்மம் நடத்த நிலக்கொடை வழங்கியதைக் குறிக்கிறது. மலையாள உச்சரிப்பு சொற்றொடர் அமைப்பு இதில் காணலாம் 'யாது மொருத்தன் இதினு விக்கினம் செய்யிந்ந பேர்'; புரயிடம்; ஒள்ள; இராசகரம் இறுத்து போன்ற சொற்கள் வருகின்றன. (த.நா.தொ. *Vol VI 2004–547; TAS Vol VII Part 1 P 15)*

601. சங்கரநாராயணர் கோவில் முன் உள்ள பாறை; மொழி தமிழ்; எழுத்து வட்டெழுத்து; கி.பி *16* நூற்.; *16* வரிகள்; மிகச் சிதைந்த நிலை. நட்டாலம் ஆழ்வார்க்கு மகாபாரதம் வாசிக்க கண்ணன் என்பவர் நிலம் கொடை வழங்கிய செய்தி. இந்த நில எல்லை கூறும்போது களகோட்டு குளம், கல்லறை எல்லையாக கூறப்பட்டுள்ளது. மலையாள உச்சரிப்பு; மகாபாரதத்தினு ஆயிந்தவக; (த.நா.தொ. *Vol VI 2004–548; TAS Vol VII Part I No 10 P17)*

91. நல்லூர் (அகஸ்தீஸ்வரம்)

602. இவ்வூரில் இடிந்த மண்டபத்தின் முன் உள்ள தனிக்கல். தமிழ்; கி.பி *1726;* வரிகள் *173;* நாஞ்சி நாட்டு தாணுவிநாயகப் பிள்ளையாருக்கு மேற்படி நாட்டு மேற்படி ஊரில் வாழும் காலகுட்டி தாணுவன் உள்ளிட்டார் நிலம் கொடை. இந்தப் பிரமாணம் பட்டயம் எனப்படுகிறது. இந்தக் கல்வெட்டில் "பறை வெள்ளச்சி மகன் வெள்ளையனும் மேற்படியார் மகள் அணஞ்சியும் வேலைக்குக் கொடுக்கப்பட்டதாகக் குறிப்பு உள்ளது. இது பறையடிமைச் செய்தியாக இருக்கலாம். நல்லூர் குளம், தேர்க்குளம் என்னும் இரு குளங்கள் குறிப்பிடப்படுகின்றன. செட்டியார்கள் பலர் நிலவுடைமையாண்களாக இருந்தனர். ஆண்டாள் செட்டிநிலம் சோலை செட்டி நிலம் என எல்லை கூறப்படுகிறது. சுசீந்திரம் கோவிலில் உள்ள அறம் வளர்த்த நாச்சியார் பேரில் இவ்வூரில் நிலம் இருந்தது. எடுத்த பாதம் தாணுவ வினாயகப் பிள்ளை என்ற பெயர் வருகிறது. (த.நா. தொ. *Vol III 1968–274)*

92. நாகர்கோவில் (அகஸ்தீஸ்வரம்)

603. நாகராஜா கோவில் வெளித் திருச்சுற்று முகமண்டப நுழைவாயிலில் வலப்பக்கத்தில் நிறுத்தப்பட்டிருக்கும் மூன்றாவது

கல் பலகை. தமிழ்; கி.பி 1516; வரிகள் 53; கோட்டாறான மும்முடிச் சோழபுரத்து நாகர்கோவிலில் பள்ளி உடைய நாராயணன் நயினான் குணவீர பண்டிதனும் சீவகாருடையான் கமலவாக பண்டிதனும் மேற்படி நாகர்க்கும் நாகராசாவிற்கும் பூசைக்கும் நாள் ஒன்றுக்கு சாத்துபடி திருமாலை உட்பட்ட வகைக்கும் அமுதுபடிக்கும், ஞாயிறாட்சை எண்ணெய்க் காப்புக்கும் திருமாலைக்கும் நிபந்தமாக நிலம் பள்ளிச்சந்தமாக விடப்பட்டது. நிபந்தம் கொடுத்தவர்கள் சிங்கப்பெருமாள் அகத்தில் இருந்து இதை வெளியிட்டார். (த.நா.தொ. Vol III 1968–276; TAS Vol VI Part I P 161)

604. நாகராஜா கோவில் வெளிப்புறப் பிரகாரத்தின் நுழைவாயில் வலப்பக்கம் நிறுத்தப்பட்ட கல்பலகையில் வெட்டப்பட்டது. தமிழ்; கி.பி 1518; வரிகள் 157; கோட்டாறு நாகர்க்கும் நாகராஜாவிற்கும் இறைவன் வழிபாட்டிற்காக மேற்படி கோயிலில் தங்கியிருந்த குணவீர பண்டிதனும் கமலவாகன பண்டிதனும் சேரவன் மாதேவி என்னும் ஊரில் சில நிலங்களைப் பள்ளிச்சந்தமாக கொடுத்ததைக் குறிக்கிறது. இங்கு குறிப்பிடப்பட்ட இருவரும், கோயில் நிர்வாகிகள். இக்கல்வெட்டில் குறியீடுகள் அதிகம். (த.நா.தொ. Vol III 1968–276; TAS Vol VI Part II P 161)

605. நாகராஜாகோவில் வெளிப்பிரகாரம் முகமண்டப நுழைவாயிலின் வலப்பக்கத்தில் நிறுத்தப்பட்ட நான்காம் கல் பலகை; தமிழ்; கி.பி. 1520; நாகர்கோவிலில் தங்கியிருக்கும் குணவீர பண்டிதனும் கமலவாக பண்டிதனும் நாகர்க்கும் நாகராஜா வழிபாட்டிற்கு அமுதுபடி, விளக்கு எரிக்க இரண்டு மாக்காணி நிலம் பள்ளிச் சந்தமாக விட்டுக்கொடுக்கப்பட்டது. உமைபங்கனேரி அருகே பெருவழி. கலியன் குளம், செங்குளம் போன்ற பெயர்கள் வருகின்றன. (த.நா.தொ. Vol III 1968–277; TAS Vol VI Part 1 P 163)

606. நாகராஜா கோவில் கிருஷ்ணன் கோவில் கிழக்கு பக்க சுவர். தமிழ்; கி.பி. 1613; கல்வெட்டின் ஆண்டு மட்டும் உள்ளது. (த.நா.தொ. Vol III 1968–278)

607. நாகராஜா கோவில் கிருஷ்ணன் சன்னிதி கருவறை பின்பக்க சுவர்; தமிழ்; கி.பி. 1588; வரிகள் 17; இக்கோவிலில் உள்ள திருவனந்தாழ்வார் பூசைக்கு கருங்குளம் வளநாட்டு கும்பிகுளத்துத் திருக்குருகைப் பெருமாள் ஒரு நாளைக்கு ஒரு உழக்கு அரிசியாக ஒரு ஆண்டுக்கு அளிக்க பணம் 65 கொடுத்த செய்தி. உபையம், முடக்கம், போன்ற சொற்கள் இப்போதும் வழக்கில் உள்ளன. (த.நா.தொ. Vol III 1968–279; TAS Vol VI P 166)

608. நாகராஜர் கோவில் முகமண்டபம் தூண்; தமிழ்; கி.பி *1641*; *2* சொற்கள் உடைய *7* வரிகள்; குலசேகரப் பெருமாள் என்பவர் நாகராசருக்குக் கொன்றை மாலை அளித்த செய்து உள்ளது. (த.நா.தொ. *Vol III 1968–280*)

609. நாகராஜர்கோவில் வெளிப்பிரகாரம் முக மண்டபம் நுழைவாயில் வலப்பக்கம் முதல் கல் பலகை தமிழ்; கி.பி. *1645*; வரிகள் *104*; இக்கோவில் நாகர்க்கும் நாகராசர்க்கும் மகரதோரண விளக்கொன்று எரிப்பதற்கு மாளுவநம்பியார் மாளுவ நம்பியும் தம்பிரான்குட்டி சடையனும் பலரிடமிருந்து பணம் வசூலித்து நாகர் ஸ்ரீ பண்டாரத்தில் பணம் *600* கொடுத்ததையும் யார் யாரிடமிருந்து எவ்வளவு பணம் வசூலிக்கப்பட்டது என்னும் செய்தியும் உள்ளது, தண்டல், பலிசை, விளக்கு வார்பித்தல், பிணமாலை அணஞ்சபெருமாள், கலியுகத்து உழையன் எனச் சில பெயர்கள் வருகின்றன. (த.நா.தொ. *Vol III 1968–281 TAS Vol VI Part II P166–167*)

610. நாகராசர் கோவிலின் வெளிப்பிரகாரத்தில் உள்ள முகமண்டப நுழைவாயிலில் வலப்பக்கம் நிறுத்தப்பட்ட கல் பலகை; தமிழ்; கி.பி. *1503*; வரிகள் *129*; பெருமளவு வரிகள் குறியீடுகள் கொண்டவை. இக்கோவில் நாகர்க்கும் நாகராஜா பூசைக்கும் அமுதுபடி செலவிற்கும் நிபந்தம்; நில விபரம் கல்வெட்டில் உள்ளது. நிபந்தமளித்தவர் பள்ளி உடைய கேரளன் நாராயணன் குணவீர பண்டிதன், சீவகாருடையான் கமலவாகன பண்டிதன் ஆகியோர். இவர்கள் சீவலவன் மங்கலத்து வீட்டிலிருந்து இதைக் கொடுத்திருக்கின்றனர். நிபந்த விபரம் விரிவாக உள்ளது. மூன்று காலசந்திக்கு பாயசம் அமுதுபடி நானாழி சர்கரை பலம். ஆறு தேங்காய் ஒன்று, கதலிப் பழம் பத்து, எண்ணெய், உச்சி சந்திக்கு அமுதுபடி நானாழி, இராக்காலத்துக்கு இருநாழி அரிசி, ஞாயிறாட்சையில் அதிகமாகவும் தை மாத ஞாயிறாட்சையில் சற்று அதிகமாகவும் இருக்கவேண்டும். இவை தவிர இளநீர், கரும்பு, பால், வெற்றிலை, பாக்கு, பரிவட்டம், கலசம் ஆகியவையும் கொடுக்க வேண்டும். மேலும் சோறு யார் யாருக்கு கொடுக்க வேண்டும் என்ற குறிப்பு உள்ளது. (த.நா. தொ. *Vol III 1968–282; TAS Vol VI Part II P 157*)

611. நாகராஜர் கோவில் வெளித்திருச்சுற்று முகமண்டப நுழைவாயிலின் வலப்பக்கம் நிறுத்தப்பட்ட கல்பலகை. தமிழ்; வேணாடு; அரசர் செய்துங்கநாட்டு சங்கர நாராயணன் வென்று மண் கொண்ட பூதலவீர ஸ்ரீ வீர உதைய மார்த்தாண்டவர்மர் சிறைவாய் மூத்தவர். கி.பி *1520*; வரிகள் *111*; பெரும்பாலான வரிகள் குறியீடுகளே. இக்கோவில் நாகர்க்கு வீரமார்த்தாண்டன்

சந்தி உச்சி பூசை நடத்துவதற்குக் கறியமுது திருவமுது படைக்க வீரமார்த்தாண்டவர்மா பள்ளிச்சந்தமாக நிபந்தம். இந்த நிபந்தத்தை குணவீர பண்டிதர், கமலவாகன பண்டிதர் வசம் ஒப்படைக்கிறார். தத்தையார் குளம், பாறை வாய்க்கால், கீழை மடை ஆகிய பெயர்கள் உள்ளன. அரசர் களக்காடான சோழகுல வல்லிபுரத்து வீரமார்த்தாண்ட சதுர்வேதி மங்கலம் என வேணாட்டு அரசன் பேரால் உருவான ஊரில், புதியவீட்டில் இருந்து இந்த நிபந்தத்தைக் கொடுத்திருக்கிறான். த.நா.தொ. *Vol III 1968–284; TAS Vol VI Part II P 164)*

612. நாகராஜா கோவில் வெளிப்பிரகாரம் முகமண்டப நுழைவாயில் வலப்பக்கம் நிறுத்தப்பட்ட கல்பலகை. தமிழ்; கி.பி. *1514;* வரிகள் *105;* பெரும்பாலான வரிகளில் குறியீடுகள் மட்டுமே உள்ளன. நாகர்க்கும் நாகராசாவுக்கும் தினப்படி பூசைக்கும் ஞாயிறாட்சை பூசைக்கும் வேண்டிய நிபந்தங்களுக்காக இக்கோவில் தங்கி இருக்கும் குணவீர பண்டிதரும் கமலவாக பண்டிதரும் பள்ளிச்சந்தமாக நிலம் அளித்த செய்தி உள்ளது. இரு பண்டிதர்களும் பள்ளி உடையான் எனக் குறிப்பிடப்படுகிறார்கள். நிபந்தம் பள்ளிச்சந்தமாக கொடுக்கப்பட்டது. (த.நா.தொ. *Vol III 1968–283 TAS VI Part II P 159)*

613. நாகராஜர் கோவில் பிரகார முகமண்டப நுழைவாயிலின் முன் நிறுத்தப்பட்ட கல்லில் உள்ளது இக்கல்வெட்டு; தமிழ்; கி.பி. *1521;* வரிகள் *105;* இவற்றில் பெருமளவில் குறியீடுகளே உள்ளன. இக்கோவில் நாகர்க்கும் நாகராஜாவிற்கும் இக்கோவில் பள்ளியில் தங்கும் நாராயணன் நயினான் குணவீர பண்டிதன், சீவகருடையான கமலவாகன பண்டிதர் ஆகிய இருவரும் நிபந்தம் கொடுத்துள்ளனர். இவர்கள் இருந்த வீடு சிங்கப்பெருமாள் அகம் எனப்பட்டது. (த.நா.தொ. *Vol III 1968–286)*

93. நெல்வேலி (விளவங்கோடு)

614. குழித்துறை அருகே உள்ள ஊர், இங்கே சிவன், விஷ்ணு ஆகிய இருவருக்கும் இரண்டு கோவில்கள் உள்ளன. இவற்றில் *2* வட்டெழுத்து கல்வெட்டு உள்ளன. மொழி தமிழ்.

இதில் *4* வரிகள்; மிகவும் சிதைவு; கி.பி. *12* நூற்.; ஒற்றி பற்றி செய்தி.

615. மேற்படி சிவன் கோவிலில் உள்ள கல்வெட்டும் வட்டெழுத்து மொழி தமிழ்; கி.பி. *10*ஆம் நூற்.; இது *9* வரிகள் இது விஷ்ணு கோவில். இக்கோவில் கட்டுமானம் பற்றிய தகவல் உள்ளது. *(TAS Vol VII Part II P 96; No 40 06 1096; 41 06 1096)*

94. பஞ்சவன்காடு (அகஸ்தீஸ்வரம்)

616. இவ்வூர் கல்வெட்டு பத்மநாபபுரம் அரண்மனையில் உள்ளது. தமிழ்; கி.பி. *11–12* நூற்.; வரிகள் *26*; வீரகேரள நல்லூர் குடிகளுக்கு அஞ்சினான் புகலிடம் அளித்ததைத் தெரிவிக்கிறது. இது சோழ தேவர் தன்மம் (த.நா.தொ. *Vol VI 488–2004*)

617. இவ்வூர் கல்வெட்டு பத்மநாபபுரம் அரண்மனையில் உள்ளது. தமிழ்; கி.பி. *1781*; வரிகள் *89*; நாகர்கோவில் செங்குளக்கரை ஆதிமா முனிவரின் ஊர் மக்கள் பஞ்சவன் காட்டு சாலையில் மடத்துக்கு நிலம் கொடை. இந்த நிலம் பள்ளிச்சந்தம் நிலம் அருகே உள்ளது. நிபந்த விபரம் உள்ளது. பொறுப்பு ஒரு பண்டாரத்திற்கு. தண்ணீர் நெருப்பு; கொடுக்க வேண்டும். (த.நா.தொ. *Vol VI 2004–592*)

95. பத்மநாபபுரம் (கல்குளம்)

618. பத்மநாபபுரம் ஊரின் ஒரு பகுதியாக உள்ள உதயகிரி கோட்டையில் டிலானாய் சமாதியின் மேற்கு புறத்தில் உள்ள ஒரு சமாதியில் உள்ள கல்வெட்டு. ஆங்கிலம்; டிசம்பர் *22*; கி.பி. *1811*; ரெளஸ்காண்ட் என்பவரின் மனைவியான திருமதி அன்னேரெளஸ் என்பவர் தனது அறுபது வயதில் இயற்கை எய்தியதன் நினைவாக அன்னாரின் மகள் திருமதி ஜேன் லியோனார்டு இக்கல்லறையை எழுப்பியுள்ளார். (த.நா.தொ. *Vol IV 1969–12*)

619. உதயகிரிக்கோட்டை டிலனாய் சமாதி இடது பக்கம். இலத்தீன் மொழியில் லத்தீன் எழுத்தில் கி.பி *1750*; திருவிதாங்கூர் மன்னரின் கீழ் படை அதிகாரியாக *36* ஆண்டுகள் மிக்க நம்பிக்கையுடன் பணிபுரிந்த பீட்டர் புலோரி என்பார் தன் *50* வயதில் இறந்ததைக் குறிப்பது. (த.நா.தொ. *Vol IV 1969–13*)

620. உதயகிரிக்கோட்டை டிலானாய் சமாதியின் கிழக்கு இடதுபக்கம் சமாதி தமிழ்; கி.பி *1780*; திருவிதாங்கூர் மன்னரிடம் *39* வருஷம் விசுவாசத்துடன் அவர்களை சேவித்து இந்தக் கோட்டைக்கு இரண்டாம் பேர் உத்தியோகத்தில் இருந்தவர். கொல்லம் *955*ஆம் ஆண்டு பங்குனி மாதம் *6*ஆம் தியதி புதன்கிழமை மரணமடைந்தவர் வயது *55* (த.நா.தொ. *Vol IV 1969–14*)

621. உதயகிரிக்கோட்டை டிலானாய் சமாதியின் கிழக்கு புற மாதியின் மேல் ஆங்கிலம்; காப்டன் எ.ஆர். ஹியூதஸ் என்பவரின் அலெக்ஸ் ராட்ஃபோர்டு ஒரு குழந்தை இறந்ததன் நினைவு; ஹியூகஸ் *5*ஆம் பேர் படைபொறுப்பு; எண்*1*; பிறப்பு மார்ச் *16* இறப்பு ஜுலை *31* (கி.பி. *1812*) ஹியூதஸ்ஸின் இரண்டாம் மகன்

அலக்ஸ்ராட்போர்டு பிறப்பு மார்ச் 12 இறப்பு அக்டோபர் 7–1813 (த.நா.தொ. Vol IV 1969–15)

622. உதயகிரிக்கோட்டை; டிலானய் சமாதியின் கிழக்கு இடதுபக்க சமாதி. தமிழ்; கி.பி 1803; திருவிதாங்கோடு ராஜ்யத்தின் ராணுவ அதிகாரி மேஜர் பீட்டர் சார்லஸ் வெகுநாளாய் சேவகராய் இருந்து மலையாள ஆண்டு 978 (கி.பி. 1803) இறப்பு வயது 33 (த.நா.தொ. Vol IV 1969–16)

623. உதயகிரி கோட்டையில் டிலானாய் சமாதி கீழ்புறம் தமிழ். வலது பக்கம். இக்கல்லறையில் மிகவும் புகழ்பெற்ற பெரிய கல்பித்தான் எவஸ்தாக்கியுவெந்து தெ லானோயிஸ் (டிலனோய்) மனைவி மரிகாத் தெ லானேயிஸ் அம்மையாரின் சரீரம் அடங்கியுள்ளது. இவர்கள் எளியவர்களுக்கு எப்போதும் உதாரமாய் தர்மங்கள் செய்ததால் எல்லோர் வாயினால் எளியவர்களின் தாயார் என்று பேர் பெற்றார். இவர் ம.ஆ. 958 ஆவணி 29 புதன் கிழமை (கி.பி. 1782) இறந்தார். இவர் புண்யவதி; ஆற்றுக்காக வேண்டவும். (த.நா.தொ. Vol IV 1969–17; TAS Vol VI P55)

624. உதயகிரிக்கோட்டை டிலானாய் சமாதியின் கீழ் பக்கம்; சமாதியின் மேல் தமிழ்; கி.பி 1745; வலிய கல்பித்தானின் மகன் சிறிய கல்பித்தான் யுவான் இஸ்தாக்கியோ பௌடித்டஸ் தெ லானோயி ம.ஆ. 921 ஆவணி 12 செவ்வாய் பிறந்தார் (1745) 940 சித்திரை மாதம் 22 திங்கள் கிழமை (1765) களக்காட்டு சண்டையில் காயப்பட்டு பின் 941 புரட்டாசி மாதம் 9ஆம் தேதி (1766) இறந்து போனார். அவரது ஆற்பனாவுக்கு உதவியாக சர்வேஸ்வரனோடு வேண்டிக் கொள்ளவும் ஆமேன். (த.நா. தொ. Vol IV 1969–18; TAS Vol VI P 52)

625. பத்மநாபபுரம் நீலகண்டசாமி கோவில் கலச மண்டபத்தின் மேற்கு பக்கம் திண்ணையின் பக்கச் சுவர். தமிழ்; கி.பி 1578; இக்கோவில் திருச்சுற்றில் தளக்கற்கள் பாவி திருப்பணி செய்யப்பெற்று பெரு நீராட்டுவித்ததைக் குறிக்கிறது. (த.நா.தொ. Vol IV 1969–114 TAS VII P 127–128)

626. நீலகண்டசாமி கோவில் மடப்பள்ளி வாயில் இடது பக்க நிலை. தமிழ்; கி.பி 1600; வாரியன் வார்த்திகாநாதன் ஒருவரிசை தூண் அமைத்து கொடை (த.நா.தொ. Vol IV 1969–115)

627. நீலகண்டசாமி கலச மண்டபத்தில் திண்ணைப் பக்க சுவர். தமிழ்; கி.பி 1579; அம்பலம் புதுப்பிக்கப்பட்டதும், கோவிலில் பெருநீராட்டு செய்வித்ததும் ஆகிய செய்தி. (த.நா. தொ. Vol IV 1969–116)

628. நீலகண்ட சாமி கோவில் கலசமண்டபம் இடது பக்க தூண். தமிழ்; கி.பி. *16–17* நூற்.; மார்த்தாண்டன் நாராயணன் என்பார் ஒரு வரிசைத்தூண் அமைத்த செய்தி. *(த.நா.தொ. Vol IV 1969–117)*

629. நீலகண்டசாமி கோவில் கலசமண்டபம் வலதுபக்க தூண்; தமிழ்; கி.பி *1595;* நிலம் கொடை. மிக சிதைந்த கல்வெட்டு *(த.நா.தொ. Vol IV 1969–118)*

630. இவ்வூர் கொல்லக்குடி மாடன் தம்புரான் கோவில் வளாகம் சமாதி. தமிழ்; கி.பி *1877;* வள்ளியப் பெருமாள் ஆசாரியின் பேரனும் சடக்குட்டி ஆசாரியின் மகனுமான மாணிக்கவாசக ஆசாரி *1818*இல் பிறந்து *1877*இல் இறந்தார். *(த.நா.தொ. VI 2004–504)*

631. பத்மனாபபுரம் அரண்மனை அருங்காட்சியகம்; தமிழ்; *1686;* வரிகள் *90;* திருவட்டாறு தேசம் சேர்ந்த கலி இரவி ஸ்ரீ பத்மநாபன் என்பவன் பத்மநாபுரம் மேற்கு தெருவில் கல்மடம் கட்டி அதில் மகேஸ்வர பூசை புவிமேக்கட்டளை பூசை நடத்தவும் திருவிளக்குக்கும் நிலமும் புரையிடங்களும் தானப்பிரமாணமாக விட்டுக் கொடுத்ததை இக்கல்வெட்டு தெரிவிக்கிறது. திருவட்டாறு பறளியாறு பற்றி குறிப்பு வருகிறது. *(த.நா.தொ. Vol VI 2004–527)*

632. பத்மநாபபுரம் அரண்மனை அருங்காட்சியகம். தமிழ்; கி.பி *1664;* திருவட்டாறு தேசத்து இரவி என்பவன் கல்குளம் கோட்டையில் வடக்கு தெருவில் கல்மடம் கட்டி ஆச்சாரப் பிள்ளையாருக்கும் நீராகாரத்துக்கும் மகேஸ்வர பூசைக்கும் தானப் பிரமாணமாக நிலம் விட்டுக் கொடுத்ததைத் தெரிவிக்கிறது. *(த.நா.தொ. Vol VI 2004–528)*

633. பத்மநாபபுரம் அரண்மனை அருங்காட்சியகம். தமிழ்; கி.பி. *1731; 512* வரிகள்; இக்கல்வெட்டு அயனிகுளம் கோவிலுக்கு துவாதசி பிராமண ஊட்டுக்காக கேசவன் உள்ளிட்டோர் நிலக்கொடை வழங்கியது. *(த.நா.தொ. Vol VI 2004–529)*

634. பத்மநாபபுரம் அரண்மனை; தமிழ்; கி.பி. *1710;* ஒன்று அல்லது இரண்டு சொற்கள் கொண்ட *114* வரிகள் கல்குளம் தேசத்தில் சாறைக்கோணத்தில் உள்ள நயினார் நீலகண்ட சாமிக்கு தினசரி மாலை சாத்தவும் துவாதசி மற்றும் இரண்டு பிராமணர்களுக்கு உணவு அளிக்கவும், நந்தவனம் அமைக்கவும் முத்தலைக் குறிச்சி ஊரைச் சார்ந்த செட்டு வேலாயுதப் பெருமாள் மாதவப் பிள்ளையும் திருநீலகண்டன் மாலைப் பிள்ளையும் தானப்பிரமாணமாக விட்ட நிலம் பற்றிய செய்தி. *(த.நா.தொ. Vol VI 2004–530)*

635. பத்மநாபபுரம் அரண்மனை; தமிழ்; வேணாடு; இரவிவர்மரான சிறைவாய் மூத்த தம்பிரான்; கி.பி 1533; கல்குளம் கோட்டைக்குள் குலசேகரப் பெருமாள் பிள்ளையாரைப் பிரதிட்டை செய்து கொடை வழங்கிய செய்தி. கல்குளம் கோட்டைக்குள் தேர்த்திருவிழா நடந்தது. (த.நா.தொ. *Vol VI 2004–531)*

636. பத்மநாபபுரம் அரண்மனை. தமிழ்; கி.பி. 13 நூற். சிறிய துண்டுக்கல் சிதைவு வரிகள் 5 பிடாரியாருக்கு நிபந்தம்; "கோற்சடைய பன்மரான திருபுவன சக்..." என்று உள்ளது. (த.நா.தொ. *Vol VI 2004–532)*

637. பத்மநாபபுரம் அரண்மனை; தமிழ்; கி.பி. 1495; வரிகள் 16; சாலை அகத்துப் பிள்ளையார் கோயிலுக்கு நிலக்கொடை வழங்கியதை இக்கல்வெட்டு தெரிவிக்கிறது. சிவ மாந்தர்களுக்கு அஞ்சினான் புகலிடம் அளித்ததைக் குறிப்பிடுகிறது. சிவமாந்தர் களில் வலங்கை இடங்கை, இருவகையினரும் அடங்குவர். (த.நா. தொ. *Vol VI 2004–533)*

96. ஸ்ரீபத்மநாப நல்லூர் (தோவாளை)

638. ஊர்ப் பாறையில் உள்ளது; தமிழ்; கி.பி. 17–18; சிதைந்தது; ஊர்ப்பெயர் வருகிறது. (த.நா.தொ. *Vol V 1969–67)*

97. பரகோடு (கல்குளம்)

639. மீரான்கனி மஸ்தான் தர்ஹா மீசான்கல் தமிழ்; ஹிஜ்ரி 1246; கி.பி. 1868; இரண்டு சொற்கள் கொண்ட 20 வரிகள்; கேரா முதலியார் மீரான் கனிமஸ்தான் சாயிபு கல்லறை (த.நா.தொ. *Vol VI 2004–508)*

98. பள்ளியாடி (கல்குளம்)

640. திருப்பன்னிக்கோடு கோயில் பிரகார மண்டபம். கிழக்கு பக்க சுவர். தமிழ்; கி.பி 1276; கோவிலுக்கு விளக்கு அமைத்து எண்ணெய் நிபந்தம். ஏழு நாழி உரிச்ச நல்லெண்ணெய் நிபந்தம், இதை சரியாக கொடுக்கவில்லை என்றால் இரண்டரை காணம் பொன் தெண்டம் (த.நா.தொ. *Vol IV 1969–120)*

641. திருப்பன்னிக்கோடு கோவில் பிரகார மண்டபம் கிழக்கு பக்க சுவர். மொழி தமிழ்; எழுத்து வட்டெழுத்து கி.பி. 12–13 நூற்.; மிக சிதைவு; இறையிலி சாத்த கிழவன் பெயர் வருகிறது. (த.நா.தொ. *Vol IV 1969–121)*

642. திருப்பன்னிக்கோடு பலிபீடம்; மொழி தமிழ்; எழுத்து கிரந்தமும் வட்டெழுத்தும்; கி.பி. 14–15 நூற்.; வரிகள் 5 ஸ்ரீ

கறுக்கி வழிவந்தவர் ஒருவர் பலிபீடம் அமைத்தார். (த.நா.தொ. *Vol IV 1969–122)*

99. பறக்கை (அகஸ்தீஸ்வரம்)

643. மதுசூதனப் பெருமாள் கோவில் செண்பகராமன் வடக்கு சுவர். தமிழ்; கி.பி. *1509;* நீண்ட 25 வரிகள்; நாஞ்சில் நாட்டுக் கிழார் மங்கலம் எனப்படும் அபிதான மேரு சதுர்வேதி மங்கலம் மதுசூதனர் விண்ணகர் கோவிலில் பண்டாராகாரியம் செய்வோர் செய்த பிரமாணம். ஆசுநாட்டு பிரம்மதேயம் பெருநல்லூரான சுந்தர பாண்டிய சதுர்வேதி மங்கலத்தைச் சேர்ந்த செருப்பள்ளியில் வாழும் ஹரிசுவாமிப் பட்டர் என்பவர் இக்கோவில் சன்னதி முன் வைப்பதற்கு 84 எடையில் ஒரு விளக்கு கொடுத்துள்ளார். இதில் விளக்கெரிக்க 400 கலியுகராமன் பணம் கொடை. இந்தப் பணத்தை ஒரு வாணியன் மூலம் கொடுத்து நிபந்தம் சரிவர நடக்க ஏற்பாடு செய்துள்ளார். (த.நா.தொ. *Vol III 1968–287; TAS Vol VI P 111–112)*

644. மதுசூதனப் பெருமாள் கோயில் முதல் பிரகாரத்தின் மூலையில் தரைப்பகுதி தமிழ்; வேணாடு; கீழப்பேரூர் ஸ்ரீ வீர இரவி இரவிவர்ம திருப்பாப்பூர் மூத்த திருவடி; கி.பி *1464;* இரண்டு அல்லது மூன்று சொற்கள் கொண்ட 23 வரிகள். இக்கோவில் இறைவனுக்கு பத்திரப் பூசைக்கும் நமக்கார பூசைக்கும் அளிக்கப்பட்ட கொடை. 'வலிகொலிகிழார் மங்கலம் வயல்வெளி என்ற பெயர் இதில் வருகிறது. அன்றைய நடப்பு வரிகள் பலவற்றின் பட்டியல் உள்ளது. (த.நா.தொ. *Vol III 1968–288; TAS Vol VI Part II P 110)*

645. மதுசூதனப்பெருமாள் கோயில் முதல் பிரகாரம் பக்கப் பலிபீடம். மொழி தமிழ்; எழுத்து வட்டெழுத்து; பாண்டியன் சடையன் மாறன்; கி.பி. 10ஆம் நூற்.; 7ஆம் ஆட்சி ஆண்டு நீண்ட 5 வரிகள்; சிதைவு; இக்கோவில் கருவறைத் தெய்வத்துக்கு திருவமிர்து அளிக்க இலாடப்பாடி வக்கணி நல்லூர் காராம்பிச் செட்டர் குமாரன் கோவிந்தன் என்பவர் நிலம் இறையிலியாக அளித்த செய்தி உள்ளது. இறையிலி நிலத்தை இந்த ஊர்ச் சபை ஏற்றுக்கொண்டது. (த.நா.தொ. *Vol III 1968–289; TAS VI Part II P 108)*

646. மதுசூதனப் பெருமாள் கோவில் செண்பகராமன் மண்டபம் மேற்கு பக்க சுவர். தமிழ்; கி.பி. *1514;* கோவில் நிர்வாகிகள் செய்த பிரமாணம்; இந்த ஊர் மங்கலசேரி சங்கரன் பரமேஸ்வரன் கோவிலில் விளக்கெரிக்க 400 பணம் கொடுத்திருக்கிறான். இதற்கு மாதமொன்றிற்கு நூற்றுக்கு ஒரு விழுக்காடு பலிசை வரும். இந்த பலிசை பணம் 4க்கு வெளிச்செண்ணெய் இரண்டு நாழி வாங்கி விளக்கில் ஊற்ற வேண்டும். இப்பொறுப்பு வாணியன்

செழியக்கோன் என்பவனுக்கு (த.நா.தொ. *Vol III 1968–290; TAS Vol VI P 114)*

647. மதுசூதனப் பெருமாள் கோயில் செண்பகராமன் மண்டபத்தின் மேற்கு சுவர். தமிழ் கி.பி. 1544; வரிகள் 25; இது சிற்பவிருத்திப் பிரமாணம். கோவில் நிர்வாகிகள் எழுதிக் கொடுத்தது. கோட்டாறான மும்முடிச்சோழபுரத்து இருக்கும் சிற்பிகளில் கொம்மண்டை நயினான் என்பவன் சிற்பப்புரந்தரன் என்னும் விருது பெற்றவன். இவருக்கு சிற்பவிருத்தி காராண்மைப் பிரமாணம் எழுதிக் கொடுக்கப்பட்டது. செங்கணாறு அருகே ஒரு தடி நிலம், அஞ்சஞ்கண்ணாறு அருகே தடி ஒன்று இது காணி யாட்சை. திருவிழாவில் பரிவட்டமும் கொடுக்க வேண்டும். தலைமைக் கணக்கன் மதுசூதனன் எழுத்து. கரியமாணிக்கபுரம் (அகஸ்தீஸ்வட்டம்) கரியமாணிக்கத் தாழ்வான் கோயிலில் உள்ள கி.பி. 1558ஆம் ஆண்டு கல்வெட்டை வெட்டியவன் 'கோட்டாறான மும்முடிச் சோழபுரத்தில் இருக்கும் சிற்ப ஆசாரிமாரில் தம்பிரான் குட்டி என்ற சிற்பப் புரந்தரன் குறிக்கப்படுகிறான்' (த.நா.தொ. *Vol III 1968–291 TAS Vol VI P 114)*

648. மதுசூதனப் பெருமாள் கோவில் செண்பகராமன் மண்டபத்தின் தெற்கு பக்கச் சுவர். தமிழ்; கி.பி. 1610; வரிகள் 9; இக்கோவிலில் ஆவணி மாதம் ஸ்ரீஜயந்தி அட்டமி திருநாளில் கிருஷ்ண விக்கிரகம் வார்பிக்க நூறுபணம் கொடுத்திருக்கிறாள். இவ்வூர் சாவித்திரி அம்மை என்பவர் மேலும் சித்திரை மாதத்தில் மரபுவழியே நடக்கும் வசந்தன் விழா நடப்பதற்கு 400 பணம் கொடுத்திருக்கிறார். ஆவரங்காட்டுமடை என்ற பெயர் வருகிறது. இதே பெயர் இப்போதும் வழங்குகிறது. (த.நா.தொ. *Vol III 1998–293; TAS Vol VI Part II P 123)*

649. மதுசூதனப் பெருமாள் கோவில் செண்பகராமன் மண்டபம் மேற்கு பக்க சுவர். தமிழ்; கி.பி. 1575; வரிகள் 20; கல்வெட்டு மிகவும் சிதைந்து விட்டது. உதயபூர்வ பூசை, திருவோண திருநாள், இரண்டினும் திருவத்தி… கூத்து நடந்தது. சந்திராதித்திய விளக்கு எரிய நிபந்தம் கொடுக்கப்பட்டது. (த.நா. தொ. *Vol III 1968–294)*

650. மதுசூதனப் பெருமாள் கோயில் செண்பகராமன் மண்டபம் மேற்கு சுவர். தமிழ்; கி.பி 10ஆம் நூற்றாண்டு; வரிகள் 13; கல்வெட்டு மிகவும் சிதைந்துள்ளது. இது நிபந்தக் கல்வெட்டு (த.நா.தொ. *Vol III 1968–295)*

651. மதுசூதனப் பெருமாள் கோவில் செண்பகராமன் மண்டபம் மேற்கு சுவர். தமிழ். கி.பி 1689. வரிகள் 26; சுசீந்திரம் அகரம்; பசும்பிறத்து தெய்வங்களடியான் தாணுவன் என்பவன்

மதுசூதனப் பெருமாளுக்கு தினசரி நமஸ்காரத்துக்கு பணம் 550 கொடை. இது நெல்மேனி கலியுகராமன் பணம் எனக் குறிக்கப்படுகிறது. கல்வெட்டில் குறியீடுகள் அதிகம் (த.நா.தொ. Vol III 1968–296; TAS Vol VI part II P 122)

652. மதுசூதனப் பெருமாள் கோவில் செண்பகராமன் மண்டபம் மேற்கு சுவர். தமிழ்; கி.பி. 1573; வரிகள் 32; கோவில் நிர்வாகியிடம் மலைமண்டிலம் திருவட்டாறு தேசத்து தம்பி ஆதிச்சன் என்பவர் நிபந்தம். கோவில் ஸ்ரீபண்டாரக் கணக்கு எழுத காணியாட்டையாக, சடைமைக்கும் தினப்படி சோற்றுக்கும் மற்ற செலவுகளுக்கும் உள்ள கொடை. ஒருமாத்திற்கு இரண்டு கோட்டை நெல்; சோறு நானாழி; எனக் குறிப்பு உள்ளது. கோவில் கணக்கனுக்குச் சம்பளம் நிபந்தமாகக் கொடுத்த கல்வெட்டுகள் குறைவாகவே கிடைத்துள்ளன. (த.நா.தொ. Vol III 1968–297; TAS Vol VI Part II P 117)

653. மதுசூதனப் பெருமாள் கோவில் செண்பகராமன் மண்டப வாயிலின் வடக்கு பக்கச் சுவர். தமிழ்; வேணாடு; சங்கரநாராயண வென்று மண்கொண்ட செயதுங்க நாட்டு பூதலி வீர கார்த்திகை நட்சத்திரமுடைய இராமவர்மரான சிறைவாய் மூத்தவர். கி.பி. 1586; வரிகள் 89; மதுசூதன விண்ணகர் எம்பெருமானுக்கு விழாப்பூசை, செண்பகராமன் சந்தி ஆகியவை நடைபெற பூதலவீர ராமவர்மா நிபந்தம். இந்த நிலத்தை நாஞ்சிநாட்டு ஈசாந்திமங்கலம் வாழும் நாச்சியார் மகள் தேவியார் காராண்மையாக விட்டுக் கொடுத்தது. இந்த நிலம் வலிகொலிகிழார் மங்கலம் வயல்வெளியில் உள்ளது. இக்கல்வெட்டில் 10 வரிகள் தனிக்குறியீடுகளே உள்ளன. (த.நா. தொ. Vol III 1968–298; TAS Vol VI Part II P 119)

654. மதுசூதனப் பெருமாள் கோவில் உட்பக்க ஜன்னல் கிழக்கு சுவர். தமிழ்; கி.பி. 1520; சிதைந்த 5 வரிகள்; பூதலவீர ராமவர்மா பெயர் உள்ளது. இக்கோவில் பெருமாள் கோவில் என வருகிறது. (த.நா.தொ. Vol III)

655. மதுசூதனப் பெருமாள் கோவில் கருவறை வடக்கு வாயில் தரை தமிழ்; பாண்டியன் மாறவர்மன் ஸ்ரீவல்லபன்; கி.பி. 12 நூற்.; வரிகள் 5; மிகச் சிதைந்தது. மெய்கீர்த்தி தொடக்கம். (த.நா.தொ. Vol III 1968–300)

656. செங்குளக்கரை விநாயகர் கோவில் மண்டபம் வடக்கு சுவர்; தமிழ்; கி.பி. 1674; நீண்ட 24 வரிகள்; நாஞ்சிநாட்டு பறக்கை கன்னங்குளம் செங்குளக்கரையில் விநாயகர் கோவிலுக்கு மேற்படி நாட்டிலிருக்கும் கைக்கோளரில் உடையான் சித்திர புத்திரன் என்பவனின் தானப்பிரமாண ஓலை. இந்தப் பிள்ளையார்

கோயிலின் வடக்கே பிரதிட்ச நயினார் காசி விசுவநாதருக்கு நித்திய பூசைக்கு விட்டுக் கொடுத்த நிலம் சுசீந்திரம் வேட்டைக்குளத்தின் கீழ் உள்ளது. (த.நா.தொ. Vol III 1968–301)

657. சக்தி மாடசாமி கோவில் தெற்கு பக்க தூண். தமிழ்; கி.பி. 1616; ஒரு சொல் உள்ள 9 வரிகள்; சந்தனகுமாரன் அளித்த தூண். (த.நா.தொ. Vol III 1968–302)

658. மதுசூதனப்பெருமாள் கோயில் நுழைவாயிலின் இடதுபுறம் உள்ள கோவில் அலுவலக அறை சுவர்; தமிழ்; கி.பி. 1694; நீண்ட 20 வரிகள். குறியீடுகள் உண்டு. நாஞ்சிநாட்டு பறக்கையில் தெய்வங்கள் அடியான் ஸ்ரீகிருஷ்ணன் நித்திய பூசைக்கு நிபந்தம். நில விபரத்தில் குறியீடுகள் அதிகம் (த.நா. தொ. Vol VI 2004–461)

659. மதுசூதனப்பெருமாள் கோவில் உள் திருச்சுற்று மேற்கு தளம் முதல் கல். தமிழ்; கி.பி. 1463; வரிகள் 44; மதுசூதன விண்ணகருக்கு பத்தீரடி பூசைக்கும் நமஸ்காரத்திற்கும் கீழப்பேரூர் ஸ்ரீவீர இரவிவர்மா திருப்பாப்பூர் மூத்த திருவடி நிபந்தம். பலவகை வரிகளைப் பற்றிய செய்திகள் உள்ளன. பாசி பாட்டம், இடங்கை களத்தை பாட்டம், உலாவுகாட்சை, உண்டிகை நூல் தரகு, பாக்குத் தரகு, பிடிகை கூலி, செக்கிரை தனிக்கடமை சேனை அங்காடி பச்சை பாட்டம் என்பவை அவை. (த.நா. தொ. Vol VI 2004–462; TAS Vol VI Part II No 82 P 110–111)

660. மதுசூதனப் பெருமாள் கோயில் உள்திருச்சுற்று மேற்கு தளம் இரண்டாம் கல் தமிழ்; கி.பி. 15 நூற்.; வரிகள் 23; வலிகொலிகிழார் மங்கலம் பற்றிலிருந்து வரும் பல வகை வரிகளை கோவில் ஸ்ரீ பண்டாரம் பெற்றுக்கொண்டு கோவிலில் தினசரி பூசை செய்யவேண்டுமென்பதைக் குறிப்பது. வரிகள் சில; பட்டி வாரியம், பாசிபாட்டம், இடங்கை ஊத்தைப் பாட்டம், உலாவுகாட்சை, நூல் தரகு, பாக்குதரகு, பிடிகை கூலி, செக்கிறை தறிக்கடமை, சேனை அங்காடி, பச்சை பாட்டம் ஆகியன. (த.நா.தொ. Vol VI 2004–403; TAS Vol VI Part II No 82 Page 110–111)

661. மதுசூதனர் கோவில் உட்பிரகாரம் சப்தமாதிக்கல். மொழி தமிழ்; எழுத்து வட்டெழுத்து; பாண்டியர் மாறஞ்சடையன்; 7ஆவது ஆட்சியாண்டு; கி.பி. 10ஆம் நூற்.; இக்கோவிலுக்கு, வக்கணி நல்லூர் காராம்பி சட்டர் குமாரங்கோவிந்தன் திருஅமிர்துக்காக நிலக்கொடை வழங்கிய செய்தி. இந்த நிலத்த ஊர்சபை வழியே கொடுத்திருக்கிறான். (த.நா.தொ. Vol VI 2004–464)

662. மதுசூதனர் கோவில் பிரகார மண்டபத் தூண். தமிழ்; கி.பி. 1452; வரிகள் 78; இக்கோவில் தேவகன்மிகளுக்கு, இந்த

கிராமத்து மங்கலச்சேரி மதுசூதன் தாமோதரன், மதுசூதனன் பத்மநாபனும் பூமிவிலைப் பிரமாணம் செய்து குடுத்த பரிசு. நிலம் கிழார் மங்கலக் குளத்தின் கீழ் உள்ளது. இதை விலைப் பிரமாணம் செய்து கொடுத்தனர். (த.நா.தொ. *Vol VI 2004–465)*

663. மதுசூதனன் கோவில் பிரகாரம் மண்டபம் மேற்புறத்தூண். தமிழ்; கி.பி. *1448*; இரண்டு அல்லது மூன்று சொற்கள் கொண்ட *86* வரிகள். காஞை இருக்கை உழக்குடிப் பெரிய நயினார் மயிலேறு பெருமாள் திருக்கோட்டி பூரான் திருநாராயண சதுர்வேதி மங்கலம் சங்கத்தழகர்க்கு பிடிபாடு செய்து கொடுத்த பரிசாவது கிழார் மங்கலமான அபிதானமேரு சதுர்வேதி மங்கலத்து பெருமானுக்கு பெரிய நயினார் கற்பித்த பூசை தொடர்ந்து நடக்க கிழார் மங்கலச் சபையாளுடன் திருவிடையாட்டமாகவும் காராண்மையாகவும் நிலம் கொடுக்கப்பட்டது. (த.நா.தொ *Vol VI 2004–466)*

664. மதுசூதனர் கோவில் பலிக்கல் அருகே தரையில் தமிழ்; கி.பி. *1580*; இரண்டு வரிகள்; ஆண்டு மட்டும் உள்ளது. (த.நா.தொ. *Vol VI 2004–487)*

665. இவ்வூர் அக்கரை மகாதேவர் கோவில் அர்த்த மண்டபம் நுழைவாயில் மேல்கல். மொழி தமிழ்; எழுத்து வட்டெழுத்து; முற்காலப் பாண்டியர்; கி.பி. *9–10* நூற்.; வரிகள் *5* முழுமையாக இல்லை. செய்தி சரியாக அறிய முடியவில்லை (த.நா.தொ. *Vol VI 2004–468; TAS Vol VI Part II P 108)*

666. அக்கரை மகாதேவர் கோவில் அருகே நடப்பட்ட கல். கி.பி. *15–16*நூற்.; பிராமணக் குடியிருப்பு. இந்த எல்லையைத் தாண்டி கீழ் சாதியர் வரக்கூடாது. இக்கல் இப்போது இங்கில்லை. (ஆவணம் எண் *15* ப *110)*

100. பாகோடு (விளவங்கோடு)

667. மகாதேவர் கோவில், தமிழ்; கி.பி. *17* நூற்.; *4* சொற்கள்; மூலச்சல் ஊர், காணராமன் செய்வித்த துவாரபாலகர் சிலை. (த.நா.தொ. *Vol VI 2004–564)*

668. மகாதேவர் கோவில் நந்திபீடம் தமிழும் கிரந்தமும்; கி.பி. *17* நூற்.; *2* வரிகள்; அக்கரதேசி ஆறு வள்ளி கோவிலுக்குத் தென்கோவிந்தன் என்பவன் நந்தி உருவம் செய்து கொடுத்தது. (த.நா.தொ. *Vol VI 2004–565)*

669. சிவன் கோவில் பலிபீடக்கல். தமிழ் கிரந்தம்; கி.பி. *977*ஆம் ஆண்டு; *9* வரிகள்; கிழியல் கோட்டைச் சேர்ந்த குன்றகோபன் பலிபீடக்கல் செய்த காரியம். (த.நா.தொ. *Vol VI 2004–566)*

670. மீரான் கலிமஸ்தான் தர்ஹா மீசான்கல். தமிழ்; ஹிஜ்ரி *1246;* கி.பி *1868;* வரிகள் *20;* சேரா முதலியார் மீரான் கனிமஸ்தான் சாயிபு அவர்களின் கல்லறை. *(த.நா.தொ. Vol VI 2004–508)*

101. பார்த்திவபுரம் (விளவங்கோடு)

671. பார்த்தசாரதி கோயில் அர்த்த மண்டப வடபுறம் குமுதம். மொழி தமிழ்; எழுத்து வட்டெழுத்து; சோழபாண்டியர் சுந்திரசோழ பாண்டியர்; கி.பி. *11* நூற்.; வரிகள் *3;* கோயிலுக்கு நந்தா விளக்கு. "பார்த்திவ சேகரபுரம்" ஸ்ரீகோயில், என்னும் சொற்கள் இப்போது வழக்கில் உள்ளன. நிபந்தம் கொடுத்தவர் அமுதன்னேற் காரியான விக்கிரம சோழ விழுப்பாதரையன். *(த.நா.தொ. Vol VI 2004–570)*

672. பார்த்தசாரதி கோவில் முதல் பிரகாரம் வடபுறம் தனிக்கல். மொழி தமிழ்; எழுத்து வட்டெழுத்து; கி.பி. *11*ஆம் நூற்.; வரிகள் *6;* மிகவும் சிதைவு; இது சோழ அரசு கால கல்வெட்டு. இக்கோவிலில் வெள்ளி திருமேனியும் விளக்கும் கொடை. இரணிய சிங்கன் என்பவன் பிலாறும் இரணிய சிங்க ஏரியும் உருவாக்கிய செய்தி உள்ளது. *(த.நா.தொ. Vol 2004–571 திரு.தொ.வ–1)*

673. பெருமாள் கோவில். மொழி தமிழும் சமஸ்கிரதமும், எழுத்து கிரந்தமும் தமிழும். கி.பி. *923* (ம.ஆ. *99*) இக்கோவிலுக்கு பஞ்சவன் பிரம்மாதி ராஜனாயின குமாரன் நாராயணன் என்பவன் இரண்டு விளக்குகள் தானமாகக் கொடுத்த செய்தியைக் தெரிவிக்கிறது. *(த.நா.தொ. Vol VI 2004–572; TAS Vol I No XVI P 403)*

674. பார்த்தசாரதி கோவில் இரண்டாம் திருச்சுற்று மேற்கு பக்க முப்பட்டை குமுதம். மொழி தமிழ்; எழுத்து வட்டெழுத்து; கி.பி. *10–11* நூற்.; நீண்ட வரிகள் *4;* பார்த்திவ சேகரபுரத்து பெருமக்கள் காரித்துறை கேரளன் ஆதிச்சவர்மன் ராஜராஜ வள்ளுவ நாடாழ்வானுக்கு அட்டில் பேறு அவிரோதத்தால் கொடுத்த புரையிடத்தைக் குறிக்கிறது. பாலையூர் கோட்டை, குளச்சல்–பழைய பெயர்கள். 'புலையர்க்குக் குடுத்த நிலம்' என்னும் வரி புலையர்க்கு சொத்து இருந்தது என்பதற்குச் சான்று, இக்கோவில் நிலம் ரட்சா போகம் எனக் குறிப்பிடப்படுகிறது. *(த.நா.தொ. Vol VI* 2004-573 *T.A.S. III* 55)

675. இக்கோவில் சுற்றுமண்டபம் அதிட்டானத்தில் உள்ளது. மொழி தமிழ்; எழுத்து வட்டெழுத்து; ஆய் அரசகுலம்; கி.பி. *9*ஆம் நூற்.; இரண்டு வரிகள். குன்றத்தூரைச் சேர்ந்த காமன் தடக்கன் என்பவன் பார்த்திவசேகரபுரம் தேவர்க்கு நிலக்கொடை வழங்கியதைத் தெரிவிக்கிறது. *(த.நா.தொ. Vol VI 2004–574; TAS Vol V Part II No 54 P 171)*

102. பீமநகரி (அகஸ்தீஸ்வரம்)

676. இவ்வூர், திருவாவடுதுறை மடத்தில் உள்ள கல்வெட்டு, தமிழ் *4* வரிகள்; கி.பி. *1861* பொன்னம்பல சுவாமிகள் இந்த மடத்தின் மராமத்து பணி செய்திருக்கிறார். (வெளியாகாதது)

103. புத்தங்கடை(கல்குளம்)

677. இவ்வூர் ஊத்துப்பாறையில். மொழி தமிழ்; எழுத்து வட்டெழுத்து; கி.பி. *1570;* வரிகள் *15;* இக்கல்வெட்டு நீர்பாசனம் தொடர்பான ஆணை; வில்லவர் என்பவர் கொடுத்த நிலத்தில் குளம் வெட்டியதையும், கோன் என்பவன் குளமடை கட்டியதையும் கொண்டனோடிகுடி கல் கட்டுமானம் செய்ததையும் குறிக்கிறது. (த.நா.தொ. *Vol VI 2004–506*)

104. புத்தன் துறை (அகஸ்தீஸ்வரம்)

678. கிறுத்தவக் கல்லறை வளாகம். தமிழ்; கி.பி. *1891* பொழிகை நகர் கணக்கு பிள்ளையின் மகன் சேவியர் முத்தையாபிள்ளையின் கல்வெட்டு. இதில் இவர் மெட்ரிக்குலேசன் பாஸ் பண்ணியவர் என உள்ளது. (த.நா.தொ. *Vol VI 2004–469*)

679. கிறுத்தவக் கல்லறை வளாகம்; தமிழ்; கி.பி. *1894;* கேசவன்புத்தன்துறையில் கணக்குப் பிள்ளையாக பணியாற்றிய பிரான்சிஸ் கு. பர்ணாந்திஸ் அவர்களின் கல்வெட்டு. *70* வயது. *70*ஆம் பிராயத்தில் சுரத்தினால் பிராணாவியோகமானார். இவரைப் பற்றிய சில குறிப்புகளும் உள்ளன. (த.நா.தொ. *Vol VI 2004–470*)

105. புத்தேரி (அகஸ்தீஸ்வரம்)

680. கன்னியாகுமரி அருங்காட்சியகம். தமிழ்; கி.பி. *1867;* புத்தேரி மாதேவன் வகையறா சுமைதாங்கிக்கல் நிறுவியது. (த.நா.தொ. *Vol VI 2004–492*)

681. வடக்கு தெரு மூலையில் தனிக்கல். தமிழ்; கி.பி. *1625; 2* அல்லது *3* சொற்கள் கொண்ட *104* வரிகள்; ஈச்வரன் கோவிந்தன் என்பார் புத்தேரி கோவில் மடத்துக்குக் கொடுத்த நிலத்தின் எல்லை விபரம். 'குரக்கேணிக் கொல்லத்து குட்டமங்கலம்; நீராகாரம், தானம் என்னும் பெயர்கள் உள்ளன. (த.நா.தொ. *Vol VI 1969–68;* திரு.தொல். அறிக்கை *52/110*)

682. இவ்வூர் அரசுமேல் நிலைப்பள்ளி முன்புறம் குத்துக்கல். தமிழ் *8* வரிகள். கி.பி. *1867.* இவ்வூர் மாதவன் பிள்ளையின் தர்மம் பற்றி (வெளியாகாதது)

683. குத்துக்கல் ஒரு சொல் *8* வரி; தமிழ்; கி.பி. *1878;* சங்குபிள்ளை ராமலட்சுமி தர்மம். இது மாடு உரிக்கல்லாக இருக்கலாம் வெளியாகாதது.

106. புதுக்கிராமம் (அகஸ்தீஸ்வரம்)

684. அழகிய மணவாளப்பெருமாள் கோவில் முதல் பிரகாரம் தெற்கு சுவர். தமிழ்; கி.பி. *1359;* கல்வெட்டு மிகவும் சிதைவு; குடிவளத்து வாழிவித்தார்; தாயவலந்தீத்தார்; இரண்டாங்குடி உடையார் பெற்றார் மூன்றாங்குடி என்னும் சொற்கள் இங்கு தேவதாசிகள் பணியாற்றியதைத் தெரிவிக்கிறது. (த.நா.தொ. *Vol III 1968–303)*

685. அழகிய மணவாளப் பெருமாள் கோயில், கருவறை தெற்கு சுவர். தமிழ்; கி.பி *1362;* நாஞ்சிநாட்டு புதுக்கிராமமான இராஜநாராயண சதுர்வேதி மங்கலம் உதயமார்த்தாண்ட விண்ணகர் எம்பெருமானுக்குச் செலவுக்கு விட்டுக் குடுத்த நிலமாவது தேரான அழகிய சோழ நல்லூர் குளத்தின் கீழ் கன்னடியர் காலின் மடைப்போக்கின் கிழக்கில் உள்ளது. இந்த நிபந்தத்தை வேணாட்டரசன் கொடுத்திருக்கலாம். நாம் கோட்டாற்று புதிய இடத்து வீடாயிருக்க திருவிடையாட்டமாக விட்ட நிலம்; நான்கு எல்லையிலும் திருவாழி கல் நாட்டினர். (த.நா.தொ. *Vol VI 1968–304; TAS Vol VI Part II P 188)*

686. அழகிய மணவாளப் பெருமாள் கோயில் கருவறை தெற்கு சுவர். தமிழ்; கி.பி. *1365;* இக்கோவில் நாயனாரின் செலவிற்கு திருவிடையாட்டமாக நிலம் விட்டுக்குடுத்த செய்தி இதில் உள்ளது. இந்நிலம் தேர்க்குளம், கண்னடியன் கால் மடைப்போக்கில் உள்ளது. (த.நா.தொ. *Vol VI 1968–305; TAS Vol VI Part II P 188)*

107. புதூர் (கல்குளம்)

687. இவ்வூர் மண்டபத்தூண் ஒன்றில் உள்ள கல்வெட்டு. ஒரு சொல் உள்ள *7* வரிகள்; தமிழ்; கி.பி *1650;* தானம் நிபந்தம். இந்த மண்டபம் ஈச்சுவரன் செய்வித்தது; இதற்குத் தானம் இவனது உடன் பிறந்தாள் நாச்சியார் ஆசுந்தமை. இந்த மடத்தில், தண்ணீர், தீ இரண்டும் தினமும் கொடுக்க வேண்டும். *(TAS Vol 5 P 139)*

108. புரவசேரி (அகஸ்தீஸ்வரம்)

688. பெருமாள் கோவில் கருவறை தெற்கு சுவர். குமுதம்; தமிழ்; வேணாடு; வீரரவிவர்மா; கி.பி. *1161;* நீண்ட வரிகள் *4;* வேணாட்டில் வாழும் வீரரவிவர்மா புரவரி சதுர்வேதி

மங்கலத்தில் புரவவரி விண்ணகர் ஆழ்வார்க்கு நிபந்தமாக விளக்கெரிக்க நெய் வேண்டி திருவிடையாட்டமாக தாழக்குடியில் நிலம் கொடுக்கப்பட்டது. சங்கரங்கன், கோதை தேவன் பெயர்கள் வருகின்றன. (த.நா.தொ. *Vol III No 1968–306; TAS Vol VII Part I P8)*

689. பெருமாள் கோவில் கருவறை சுவர். தமிழ்; கி.பி 1161; தென்னாட்டு பசுங்குளம் சிங்கரங்கன் இந்த ஊரில் 18 பட்டர்களை குடியேற்றினான். அவர்கள் பெயர்கள் இக்கல்வெட்டில் உள்ளன. இவர்களின் பெயருக்கு முன் ஊர்கள் குறிப்பிடப்படுகின்றன. (முட்புறத்து திருவெண்காடு பட்டன்) (த.நா.தொ. *Vol III 1968–307; TAS Vol VII Part I P2)*

690. பெருமாள் கோவில் கருவறை வடக்கு சுவர் குமுதம். தமிழ்; பாண்டியர் மாறவர்மன் ஸ்ரீவல்லபதேவர். நீண்ட எட்டு வரிகள். 17ஆம் ஆட்சியாண்டு; கி.பி 1149; ஸ்ரீ கோமாறவர்மரான திரிபுவனச் சக்கரவர்த்தி ஸ்ரீவல்லபதேவர் கீழ்வேம்பநாட்டு திருநெல்வேலி கோவிலில் பள்ளியறை கூடத்தில் இருந்து கொடுத்த நிபந்தம். இது தினப்படி பூசை நடத்த முக்காலே 2 மாநிலம், இக்கோவில் ஸ்ரீவைஷ்ணவரும் நம்பு செய்வானும் ஸ்ரீகாரியந் செய்வானும் வேண்டியதால் இந்நிலம் கொடுக்கப்பட்டது. (த.நா.தொ. *Vol III 1968–308; TAS Vol VII Part I P 3–4)*

691. பெருமாள் கோவில் கருவறை வடக்கு சுவர் குமுதம். தமிழ்; மாறவர்மன் ஸ்ரீவல்லபன் 17ஆம் ஆட்சியாண்டு கி.பி. 1149; நாஞ்சில் நாட்டு பிரம்மதேயம் புரவுவரிச் சதுர்வேதி மங்கலத்து புரவுவரி விண்ணகர் ஆழ்வார் கோவிலில் ஸ்ரீ வைஷ்ணவருக்கும் நம்பு செய்வாருக்கும் ஸ்ரீ காரியம் செய்வாருக்கும் வேண்டிய நிபந்தம் நிலம் இறையிலியாக அளித்தது. (த.நா.தொ. *Vol III 1968–309 TAS Vol VII Part I P 5)*

692. பெருமாள் கோவில் முகமண்டபம் வடக்கு பக்கம் சுவர்; குமுதம்; தமிழ்; கி.பி 1160; கோட்டாறு மும்முடிச் சோழ நல்லூர் குறுங்குடி திருமறுமார்வன் என்பவன் நித்தபூசை நடத்த நிலம் நிபந்தம். இக்கல்வெட்டில் குறுங்குடி மறுமார்வன், சங்கரவிடங்கன், இருபெயர்கள் வருகின்றன. (த.நா.தொ. *Vol III 1968–310; TAS VII Part I P 6–7)*

693. பெருமாள்கோவில் கருவறை வடக்கு மேற்கு பக்க சுவர் குமுதம்; தமிழ்; கி.பி 12 நூற்.; ரவிவர்மா திருவடி அதிகாரிகள் நித்திய பூசைக்கும் விளக்கெரிக்கவும் நிலம் கொடை. இதை எழுதியவர் பெயர்களில் வேளான் கேரளன் நாஞ்சிநாட்டு மூவேந்த வேளான்; கேரள சந்தோவிப் பல்லவராயன், அனந்தன் சக்கரபாணி பெயர்கள் வருகின்றன. (த.நா.தொ. *Vol III 1968–311 TAS Vol VII Part I P9)*

694. பெருமாள் கோயில் கருவறை மேற்கு பக்க சுவரில் குமுதம். தமிழ்; பாண்டியன்; ஸ்ரீவல்லபன் ஆட்சியாண்டு 17; கி.பி. 1149; நீண்ட வரிகள் 6; ஸ்ரீவல்லபதேவரின் 17ஆம் ஆட்சியாண்டில் நாட்டாற்றுப் போக்கு வைகுந்த வளநாட்டு சபையோம் வீரகேரள மங்கலத்து சபையோம் நாஞ்சில் நாட்டு சபையோம் புரவசேரி சதுர்வேதி மங்கலம் புரவுவரி விண்கராழ்வார்க்கு நித்த நிபந்த செலவுக்கு செய்தருளிய திருமுகப்படி; இறையிலியாக கொடுத்த நிலம் இந்த நிலம் இறைப்படி கோலால் அளந்து நான்கு எல்லையிலும் திருவாழி கல்நாட்டிக் குடுத்து நடந்தது. வீரகேரளமங்கலத்தில் சபையுள்ளோர் எழுத்து. (த.நா.தொ. Vol III 1968–312; TAS Vol VI Part I P 5)

695. பெருமாள் கோவில் தரை. தமிழ்; கி.பி 13 நூற்.; வரிகள் 7; சிதைந்த கல்வெட்டு; கோவில் இறைவனுக்கு விளக்கெரிக்க 12 அச்சுதானம். இங்கு கோவில் சபை இருந்தது. காரம்பி செட்டு, ராஜா நாராயணன், பெயர்கள் வருகின்றன. (த.நா.தொ. Vol III 1968–313; TAS Vol VII Part I P 10)

696. பெருமாள் கோவில் தரை; தமிழ்; கி.பி 1202; வரிகள் 7; கிரந்த எழுத்து கலப்பு; கல்வெட்டு தொடர்ச்சி இல்லை. முந்திய கல்வெட்டின் ஒரு பகுதியாக இருக்கலாம். வைராவணன், பார்த்த சாரதி பெயர்கள் வருகின்றன. (த.நா.தொ. Vol III 1968–314; TAS Vol VII Part I P 10)

697. பெருமாள் கோவில், தமிழ்; கி.பி. 13ஆம் நூற்.; வரிகள் 5; கல்வெட்டின் ஒரு பகுதி குறுங்குடி இராமனரங்கன், காரிகாளி ஆகியோர் புரவுவரி கோவிலில் தினமும் திருவாய் மொழி படிப்பதற்காக திருவிடையாட்டமாக நிலம் தானம். இது கடிகைப்பட்டினம் பெரிய குளத்தின் கீழ் உள்ளது. இப்படி கொடுக்கப்பட்ட நிலம் ஒற்றியில் இருந்தது. அதை மீட்டுக் கொடுத்து நீர்வார்த்து தானம் வழங்கினார். இக்கல்வெட்டில் அரங்கன் இராயன், கரு மாணிக்க செட்டி, தாயன் கண்ணன் பெயர்கள் உள்ளன. (த.நா.தொ. Vol III 1968–315 TAS Vol VII Part I P 10)

698. பெருமாள் கோவில் தரை. தமிழ்; கி.பி. 13 நூற்.; வரிகள் 5; கல்வெட்டு இடைப்பகுதி, நிபந்தம் 'குரக்கேணி கொல்லம்', தயிராவூர், முன்முடிச் சோழ நல்லூர், குறுங்குடி, திருவெண்காடு பெயர்கள் வருகின்றன. (த.ந.தொ. Vol III 1968–316; TAS Vol VII Part I P 11)

699. பெருமாள்கோயில் கருவறை தென்புறம் சுவர். தமிழ்; கி.பி 1164; நீண்டவரிகள் 4; தாளவோலை காராண்மை பிரமாணம்; கோவில் திருப்போஜனத்துக்கும், இரண்டு பிராமண வழிப்போக்கர்களுக்கும் நிபந்தம். திருவிடையாட்டமாக நிலம்.

குன்றபோழன் என்ற பெயர் வருகிறது. (த.நா.தொ. *Vol III 1968–317; TAS Vol VII Part I P 13)*

700. பெருமாள்கோவில் அர்த்தமண்டபம் தெற்கு பக்க சுவர் குமுதம்; தமிழ்; கி.பி 1160; குண்டூர்காவில் குறுங்கோட்டு மண்ணடிக்கு நான்கெல்லை அகத்து உடையார் தாமோதரன் கண்டன், விக்கிரமனான சோழ ஆண்குடி வேளாரும் உடையார் தாமோதரன் கேரளனான வீர பாண்டி ஆண்குடி வேளானும் புரவுவரி விண்ணவருக்கு காராண்மையாக விட்டுக் கொடுத்த நிலம் நிபந்தம். இக்கோவிலில் நித்தம் திருப்போனகம் படைக்கவே இத்தானம். (த.நா.தொ. *Vol III 1968–318; TAS Vol VII part I P12)*

701. பெருமாள் கோவில் கருவறை தென்புறச் சுவர் குமுதம்; தமிழ்; கி.பி 12 அல்லது 13 நூற்.; வரிகள் ஏழு; கோட்டாறான மும்முடிச் சோழ நல்லூரில் நிற்கும் நிலைப்படை அரிகுல கேசிகளில் தெரிந்த வில்லிகளில், நாயக முற்பேர் படவளவ முன்னிட்ட பெரும்படை இருமுடி சோழ தெரிந்த வில்லிகளில் சத்தியாச்சிரிய குலகாலர் தெரிந்த வில்லிகளில் பெரும்படை ஆகிய இந்த மூன்று கொத்துபடையும் நிபந்தம் கொடுத்தது. இது காராண்மையாகக் கொடுக்கப்பட்டது. (த.நா.தொ. *Vol III 1968–319; TAS Vol VII Part I P 13)*

702. பெருமாள் கோவில் அர்த்தமண்டபம் தெற்கு பக்க சுவர் குமுதம். தமிழ்; கி.பி. 1487; வரிகள் 20; வங்கிபுரத்து நாராயணப் பட்டன் என்பவன் உடல் வலுவும் நீண்ட ஆயுளும் செல்வமும் பெற வேண்டும் என்பதற்காக நாஞ்சில் நாட்டு பிரமதேயம் புரவுவரிச் சதுர்வேதிமங்கலத்துப் புரவுவரி விண்ணகர் ஆழ்வார்க்கு ஒவ்வொரு நாளும் அமுதுபடி இருநாழியும் ஒரு பிராமணர்க்கு உணவும் அளிக்க இக்கோவில் ஸ்ரீபண்டாரத்தில் 400 கலியுகராமன் பணம் கொடுத்த செய்தி உள்ளது. “ஒரு பிராமணர்க்கு நமஸ்காரமாக நாள்தோறும் அசனம் செய்து” என்று வருகிறது இந்த சொற்றொடரில் உள்ள ‘அசனம்’ என்ற சொல் கத்தோலிக்கரிடம் வழக்கில் உள்ளது. (த.நா.தொ. *Vol III 1968–320; TAS Vol VII Part I P 15)*

703. பெருமாள்கோவில் அர்த்தமண்டபம் தெற்கு சுவர் குமுதம். தமிழ்; வேணாடு; வீர ராமவர்மா; கி.பி. 1196; வரிகள் எட்டு; வீர ராமவர்ம திருவடிக்கமைந்த அதிகாரமுடைய கோட்டாற்று பள்ளிச்சந்தத்தில் புரவுவரிச் சதுர்வேதி மங்கலத்து புதுக்குளத்துளத்தில் கீழ் நிலத்தை அரசர் நிபந்தமாகக் கொடுக்கிறார் இக்கோவிலில் ரிக்வேதமும், யஜுர்வேதமும் கற்பிப்பதற்கு உபாத்யாயன்மார் இருவருக்கு கிடைவிருத்தியாக இந்நிலம் விடப்பட்டது. (த.நா.தொ. *Vol III 1968–321; TAS Vol VII Part I P 14)*

704. பெருமாள் கோவில் அர்த்தமண்டபம் தென்புறச் சுவர் குமுதம். தமிழ்; கி.பி. *1159;* வரிகள் *4;* இக்கோவில் திருப்போனகத் துக்கு ஒவ்வொருநாளும் இருநாழி அரிசி கொடுக்க நிலம் நிபந்தம். இந்த அரிசியைக் கோவில் திருமடைப்பள்ளி நாழியால் அளக்க வேண்டும். *(த.நா.தொ. Vol III 1968–322 TAS Vol VII P1 P 11)*

109. புல்லாங்கோடு (கல்குளம்)

705. இவ்வூரில் உள்ள சிவன் கோவிலில் உள்ள வட்டெழுத்து கல்வெட்டு. கி.பி. *13–12*ஆம் நூற்றாண்டாக இருக்கலாம். நீண்ட இரண்டு வரிகள் சிதைவு. ஒற்று ஓலைக்கரணம் கோவிலுக்கு நிபந்தம். *(TAS Vol VII Part II P 130)*

706. இவ்வூர் மகாதேவர் கோவில் கருவறை; வட்டெழுத்து; கி.பி. *13–14* நூற்.; மிகவும் சிதைவு; *6* வரிகள்; நிபந்த நிலம் எல்லை. கமுகறை ஊர்பெயர் வருகிறது. *(TAS Vol VII Part II P 130)*

110. புன்னார்குளம் (அகஸ்தீஸ்வரம்)

707. சாலையோர சுமைதாங்கிக்கல். தமிழ்; கி.பி *1823;* வரிகள் *12* புன்னார்குளம் இரண்டாம் மலையாம் பட்டாளத்தில் பணியாற்றிய இரணியல் ஊரைச் சேர்ந்த இராமன் பிள்ளை என்பவருக்குச் சுமைதாங்கி *(த.நா.தொ. Vol VI 2004–471)*

111. பூதப்பாண்டி (தோவாளை வட்டம்)

708. பூதலிங்கசுவாமி கோயில், துஜஸ்தம்பத்தின் முன்தரை; தமிழ்; கி.பி. *1789;* வரிகள் *3;* இக்கோவில் கொடிமரம் மலையாள ஆண்டு *965* மாசி மாதம் *9*ஆம் தேதி பிரதிட்டை *(த.நா.தொல். Vol V 1969–69)*

709. பூதலிங்கசுவாமி கோவில் நந்தி மண்டபம் தூண். தமிழ்; கி.பி *1502;* வரிகள் *6;* கல்வெட்டு மிகவும் சிதைவு. *(த.நா. தொல். Vol V 1969–70)*

710. இவ்வூரின் வடக்குதெரு ஜீவா நூல் நிலையம் அருகில் உள்ள தனிக்கல். தமிழ்; கி.பி. *17–18;* வரிகள் *8;* ஸ்ரீ உதைய மார்த்தாண்டன் பெருந்தெரு அஞ்சினான் புகலிடமான பூதலராமன் பெருந்தெரு குறிக்கப்படுகிறது. *(த.நா.தொ. Vol V 1969–71; TAS Vol VII Part II P 81)*

711. பூதலிங்கசுவாமி கோவில் சிவகாமி அம்மன் சன்னிதி தெற்கு பக்க கிழக்கு சுவர். தமிழ்; கி.பி *1578* நீண்ட வரிகள் *11;* நாஞ்சி நாட்டு பூதப்பாண்டி நயினார் பூதப்பாண்டீச்சுவரமுடைய நயினார் ஸ்ரீபண்டார காரியம் செய்வார்களிடம், இந்த ஊர்

அய்யப்பன் பரியேறும் பெருமாள் என்பவர் இக்கோவிலுக்கு 5 திரிகள் கொண்ட 25 திருக்குத்துவிளக்குகளையும் அவற்றை எரிக்க எண்ணெய்காக நிலமும் நிபந்தமாகக் கொடுத்துள்ளான். (த.நா.தொ. *Vol V 1969–72; TAS Vol VII Part II P 81)*

712. பூதலிங்கசுவாமி கோவில் சிவகாமி அம்மன் சன்னிதி தெற்குப் பக்க கிழக்கு சுவர். தமிழ்; கி.பி. *1581;* நீண்ட வரிகள் *15;* இக்கோவிலில் ஸ்ரீகாரியம் செய்பவர்கள், மலைமண்டிலத்து மிடாலநாட்டு பெருமாங்குழி தேசத்து காளிப்பாப்பானிடமிருந்து நூறு பணம் பெற்றுக்கொண்டு மாதம் தோறும் பூதப்பாண்டீஸ்வரர்க்கு அமரபட்சத்து அஷ்டமியில் நடைபெறும் பூசைக்கு நெய் பழம் ஆகியவை படைப்பதாகக் கூறி சண்டேஸ்வரப் பிரமாணம் எழுதிய செய்தி இதில் உள்ளது. கோவிலில் கதலிப்பழம் பயன்படுத்திய செய்தி உள்ளது. (த.நா. தொ. *Vol V 1969–73; TAS Vol VII Part II P 82–83)*

713. பூதலிங்கசுவாமி கோவில் சிவகாமி அம்மன் சன்னிதி வடக்கு பக்க சுவர். தமிழ்; கி.பி. *1583;* வரிகள் *35;* இக்கோவிலில் ஸ்ரீகாரியம் செய்பவர்கள் எழுதிய சண்டேஸ்வரப் பிரமாணம். மேற்படி நாட்டில் ஸ்ரீபத்பனாப நல்லூர் அழகளழகச் சதுர்வேதி மங்கலத்தைச் சேர்ந்த கங்கையாடிப் பட்டருக்கு தட்சணாமூர்த்தி பூசை செய்வதற்கு பணம் *200* பெற்றுக்கொண்டு ஒப்பந்தம் எழுதிய செய்தி. (த.நா.தொ. *Vol V 1969–74; TAS Vol VII Part II P 83–84)*

714. பூதலிங்கசுவாமி கோவில் சிவகாமி அம்மன் சன்னதி தெற்கு சுவர், தமிழ்; கி.பி. *1607;* வரிகள் *11;* இது ஆதி சண்டேஸ்வரப் பிரமாணம்; இக்கோவிலில் திருப்பள்ளி எழிச்சிக்கு, அபிஷேக கட்டளை; அமுது நைவேத்தியத்துக்கும், நாஞ்சில் நாட்டு மருங்கூரான பத்மனாப நல்லூரில் சூரனைவென்ற ஆதிச்சன் வழிபாடாக மாதம் ஒன்றுக்கு எண்ணெய், நெய், தேங்காய், கதலிப்பழம் ஆகிய செலவுக்கும் *300* பணம் கொடை; பஞ்சாமிர்தத்தில் தேங்காய் இளநீர் கதலிப்பழம் தேன் சர்கரை ஆகியன சேர்த்தனர். (த.நா.தொ. *Vol V 1969–75; TAS Vol VI Part I P 85)*

715 பூதநாதசுவாமி கோவில் சிவகாமி அம்மன் சன்னிதி தெற்கு பக்கம் கிழக்கு சுவர். தமிழ்; கி.பி *1581;* வரிகள் *16;* இக்கோவில் திருவசந்தன் திருநாளுக்கு வேண்டிய பூசைக்கும் அமுது படிக்கும் கடைக்காவு தேசத்தைச் சேர்ந்த ஈச்சுரன் கேசவன் என்பார் நிலம் கொடை; இது அழகியபாண்டியபுரம், கடுக்கரை யில் உள்ளது. (த.நா.தொ. *Vol V 1969–76 TAS Vol VII Part II P 86)*

716. பூதலிங்கசுவாமி கோவில்; சிவகாமி அம்மன் சன்னிதி தெற்குசுவர். தமிழ்; கி.பி. *1614;* வரிகள் *20;* இது ஆதிசண்டேஸ்வரப் பிரமாணம் செய்தவர் ஸ்ரீபண்டார காரியம் பார்க்கின்றவர்கள்.

இக்கோவில் அமாவாசைத் திருநாளில் சந்திரசேகரர் மலைவலம் வரும் சமயம் சிறப்பு வழிபாட்டுக்கும் அமுதுபடிக்கும் ஆக நாஞ் சில் நாட்டு முளையநல்லூர் வேலாயுதப்பெரருமாள் என்பவர் 700 பணம் கொடுத்திருக்கிறார். இக்கல்வெட்டில் பெருமளவு குறியீடுகள் உள்ளன. (த.நா.தொ. *Vol V 1969–77; TAS Vol VII Part II P 88)*

717. பூதலிங்கசுவாமி கோவில் சிவகாமி அம்மன் சன்னிதி தெற்குசுவர். தமிழ்; கி.பி 1618; வரிகள் 36; இது ஆதிசண்டேஸ்வரப் பிரமாணம்; கோவில் நிர்வாகிகளிடம், மலைமண்டிலத்து திருவிதாங்கோடு இரவிவர்மரான குலசேகரப் பெருமாள் பெருந்தெருவில் செட்டு சிலையான் அரியக்குட்டி கொடுத்த கொடை; இவரது முன்னோர்கள் சித்திரை பரணித் திருநாள் நடத்தினர். அன்று தெருவீதியில் சுவாமி செல்லும்போது பாயசம் வினியோகம் செய்யவும் அன்று பிராமணர் போஜனத்துக்கும் நிபந்தம் அளித்திருக்கிறார். திருப்பணியாரம், பஞ்சாமிர்தம், பானகம், பொரிகடலை, பொரி, பூங்கதலி, கதலிப்பழம் ஆகியவை கொடுக்கப்பட்டன. வீதியுலாவில் பந்தம் பிடிக்கப்பட்டது. (த.நா. தொ. *Vol V 1969–78; TAS Vol VII Part II P 89)*

718. பூதலிங்கசுவாமி கோவில் துஜஸ்தம்பத்திற்கு அருகில் தனிக்கல். தமிழ்; கி.பி. 1658; வரிகள் 61; இராமவர்மா என்ற சிறைவாய் மூத்த தம்பிரான் பூதப்பாண்டியில் தனது புதிய அரண்மனையில் எழுந்தருளியிருந்தபோது கோவில் நிர்வாகிகளும் ஊர் பிள்ளைமார்களும் அரசனைச் சந்தித்தனர்; தங்கள் கோரிக்கையை முன் வைத்தனர். கோயில் நிலத்தைப் பயிரிட்டு வருபவர்கள் அந்த நிலங்களுக்குத் தாங்கள் எழுதித்தந்த பிணையை நீக்கிவிட வேண்டுமென்று கூறுகிறார்கள் என்றும் அவ்வாறு நீக்கினால் கோவிலுக்குப் பொருள் இழப்பு ஏற்படும் என்றும் முறையிட்டனர். அரசன் குத்தகைக்காரர்களையும் விசாரித்தான். பின் கோவில் நிலங்களைப் பயிரிடுவோரின் பிணையை நீக்கி உத்தரவிட்டான். இந்தச் செய்தியை இக்கல்வெட்டு குறிக்கிறது. (த.நா.தொ. *Vol V 1969–79; TAS Vol VII Part II P 91)*

719. இவ்வூர் வடக்குதெரு மூலையில் உள்ள தனிக்கல். தமிழ்; கி.பி. 1691; வரிகள் 71; அரசன் (வேணாடு) பூதப்பாண்டிக்கு வந்தபோது நிர்வாகத்தினருடன் பேசினார். அப்போது பூதப்பாண்டி சாலியர் சாதியினருக்குச் சில உரிமைகள் வழங்கினான். சாலியருக்கு உள்ளூரில் பல தொந்தரவு வந்ததால் வடசேரியில் சென்று குடியேற உத்தரவிட்டான். சாலியத்தெருவில் ஒருவருக்கு துன்பம் வந்தாலும் அதற்குப் பிணை கொடுக்க வேண்டும். கோவில் வாயிற்காவலாளர் வயிராவிமார் பற்றி இதில் குறிப்பு உண்டு. (த.ந.தொ. *Vol V 1969–80 TAS Vol VII Part II P 92)*

720. பூதலிங்கசுவாமி கோவில் சிவகாமி அம்மன் சன்னிதி தெற்கு சுவர். தமிழ்; கி.பி. 15–16; வரிகள் 11; சிதைவு; இக்கோவில் திருவாதிரை நாளில் கொடுக்க வேண்டியவை பற்றிய விபரம். கல்வெட்டு சிதைந்தது. சிறப்புபாயசம் சர்கரை கதலிபழம் தேன், தேங்காய் ஆகியன வருகின்றன. குறியீடுகள் அதிகம். (த.நா.தொ. *Vol V 1969–81)*

112. பேயன்குழி (கல்குளம்)

721. இவ்வூர் கல்வெட்டு பத்மநாபபுரம் அரண்மனையில் உள்ளது. தமிழ்; கி.பி 1710; இரண்டு சொற்கள் கொண்ட 100 வரிகள்; அன்ன சிவனையுத்தான் அக்னீஸ்வரன் என்பவன் மணலிக்கரையில் கல் அம்பலம் கட்டி அதில் தர்மம் நடக்கவும் பரிபாலனம் செய்யவும் பணமும் நிலனும் கொடை. மடத்தில் ஓலைகட்ட, பண்டாரத்திற்கு சாப்பாடு, சுண்ணாம்பு சட்டி, உப்பு, வெளிச்செண்ணெய், தானம் செய்ய, கிணற்றிலிருந்து தண்ணீர் கோர பணம் என்னும் விஷயங்கள் கல்வெட்டில் உள்ளன. (த.நா.தொ. *Vol 6 2004–534)*

113. பொன்மனை (கல்குளம்)

722. இவ்வூர் மகாதேவர் கோவில் நந்தி மண்டபத்தில் தொங்கும் வெங்கல மணி; தமிழ்; 2 வரிகள்; கி.பி. 1775; சிவபூசையில் அடிக்க வைத்த மணி. *(வெளியாகவில்லை)*

114. மண்ணடி (தோவாளை)

723. தென்பாறைக்குன்றில் உள்ள சிவன் கோவில் பலிக்கல். தமிழ்; 13 நூற்.; வரிகள் 2; வடபாறை குன்றன் விடங்கனான வயத்தனார் என்பவர் பலிபீடக்கல் செய்தளித்த செய்தி இதில் உள்ளது. (த.நா.தொ. *Vol VI 2004–541)*

115. மணல்திட்டை (தோவாளை)

724. மணல் திட்டை பாறையின் கிழக்கு பக்கம் உள்ளது. தமிழ்; கி.பி 1546; நாஞ்சில் நாட்டு மங்கலம் முதல் மணக்குடி வரை தோவாளைக்கு மேற்கு, பன்றிவாய்க்காலுக்கு கிழக்கு உள்பட்ட பெருமாள் ஸ்ரீபத்மநாபன் தேசமாய் உள்ள இடத்தில் உள்ள கோவில்களான சுசீந்திரம் கோவில், பூதப்பாண்டி கோவில், தேரூர் அழகிய நம்பி கோவில், ஆகியவற்றிற்குரிய நிலத்தைப் பயிரிடும் குத்தகைக்காரர்களுக்கு இடப்பட்ட ஆணையை இக்கல்வெட்டு கூறுகிறது. 21 மரக்கால் ஒப்பளவின் படியும் கார் சாகுபடியில் அளக்க வேண்டிய நெல்லைக் காரிலும்

பாசனத்தில் உள்ள நெல்லைப் பாசனத்திலும் அளக்கலாம். *(த.நா.தொ. Vol V 1969–82; TAS Vol VII Part I Page 36)*

725. சி.ஆர். டாக்கீஸ் அருகில் தனிக்கல். தமிழ்; கி.பி 1123; 9 வரிகள் மிகச் சிதைந்த கல்வெட்டு (த.நா.தொ. Vol V 1969–83)

116. மணலி (கல்குளம்)

726. தக்கலை அழகிய மண்டபம் சாலையில் உள்ள மீரான் கனிமஸ்தான் சாயிபு தர்காவில் உள்ள சமாதியில் அமைந்த தமிழ்கல்வெட்டு. ஹிஜ்ரி 1246 வெள்ளி (கி.பி. 1831 செப்டம்பர் 14) 19 வரிகள். முகைதீன் சேரா முதலியான மீரான் கனி மஸ்தான் ஸாயிபு ஆதிரம் (மறுஉலகு) புகுந்தது. (வெளியாகாதது)

117. மணலிக்கரை (கல்குளம்)

727. ஆழ்வார்கோவிலில் உள்ள தூண்; இப்போது பத்மநாபபுரம் அரண்மனையில். தமிழ்; வேணாடு வீரகேரளவர்மா; கி.பி 1236; வரிகள் 99; கோதைநல்லூர் ஊராரும் சபையாரும் தங்கள் நிலங்களிலிருந்து செலுத்தவேண்டிய வரியை நிர்ணயம் செய்தது. "இரவிகேரளவர்ம திருவடிக்கு அடிமையான அதிகாரிகள்"; கச்சேரி (அலுவலகம்) ஈவுநெல் (பாக்கி நெல்), பட்டவிருத்தி, ஓணச்செலவு சொற்கள் வருகின்றன. (த.நா.தொ. Vol IV 1969–123; TAS Vol III Part I Page 61–63)

728. மணலிக்கரை ஜமாத்து கட்டிடக் சுவர், ம.ஆ. 1088 கார்த்திகை 14 ஹிஜிரா 1330; நவம்பர் 1912; தமிழ்; அப்துல் முத்தாலிபு என்னும் பட்டாணியர் திருவிதாங்கூரின் அரச வைத்தியராக இருந்தார். அவரது பெயர் இதில் உள்ளது. (ஆவணம் 26 No 66 ப. 239)

118. மணவாளக்குறிச்சி (கல்குளம் வட்டம்)

729. எழுத்துப்பாறை ஓலா; மொழி தமிழ்; எழுத்து வட்டெழுத்து; சோழர்; முதல் ராசராசன்; 27ஆம் ஆட்சியாண்டு; கி.பி 1012; வரிகள் 20; பெரியகுளம் உடைப்பெடுத்ததைத் தடுத்து அணை கட்டி அதைப் பராமரிக்க முதல் ராஜராஜன் நிலக்கொடை வழங்கிய செய்தி. முதல் 7 வரிகள் மெய்கீர்த்தி (த.நா.தொ. Vol VI 2004–505 TAS Vol VI Part II No 105 P 145)

730. இவ்வூர் கிருஷ்ணன்கோவில் அருகே ஆற்றங்கரை தெற்கு பக்கம் கல்லறைக் கல்வெட்டு. மலையாளம் எட்டு வரிகள். கி.பி. 1841; இவ்வூர் அரமுறிவிளாகம் வலியமிட்டு, குமாரன் பெருமாள் பரலோகப் பிராப்தி ஆனார். இவருக்கு 77 வயது. (வெளியாகாதது)

731. இவ்வூர் கிருஷ்ணன் கோவில் தென்புறம் ஆற்றங்கரை கல்லறைக் கல்வெட்டு. மலையாளம் 7 வரிகள். கி.பி. 1937 வியாழன் மாலை ஸி. ராமன்பிள்ளை இறந்த செய்தி (வெளியாகாதது)

119. மயிலாடி (அகஸ்தீஸ்வரம் வட்டம்)

732. சாஸ்தாங்கோவில் அருகே தனிக்கல்; தமிழ் 4 புறமும். ம.ஆ. 942 புதன்; கி.பி. 1766 அக்டோபர்; வழிமடம் நிபந்தம். மயில்கோடு ஊரில் உள்ள மடத்திற்குத் திருவிதாங்கோடு பாலகொட்டு நாராயணன் எழுதிய பிரமாணம். வெள்ளாவிளையில் உள்ள ஒரு இடத்தில் ஒரு அம்பலத்திற்காக விட்டுக்கொடுத்த நிலவிபரம் இக்கல்வெட்டில் உள்ளது. இந்த அம்பலம் ஓலையால் ஆனது. இதைக் கட்ட ஓலைச்செலவு, வழிப்போக்கற்கு சுண்ணாம்பு சட்டி நெருப்பு எண்ணெய் போன்றவை கொடுக்கவும் இந்த ஏற்பாட்டைச் செய்யும் பண்டாரத்திற்குச் செலவிற்கும் நிபந்தம் கொடுக்கப்பட்டுள்ளது. 93 வரிகள் உடையது இக்கல்வெட்டு *(TAS Vol VII Part I P 20)*

120. மிடாலம் (விளவங்கோடு)

733. இவ்வூரில் உள்ள செட்டு சமூகத்திற்குச் சொந்தமான முத்தாரம்மன் கோவில் முன் மண்டபத்தில் தூண்களில் 4 கல்வெட்டுகள் உள்ளன. மிடாலம் ஊரின் பழைய பெயர் உதைய மார்த்தாண்டம் ஆகும். (ஆவணம் 25 ப.125)

734. இந்த கோவிலின் ஒரு தூணில் உள்ள தமிழ் கல்வெட்டு கி.பி. 1811ஆம் ஆண்டினது. இது செட்டு வேலாயுதப் பெருமாள் என்பவரின் குமாரர் பெருமாள் கொடுத்த தூண். (ஆவணம் 25 ப. 125)

735. இன்னொரு தூணின் தமிழ் கல்வெட்டு. கி.பி. 1811 மார்கழி 25இல் வெட்டப்பட்டது. இது செட்டு சுப்பிரமணியன் கொடுத்த தூண். (ஆவணம் 25 ப. 125)

736.'அணஞ்சபெருமாள் கணக்கான தூண்' என்ற கல்வெட்டில் ஆண்டு இல்லை. (ஆவணம் 25 No. ப. 125)

737. இங்குள்ள ஒரு தூணைச் செட்டு சமூகப் பெண் நிறுவி யுள்ளாள். இதுவும் 1811ஆம் ஆண்டினது. (ஆவணம் 25 ப. 125)

738. மிடாலம் ஊரில் உள்ள ஒரு கல்வெட்டு பத்மநாபபுரம் அரண்மனையில் உள்ளது. தமிழ்; கி.பி. 1690; இரண்டு சொற்கள் கொண்ட 90 வரிகள். சில சிதைவு. இந்தக் கல்வெட்டு தெக்கத்து தரைகண்ட ஆதிச்ச பிள்ளையோட வக நிலம் தானவிலைப்

பிரமாணமாக விட்டுக் கொடுத்ததைத் தெரிவிக்கிறது. ஒற்றுநாட்டு பிரம தேசம் மிடாலம். *(த. நா. Vol VI 2009 -594)*

121. முஞ்சிறை (விளவங்கோடு)

739. திருமலை மகாதேவர் கோவில் மேற்கு பிரகாரப் பாறை. வேணாடு; கீழப்பேரூர் ஸ்ரீவீர கேரள மார்த்தாண்டவர்மா; தமிழ் மொழி வட்டெழுத்து கி.பி. *1434;* வரிகள் *31* ஏழு வரிகள் இல்லை; *3* வரிகள் சிதைவு. வேணாட்டரசர் முஞ்சிறை திருமலை மாதேவர் கோவிலில் ஊட்டு நடத்த கொடை வழங்கியது. *(த.நா.தொ. Vol VI 2004–573; TAS Vol VII P 22)*

740. மகாதேவர் கோவில் மேற்குப் பிரகாரம் பாறை. மொழி தமிழ்; எழுத்து வட்டெழுத்து. கி.பி. *9*ஆம் நூற்.; வரிகள் *13;* சிங்க நல்லூர் சாத்தன், பாலையூர் கேசவன் காமன், பிராயூர் சேகரன் கோவிந்தன் ஆகியோர் முஞ்சிறையில் பெரிய அம்பலத்தில் களப்பணி செய்து நிலக்கொடை. இந்த நிலம் சாலியன் தோட்டத்தின் கீழ் இருப்பது. *(த.நா.தொ.Vol VI 2004–576 TAS Vol VII P 21)*

741. மகாதேவர் கோவில் பின்புறப்பாறை. மொழி தமிழ்; எழுத்து வட்டெழுத்து; கி.பி *11* நூற்.; கோவிலுக்கு விளக்கெரிக்க முஞ்சிறை சபையாரிடம் ஆறு காசு கொடை வழங்கியது. *(த.நா. தொ. Vol VI 2004–577; TAS Vol VII P 20)*

742. கோவில் பின்புறப் பாறை; மொழி தமிழ்; எழுத்து வட்டெழுத்து; கி.பி. *11* நூற்.; கோவில் விளக்கெரிக்க *15* கழஞ்சு பொன் கொடை. இதைக் கோவில் சபை பெற்றுக்கொண்டது. *(த.நா.தொ. Vol VI 2004–578; TAS Vol P 21)*

743. கோவில் கொடிமரம் மண்டபம் தூண். தமிழ்; கி.பி. *1829;* திருமலை தண்டல் குமரன் பத்மநாபன் கொடுத்த தூண்; *6* வரி *(த.நா.தொ. Vol VI 2004–579; TAS Vol VII No 12 P 23)*

744. கொடிமரம் மண்டபத்தூண்; தமிழ்; கி.பி. *1829;* சிதைந்த *7* வரி; கல்லுவிளை வேணு மாதவன் கொடை தூண். *(த.நா. தொ. Vol VI 2004–580; TAS Vol VII No 12 P 23)*

745. கொடிமர மண்டபத் தூண். தமிழ்; கி.பி. *19* நூற்.; கணக்கன் திருமுத்து செண்பகராமன் ஆதிச்சன் வகையார் செய்த தூண். *(த.நா.தொ. Vol VI 2004–581)*

746. கொடிமர மண்டபத்தூண். தமிழ்; கி.பி. *1829;* சித்தக் குறுமாங்காட்டைச் சேர்ந்த ராமன் இரவி வகையார் கொடை *(த.நா.தொ. Vol VI 2004–582)*

747. கொடிமர மண்டபத்தூண். தமிழ்; கி.பி. 1829; இது பார்த்திவசேகரபுரம் ஊர் நீலகண்டபிள்ளை என்பவர் கொடுத்த தூண். (த.நா.தொ. Vol VI 2004–583; TAS Vol VII No 12 P 23)

748. கொடிமர மண்டபம் தூண். தமிழ் கி.பி. 1831; குந்நத்தூர் செண்பகராமன் புதுத்தெருவில் வாழும் புலவாழி ஆதிச்சன் இசக்கி வகையார் இத்தூண் செய்து கொடுத்த தகவல் இதில் உள்ளது. (த.நா.தொ. Vol VI 2004–584; TAS Vol VII Part I P 23)

749. கொடிமர மண்டபத் தூண்; தமிழ்; கி.பி. 1829; பனங்குளத்து பாபகுட்டி காளியாம்பிள்ளை கொடுத்த தூண் இது. (த.நா.தொ. Vol VI 2004–583)

750. கொடிமர மண்டபத் தூண். தமிழ்; 19 நூற்.; பேயாடி விளை அய்யப்பன் தாணுவன் கொடுத்த தூண். (த.நா.தொ. Vol VI 2004–586)

751. கொடிமர மண்டபத்தூண். தமிழ்; 19 நூற். வேலு ஊமபிள்ளை என்பவர் கொடுத்த தூண். இவர் குந்நத்தூர் மேலங்குலத்து புத்தன் வீட்டைச் சார்ந்தவர் (த.நா.தொ. Vol VI 2004–587)

122. முட்டக்காடு (கல்குளம்)

752. பன்னிப்பாகம் கோவில் நந்தி மண்டபம் கிழக்கு சுவர். தமிழ்; கி.பி. 15–16 நூற்.; வரிகள் 12; மிகவும் சிதைந்தது; தல்லாகுளம், முட்டக்காடு பெயர்கள் உள்ளன. (த.நா.தொ. Vol IV 1969–125)

753. பன்னிப்பாகம் கோயில் நந்தி மண்டபம் வடக்கு சுவர். தமிழ்; கி.பி. 14–15 நூற்.; வரி 5; குறியீடு அதிகம்; நிபந்த நில எல்லை பற்றி. கல்வெட்டின் ஒரு பகுதியே உள்ளது. வண்ணான் குளம், பெருங்குளம் வள்ளி ஆறு, குசத்தியறை பெயர் வருகிறது. (த.நா.தொ. Vol IV 1969–126)

754. பன்னிப்பாகம் கோயிலில் நந்தி மண்டபத்தின் வடக்கு சுவர். தமிழ்; கி.பி. 1559; வரிகள் 8; இறுதி 5 வரிகள் இல்லை; கல்வெட்டு ஹரி எனத் தொடங்குகிறது. மலையாள வருஷம் 735 கார்த்திகை புதன் 9ஆம் தேதி. நயினார் திருப்பன்றிப் பாகத்து மகாதேவர் சன்னிதியில் மூன்று நேரமும் குழல் வாசிக்கும் நயினான் அமுதன்–அம்பிக்குட்டி என்பவனுக்கு நிலம் கொடை. கோவிலில் புல்லாங்குழல் வாசிக்கும் அரிய செய்தி உள்ளது. (த.நா.தொ. Vol IV 1969–127 TAS Vol III P 67)

755. பன்னிப்பாகம் கோயில் பிரகாரத்தில் உள்ள கல். தமிழ்; கி.பி. 10ஆம் நூற். இக்கோவிலின் விளக்கெரிக்க செட்டி விளங்கன் என்பவன் ஊர் மக்களிடம் 20 பழங்காசு அளித்து அதில் வரும் வட்டிக்கு நெய்பெற்று விளக்கை எரிக்க ஏற்பாடு

செய்திருக்கிறான். ஊரில் ஒரு சபை இருந்திருக்கிறது. பாகூர், கூழைக்கோட்டூர் பெயர்கள் வருகின்றன. *(த.நா.தொ. Vol IV 1969–128 TAS Vol III P 65)*

123. முட்டம் (அகஸ்தீஸ்வரம்)

756. குமரி முட்டம் எனப்படும் இவ்வூர் கல்வெட்டு பத்மநாபபுரம் அரண்மனையில் உள்ளது. தமிழ்; கி.பி. *1494;* வேணாடு; வரிகள் *47* குமரி முட்டத்தில் பள்ளிக்கு விளக்கெரிக்க வெளிச்செண்ணெயும் (தேங்காய் எண்ணெய்) பள்ளியில் வாங்கா வாசிக்கும் மோதினுக்குப் பணமும் நிலக்கொடையும் வழங்கிய செய்தி உள்ளது. இந்த ஊரில் இடங்கை வலங்கையர்களின் கலவரத்தில் பொதுமக்களுக்கு தங்க ஒரு இடம் அஞ்சினான். புகலிடம் ஆக அறிவிக்கப்பட்டுள்ளது. மீனவர்களிடமிருந்து வசூலிக்கப்பட்ட பலவகை வரிகளின் பெயர்கள் உள்ளன. மடிவலை, வாளைவலை, சாளைவலை, கணவலை என்னும் பெயர்கள் வருகின்றன. *(த.நா.தொ. Vol VI 2004–487; TAS Vol VI Part II No 128; P 179–180)*

124. முப்பந்தல் (தோவாளை)

757. இவ்வூர் இசக்கி அம்மன் கோவில் அருகே சுமைதாங்கியில் தமிழ் கல்வெட்டு; *2* வரிகள்; கி.பி. *1830.* இது சிவணைஞ்ச பெருமாள் உபயம் *(பத்மநாபபிள்ளை 1943 ப.39)*

758. இவ்வூர் தண்ணீர் மடத்தின் முன் கல்லில் உள்ள *7* வரித் தமிழ் கல்வெட்டு கி.பி. *1885* முத்துசாமி விநாயகம் பெருமாள் உபயம் *(வெளியாகாதது)*

125. மேலப்புதுவூர் (தோவாளை)

759. ஹரஹர விநாயகர்கோவில் எதிரே உள்ள தனிக்கல். தமிழ் கி.பி. *1625;* வரிகள் *27;* கேசவன்புதூர் அரிகர விநாயகர் கோவிலில் ஆரியக்கரை வாத்தக்குடி பரதேசிகளில் கணேச சர்மா தவபட்டர் கணக்காக துவாதசியில் *12* பேருக்கு உணவு படைக்கவும் ஏனைய பூசைகளுக்கும் நிலம் விட்டுக் கொடுத்த நில விபரம். உண்ணியூர் கொன்றவன் பாறை; ஆண்டாள் அழகிய நம்பி, செட்டி திருக்குருகன் நிலம், செட்டு திருநெல்வேலிப் பெருமாள், என்னும் பெயர்கள் வருகின்றன. *(த.நா.தொ. Vol V 1969–84)*

760. ஹரி ஹர விநாயகர் கோவிலின் எதிரே உள்ள தனிக்கல். தமிழ்; கி.பி. *1650;* நாஞ்சில்நாட்டில் அழகிய பாண்டியபுரம் புதுவூரில் உள்ள அரிகரவிநாயகர் கோவிலுக்கு ஆரியக்கரை என்னும் இடத்தில் வசிக்கும் பரதேசிகளில் மாதவப்பட்டர்

என்பவர் நமஸ்கார வகைக்கு அரிசி, தேங்காய், மிளகு, இஞ்சி, உப்பு, நெய், ஆகியவற்றை நிபந்தமாகக் கொடுத்துள்ளார். (த.நா. தொ. *Vol V 1969–85)*

761. ஹரிஹர விநாயகர் கோவிலின் எதிரே உள்ள தனிக்கல். தமிழ்; கி.பி. *16–17* நூற். ஸ்ரீ பராங்குதாசர் என்பவர் புதூர் மடத்தில் இருந்து, துவாதசி தோறும் 12 பேர்கள் உணவு உண்பதற்குக் கொடை பற்றிய செய்தி. *(த.நா.தொ. Vol V 1969–86)*

126. வடசேரி (நாகர்கோவிலின் ஒரு பகுதி)

762. தளியல் மகாதேவர் கோவில் முகமண்டபம் தெற்கு சுவர். தமிழ்; வேணாடு; உதைய மார்த்தாண்டவர்மா; கி.பி. *1532;* வரிகள் *10* செயதுங்க நாட்டு சங்கர நாராயண வென்று மணகொண்ட பூதல வீர ஸ்ரீ வீர உதைய மார்த்தாண்ட வர்மர் திருப்பாப்பூர் மூத்தவராயர் நாஞ்சில் நாட்டு சுசீந்திரம் கொதுகுல சபையாரில் ஆரியன் சொக்கன் பெரிய பெருமாள் மார்த்தாண்டப் பிரமராயனை வடசேரி கோவிலில் ஸ்ரீபண்டாரக் கணக்கு எழுத நியமித்து ஆணை பிறப்பித்ததைக் குறிப்பிடுகிறது. இந்த உத்தரவை வெளியிடும்போது இந்த அரசன் களக்காடான சோழகுல வல்லிபுரம் வீரமார்த்தாண்ட சதுர்வேதி மங்கலத்தில் புதிதாகக் கட்டப்பட்ட அரண்மனையில் இருந்தான் (த.நா.தொ. *Vol 3 1968–323; TAS Vol VI Part II Page 130)*

763. வடசேரி ஊரில் கிடைத்த தனிக்கல்; இப்போது பத்மநாபபுரம் அரண்மனை அருங்காட்சியகத்தில் உள்ளது. தமிழ்; சோழர்; முதல் ராஜராஜன்; கி.பி. *1001;* ஆட்சியாண்டு *16* ராஜராஜ வளநாட்டு நாஞ்சிநாட்டு திருக்கோட்டாறான வடசேரி பிடாரியார் கொம்மண்டை நங்கைக்கு திருவமிர்து செலவுக்காக கொடுக்கப்பட்ட நிபந்தம். இதன் பொறுப்பு தென்கரை ஆர்காட்டு கூற்றத்து சிற்றரசூருடையான் சோன் கொற்றனான நெறிய மூவேந்த வேளார் ஆவார். கொடுத்தவர்கள் கோட்டாறு ஊர் மக்கள்; 'வடசேரி உள்மதில் கிடங்கு'–அப்போது கோட்டை அகழியைக் குறிப்பது. உள்மதில் கிடங்கு தெற்கு என உள்ளது. கோட்டாறு பழைய கோட்டையைக் குறிப்பதாகலாம். (த.நா. தொ. *Vol 6 2004–484 TAS Vol VI Part II No 103)*

764. நாகர்கோவில் வடசேரி பாலமோர் ரோடு கருத்தவிநாயகர் கோவில் கருவறையின் முன்பக்கச் சுவர். தமிழ்; கி.பி. *1744;* திருவிதாங்கூர் அரசர் அனுஷம் திருநாள் மார்த்தாண்டவர்மா காலம். செட்டி சாதியினருக்கும் மொட்டை சாலியருக்கும் இந்தக் கோவிலின் உரிமை குறித்த வழக்கு; இது

பற்றிய செய்தி; 32 வரிக் கல்வெட்டு. நடைமுறைப்படி மொட்டைச் சாலியருக்கு என வருகிறது. (ஆவணம் எண் 20 ப 86)

765. வடசேரி புனித ஜெபஸ் தேவாலயத்தின் தெற்கே உள்ள வரிக்கல்லில் உள்ள தமிழ்க் கல்வெட்டு. கி.பி. 1822 ஏப்ரல். இந்தத் தேவாலயம் கி.பி. 1822க்கு முன் சாதாரணக் கட்டிடமாக இருந்தது. அப்போது இவ்வூரைச் சார்ந்த வண்ணான் திருநெல்வேலிப் பெருமாள் மகள் வன்னியப் பெருமாள் கற்கோவிலாக எடுத்துக் கட்டினான். இப்போது இது புனித ஜேம்ஸ் ஆலயமாக கூறப்படுகிறது. இதே கோவில் முன்பு புனித சவேரியர் ஆலயமாகப் பேசப்பட்டது. (ஆவணம் எண் 20 ப 86)

766. வடசேரி வஞ்சியாதித்தன் புதுத்தெரு தென்கோடியில் ஸ்ரீசங்கர சிந்தாமணி சுவாமிகள் சமாதிக் கோவிலில் இருந்த செப்பேடு; தமிழ்; 75 செ.மீ. நீளம் அகலம் 69. நிறை 450 கிராம். இரண்டு பக்கமும் 25 வரிகள் உள்ளன. இந்தச் செப்பேட்டில் குறிப்பிடப்படும் சுவாமிகள் கி.பி. 1328இல் பிறந்து கி.பி. 1748இல் சமாதி ஆனார்; 400 ஆண்டுகள் வாழ்ந்தார் என்னும் வரலாறு விளக்கப்படுகிறது. இவர் சமாதி ஆனபோது இவருடன் இரண்டு சீடர்களும் உயிருடன் சமாதி ஆயினர். இச்செப்பேடு பழைய செப்பேட்டிலிருந்து கி.பி. 1938இல் பிரதி செய்யப்பட்டது. (ஆவணம் எண் 25 பக். 98-104 எண் 30)

767. வடசேரி ஒழுகினசேரி சாலையில் அமைந்த இஞ்ஞாசியார் குருசடி கல்லறைத் தோட்டத்தில் 9 வரிகள்; தமிழ்; 19ஆம் நூற். சவரிமுத்து என்பவரின் மனைவி செவத்தியாள் வாந்திபேதியால் மரணமடைந்த செய்தி 'பெஞ்சாதி' (மனைவி) சொல் வருகிறது. (வெளியாகாதது)

768. இஞ்ஞாசிரியார் கல்லறைத் தோட்டம் 15 வரிகள் தமிழ். கி.பி. 1646 பெப்ரவரி 17. எங்கல்ஸ் மதினி சந்தியாவு உடன் பிறந்தாள் சவரிமுத்து மனைவி செவ்வத்தியாள் வாந்திபேதியால் இறப்பு. மதினி உறவு முறைச் சொல். (வெளியாகாதது)

769. கருத்தவிநாயகர் கோவில் கல்தொட்டியில்; 5 வரி; தமிழ்; பாவு நூல் நனைக்க உதவிய தொட்டி. கி.பி. 1894. வடசேரி புதுத்தெரு சாலியர் ஊர்வகை கோவில் என உள்ளது. (வெளியாகாதது)

127. வடிவீஸ்வரம் (நாகர்கோவிலின் ஒரு பகுதி)

770. அழகம்மன் கோவில், சன்னிதி கருவறை தென்புறச் சுவர். தமிழ்; கி.பி. 1483; வரிகள் 10 நாஞ்சிநாட்டு கோட்டாறான மும்முடிச் சோழபுரத்து நயினார் வடிவீஸ்சுரம் உடைய நயினார்

நாச்சியார் அழகிய மங்கை நாச்சியார்க்கு நித்திய பூசை நடத்த கொடுத்த நிபந்தம்; இது அழகிய சோழ நல்லூர் (தேரூர்) ஊரில் உள்ளது. இந்த நிபந்தத்தை வேணாட்டு அரசர் கல்லிடைக்குறிச்சி திருவேங்கடமுடையார் வீட்டிலிருந்து இந்த நிபந்த ஆணையை வெளிவிட்டார். (த.நா.தொ. *Vol 3 1968–324; TAS Vol VI Part II P 133)*

771. அழகம்மன் கோவில் வடிவநாதன் சன்னதி கருவறை தெற்கு பக்க சுவர். தமிழ் வேணாடு ஸ்ரீஇரவிவர்மன் கி.பி. *1526;* வரிகள் *17;* குறியீடுகள் அதிகம்; வடிவீஸ்வரம் இறைவனுக்கு செயதுங்க நாட்டு சங்கரநாராயண வென்று மண்கொண்ட பூதலவீர ஸ்ரீ இரவிவர்மன் கொடுத்த நிபந்தம். இந்த நிபந்தம் பணகுடியில் ஒரு சிறு அரண்மனையிலிருந்து கொடுக்கப்பட்டது. *(த.நா.தொ. Vol 3 1968–325 TAS Vol VI Part II P 134)*

772. அழகம்மன் கோவில் வடிவனாதன் கருவறை தெற்கு சுவர்; தமிழ்; கி.பி. *1609;* வரிகள் *12;* இதில் பெரும் அளவில் குறியீடுகள். கொதச்ச பிள்ளை அகரத்தைச் சார்ந்த மக்கள் பிரதோச விசேடத்துக்கு *6* கோட்டை நெல் நிபந்தம் (த.நா. தொ. *Vol III 1968–326 TAS Vol VI part II Page 135)*

773. அழகம்மன் கோவில் கருவறை தெற்கு சுவர். தமிழ்; கி.பி. *1610;* பனையறையைச் சார்ந்த தேவனீசுரன் கோட்டாற்றில் தோட்டம் நிபந்தம் (த.நா.தொ. *Vol III 1968–327 TAS Vol VI Part II P 135)*

774. அழகம்மன் கோவில் கொடிமரம் வடக்கு பக்க தூணில் உள்ள கல்வெட்டு. தமிழ்; கி.பி. *19*ஆம் நூற்.; சிவன்பிள்ளை இத்தூணை நன்கொடையாகக் கொடுத்திருக்கிறார். (த.நா.தொ. *Vol 3 1968–328)*

775. வடிவீஸ்வரம் கன்னி விநாயகர் கோவில் சந்நிதி கருவறை தெற்கு பக்க சுவர். தமிழ்; கி.பி. *1898;* இக்கோவிலில் கந்தவேள் பிரதிட்டை கி.பி. *1897* என்ற செய்தி உள்ளது. (த.நா.தொ. *Vol III 1968–329)*

776. வடிவீஸ்வரம் கன்னி விநாயகர் கோவிலில் பாலமுருகன் கருவறை தெற்குப் பக்க சுவர்; தமிழ்; *19*ஆம் நூற்.; இக்கோவிலுக்கு புங்கத்துடையார் பிள்ளையாரின் தமக்கை முத்தாச்சி சிதம்பரவடிவு *400* பணம் கொடை. இதில் பெண்ணுக்கு அவள் தாயின் பெயர் முன்ஒட்டாக வருகிறது. (த.நா.தொ. *Vol III 1968–330)*

777. வடிவீஸ்வரம் கன்னி விநாயகர் கோவில் மடப்பள்ளியின் வாயிற்படித்தரையில் உள்ள கல்வெட்டு. தமிழ்; கி.பி. *1892;* திருவனந்தபுரம் வியாபாரி அப்பையர் குமாரர் வரதய்யர்

பொருளுதவியால் கி.பி. 1892இல் இக்கோவில் மடப்பள்ளி கட்டப்பட்டது. (த.நா.தொ. Vol III 1968–331)

778. வடிவீஸ்வரம் இடர்தீர்த்த பெருமாள் கோவில்; தமிழ்; கி.பி. 1889; வடிவீஸ்வரம் மீனாட்சி முத்துலட்சுமி என்பவர் இரண்டு தூண்களையும் ஒரு கம்பியையும் கொடுத்துள்ளார். (த.நா.தொ. Vol III 1968–332)

128. வாரியூர் (அகஸ்தீஸ்வரம்)

779. இவ்வூரில் உள்ள கல்வெட்டு இப்போது பத்மநாபபுரம் அரண்மனையில் உள்ளது. தமிழ்; சோழர்; முதல் குலோத்துங்கச் சோழன் ஆட்சியாண்டு 41; கி.பி. 1111; வரிகள் 31; அமரவதி மங்கலம் குருகுலராயன் சுசீந்திரம் மகாதேவர் கோயிலுக்கு குலோத்துங்கச் சோழன் பெயரால் நந்தாவிளக்கு நிபந்தம் கொடுத்துள்ளான். இதற்காக புறத்தாய நாட்டு வாரியூரான பராக்கிரம சோழப் பேரளத்து குடும்பன் வில்லியம்பலவன் இரண்டாயி கேரளச் சித்திரவல்லியனில் இரண்டு உப்பு பாத்தி கொடுத்துள்ளான். அதாவது உப்பளம் நன்கொடை. (த.நா.தொ. Vol III 2004–485; TAS Vol I P 355)

129. வாள்வச்ச கோஷ்டம் (கல்குளம்)

780. மகிஷாசுரமர்த்தினி கோவில் கருவறை தெற்கு பக்க சுவர். தமிழ்; கி.பி. 1234; கிரந்தக் கலப்பு அதிகம். மேல்மருயாத்தூரைச் சார்ந்த காவல் அரங்க நாராயணன் என்பவர் பகவதி கோவில் எடுத்த செய்தி உள்ளது. (த.நா.தொ. Vol IV 1969–129; TAS Vol VI Part II P 171)

781. வாள்வச்சகோஷ்டம் கோவில் பிரகாரம் முன்வாயில் தென்பக்க சுவர்; தமிழ்; கி.பி. 1521; வரிகள் 11; இக்கல்வெட்டு செய்யுள் வடிவில் அமைந்தது. முல்லை மங்கலத்தைச் சேர்ந்த திருவிக்கிரமன் என்பவர் பகவதி கோவிலின் முகமண்டபம் எடுப்பித்ததைக் குறிப்பிடும். (த.நா.தொ. Vol IV 1969–180; TAS Vol VI Part II P 171)

782. மகிஷாசுரமர்த்தினி கோவில் உள் சுற்றில் வடக்கு தூண். தமிழ்; கி.பி. 17–18 நூற்.; நாஞ்சிநாட்டு வீரநாராயண மங்கலம் ஆவுடைய நாச்சியார் ஆதிச்சுரகுட்டி என்னும் பெயரைக் குறிக்கிறது. (த.நா.தொ. Vol IV 1969–131)

783. மகிஷாசுரமர்த்தினி கோயில் உள் பிரகாரத்தின் நுழைவாயில் வடக்கு பக்க சுவர். தமிழ்; கி.பி. 1622; வரிகள் 14; அறுசீர் ஆசிரிய விருத்தப்பாடல் வடிவில் உள்ள கல்வெட்டு; இந்தக் கோயில் திருப்பணிகள் பல செய்து புகழ் பெற்ற முல்லை

மங்கலம் தாமோதரன் என்பார் கொல்லம் 798ஆம் ஆண்டு (கி.பி. 1622) இயற்கை எய்திய செய்தி உள்ளது. ஒருவரின் இறப்பு பற்றிய குமரிக் கோவில் கல்வெட்டு இது ஒன்றுதான் கிடைத்துள்ளது. (த.நா.தொ. Vol IV 1969–132; TAS Vol VI Part II P 172)

784. மகிஷாசுரமர்த்தினி கோவில் முக மண்டப நுழைவாயில் தெற்கு பக்க தூண். மொழி சமஸ்கிரதம்; எழுத்து கிரந்தம்; கி.பி. 15–16 நூற்.; 16 வரிகள் மிகவும் சிதைந்த வடிவம்; (த.நா. தொ. Vol IV 1969–133)

785. கோவில் முகமண்டப நுழைவாயிலின் அருகே வடபுறம் தூணின் பின்புறம் உள்ள புடைப்புச் சிற்பத்தின் தலைக்கு மேலே உள்ள கல்வெட்டு. மலையாளம்; கி.பி. 17ஆம் நூற்.; இக்கோவில் பண்டாரக் கணக்கன். காளி சங்கரன் பெயர் உள்ளது. (த.நா. தொ. Vol VI 2005–517)

130. விளவங்கோடு (விளவங்கோடு)

786. இவ்வூரில் உள்ள கல்வெட்டு பத்மநாபபுரம் அரண்மனையில் உள்ளது. தமிழ்; கி.பி. 1782; வரிகள் 37; கவியலூர் மேச்சேரியைச் சேர்ந்த ஆதிக்குட்டி என்பவன் நானா கோத்திரத்துத் தானமாக விட்ட செய்தி இதில் உள்ளது. (த.நா.தொ. Vol VI 2004–595)

131. வீர நாராயண சேரி (கல்குளம்)

787. பத்மநாபசாமிகோயில் பிரகாரம் மேற்கு பக்க தூண். தமிழ்; கி.பி. 16ஆம் நூற்.; மாங்காட்டு நாட்டு இடரழி தேசத்து புழியப்பள்ளம் என்ற ஊரைச் சார்ந்த நராயணன் சவரன் என்பவரைக் குறிக்கிறது. (த.நா.தொ. Vol IV 1969–134)

788. பத்மநாபசாமி கோவில் பிரகாரம் சுற்று மண்டபத்தின் மேற்கு பக்கத் தூண். தமிழ்; கி.பி. 1534; வரிகள் 6; சப்பாணி சய உழுத்திரன் நான்கு தூண்களை நிறுவிய செய்தி உள்ளது. (த.நா.தொ. Vol IV 1969–135)

789. இவ்வூர் அடவியார் கோவில் முன் நிற்கும் கல்லில் உள்ள கல்வெட்டு. தமிழ் கி.பி. 1691; வரிகள் 22; இவ்வூர் பட்டாரியர் தொழுது வரும் அழகிய பிள்ளையாருக்கு அர்த்த சாம பூசை செய்ய சூரி என்பவர் மகன் அய்யன் என்பவன் தானப்பிரமாணம் பற்றிய செய்தி உள்ளது. வீரநாராயண சேரி, நொச்சக் குளம், தீண்டா வண்ணார்குளம் தாவண்ணாகுளம், என்னும் பெயர்கள் வருகின்றன. வண்ணாருக்கு தீண்டா என்ற அடைமொழி இதில் வருகிறது. (த.நா.தொ. Vol IV 1969–136)

790. இவ்வூர் அடவியார் கோவிலில் தனிக் கல்லில் தமிழ்; கி.பி. 17-18 நூற்.; சிதைந்த கல்வெட்டு வரிகள் 16; அடவியார் சிலரின் பெயர்கள் உள்ளன. அய்யன் செண்பகராமன், ஆள்வார் ஆடியபாதம் ஈச்சக்குட்டி அடவியார், பொன்னம்பலம் அணஞ்சான் அடவியார், ...என சில பெயர்கள் உள்ளன. (த.நா.தொ. Vol IV 1969-137)

132. வீரவ நல்லூர் (தோவாளை)

791. இவ்வூர் கற்பகவிநாயகர் கோவில் முகமண்டபம் தெற்கு பக்கச் சுவர். தமிழ்; கி.பி. 1625; நீண்ட 41 வரிகள்; குறியீடுகள் உண்டு. நாஞ்சிநாட்டு அனுமகேதன நல்லூருக்கு கிழக்கே அமைந்துள்ள வீரகேரள நல்லூரில் வாழும் திருநெல்வேலிப் பெருமாள் என்னும் வென்று மாலையிட்ட பெருமாள் என்னும் செட்டு கற்பகவிநாயகருக்கு நயினார் திருநெல்லை நாதருக்கு அம்மை அழகிய நாச்சியார் அம்மைக்கும் நித்திய பூசைக்கும் பிற சிறப்பு வழிபாட்டிற்கும் நிலம் கொடை. (த.நா.தொ. Vol V 1969-87)

792. கற்பக விநாயகர் கோவில் இரண்டாம் பிரகாரத்தின் வடக்கு சுவர். தமிழ்; கி.பி. 1658; நீண்ட 10 வரிகள். இக்கோவில் தினசரி வழிபாட்டிற்கும் சங்கராந்திக்கும் அமாவாசை அபிஷேகத்திற்கும் திருநெல்வேலியில் வாழும் வென்று மாலையிட்ட பெருமாள் அளித்த கொடை. (த.நா.தொ. Vol V 1969-88; TAS Vol VII Part I P 40)

793. பிள்ளையார் மடம்; மேற்கு சுவரின் வெளிப்பக்கம். தமிழ்; கி.பி. 1678; நீண்ட 63 வரிகள். குறியீடுகள் உண்டு. நாஞ்சில் நாட்டு வீரவநல்லூரில் பண்டியனார் என்பவரால் கட்டப்பட்ட கல் மடத்தில் தங்கியிருக்கும் சிவபாண்டி ஆண்டார் என்பவருக்கு அதே ஊரைச் சார்ந்த ஆண்டிச்சி மகள் இராமனாச்சியும் கணக்கர் திக்கெலாம் புகழும் பெருமாள் பராக்கிரமப் பெருமாளும் மடத்தில் சில நல்ல காரியங்கள் நடத்துவதற்கு நிலம் அளித்ததைக் குறிப்பிடுகிறது. இந்த மடத்திற்கு நிபந்த வயலுடன் பறை அடைக்காத்தியும் மக்களும் கொடுக்கின்றனர். இது அடிமை தொடர்பான விஷயம் 'அறச்சாலை' சொல் வருகிறது. (த.நா.தொ. Vol V 1969-89 TAS Vol VII Part I P 42)

794. இவ்வூர் பிள்ளையார் மடம் வெளிப்புறம் கிழக்கு பக்கம் சுவர். தமிழ்; கி.பி. 1682; நீண்ட 68 வரிகள்; குறியீடு உண்டு. நாஞ்சில் நாட்டு வீரகேரள நல்லூரில் அமைக்கப்பட்ட பிள்ளையார் மடத்தில் பிள்ளையார் பூசைக்கும் மகேஸ்வர பூசைக்கும் மற்ற சிறப்பு பூசைகளுக்கும், பயணிகளுக்கு தாகம் தீர்க்க நீர்

கொடுக்கவும் மேற்படி ஊரைச் சார்ந்த திக்கெலாம் புகழும் பெருமாள் எனப்படும் பராக்கிரமப் பாண்டியப் பெருமாள் என்பவர் நிலம் கொடுத்ததைக் குறிப்பிடும் கல்வெட்டு. இந்த நிபந்த நிலத்துடன் மடத்து வேலைக்கு அடிமையாக விட்டுக் கொடுக்கப்பட்டவர்கள் மிடி மகள் திருச்சிற்றம்பலம், அருவியார் மகன் ஆண்டான், பறையடி மகள் பறைச்சி உலகுடாச்சி மகள் சாத்தி முலை உண்ணி, பெரியமாதி மகள் அணைஞ்சி முலை உண்ணி ஆகியோர் ஆவர். 'காரணவர்' சிறை மீட்டம் (சிறமடம் ஊர்) வீரகேரளப் பேரேரி அறப்பெறை (பலசரக்கு வைக்குமிடம்) கணக்கு பிள்ளை போன்ற சொற்கள் வருகின்றன. (த.நா.தொ. *Vol V 1969–90; TAS Vol VII Part I P 44)*

795. இவ்வூர் முத்தாரம்மன் கோவிலின் தனிக்கல். தமிழ்; கி.பி. *1753;* வரிகள் *118;* குறியீடுகள் அதிகம். நாஞ்சிநாட்டு வீரகேரள நல்லூரில் உள்ள தேசிக வினாயகப் பிள்ளையாருக்கும் சுவாமி தியாகராசருக்கும் அம்பலவாண சுவாமிக்கும் நித்திய வழிபாடும் சிறப்பு வழிபாடும் செய்வதற்காக அதே ஊரைச் சார்ந்த நமசிவாயம் சிவதாணுவப் பண்டாரப் பெருமாள் என்பவர் நிலம் அளித்ததைக் குறிக்கிறது. (த.நா.தொ. *Vol V 1969–91; TAS Vol VII part I P 47)*

133. வெட்டூர்ணிமடம் (அகஸ்தீஸ்வரம்)

796. பரமார்த்தலிங்கபுரத்தில் தனிக்கல். மொழி, எழுத்து ஆங்கிலம், தமிழ்; *18* நூற்.; அருமனை திருவனந்தபுரம் மைல்கல்; திருவனந்தபுரத்திற்கு *'Trevand'* என உள்ளது. தமிழில் திருவனந்தபுரம் என வருகிறது. மைல் என்பதைக் குறிக்க நாழிகை என்ற சொல் உள்ளது. (த.நா.தொ. *Vol 6 2004–475)*

797. பரமார்த்தலிங்கபுரம் கிருஷ்ணன் கால்வாய் அருகே தனிக்கல். ஆங்கிலம் தமிழ்; கி.பி. *18* நூற்.; வரி *6;* கன்னியாகுமரி திருவனந்தபுரம் மைல் கல். ஆங்கிலத்தில் குமரி பத்து என்றும், திருவனந்தபுரம் *43* நாழிகை என்றும் உள்ளது. தமிழ் மொழியில் திருவனந்தபுரம் நாழிகை *43* என உள்ளது. (த.நா.தொ. *Vol VI 2004–476)*

798. பரமார்த்தலிங்கபுரம் கிருஷ்ணன் கால்வாய் அருகில். ஆங்கிலம், தமிழ். கி.பி. *18* நூற்.; அருமனை *7* என்றும் திருவனந்தபுரம் *43* என்றும் உள்ளது. (த.நா.தொ. *Vol VI 2004–477)*

799. பரமார்த்தலிங்கபுரம் கிருஷ்ணபுரம் கால்வாய் அருகே. ஆங்கிலம், தமிழ், லத்தீன்; கி.பி. *18*ஆம் நூற்.; அருமனை *5* திருவனந்தபுரம் *45* என்றும் குறிப்பிடும் மைல்கல் (த.நா.தொ. *Vol VI 2004–478)*

800. பரமார்த்தலிங்கபுரம் கிருஷ்ணன்கோவில் கால்வாய் அருகே. ஆங்கிலம், தமிழ், லத்தீன்; கி.பி. 18ஆம் நூற்.; 'மைல்கல்' அருமனை 2 திருவனந்தபுரம் 48 எனக் குறிப்பிடுகிறது. (த.நா. தொ. Vol VI 2004–479)

801. பரமார்த்தலிங்கபுரம் கிருஷ்ணன் கோவில் கால்வாய் அருகே. ஆங்கிலம், தமிழ், லத்தீன், மைல்கல்; கி.பி. 18 நூற். அருமனை திருவனந்தபுரம் என உள்ளது. (த.நா.தொ. Vol VI 2004–480)

கல்வெட்டுகள் இடம்பெறும் ஊர்களும் கோவில்களும்

1. அக்கரை (அகஸ்தீஸ்வரம்) (1)
   செக்கடி விநாயகர் கோவில் — 1

2. அகஸ்தீஸ்வரம் (அகஸ்தீஸ்வரம்) (26)
   அகஸ்தீஸ்வரர் கோவில் — 25
   பத்மநாபபுரம் அரண்மனை — 01

3. அங்கோடு (கல்குளம்) (2)
   சிவன்கோவில் — 02

4. அந்திரபுரம் (தோவாளை) (1)
   சாஸ்தா கோவில் — 01

5. அருமநல்லூர் (தோவாளை) (1)
   சாஸ்தான் கோவில் — 01

6. அருவிக்கரை (கல்குளம்) (5)
   கிருஷ்ணன் கோவில் — 05

7. அழகிய பாண்டியபுரம் (தோவாளை) (16)
   வீரவநங்கை கோவில் — 5
   வெங்கடாசலபதி கோவில் — 9
   அழகிய நம்பி கோவில் — 2

8. அழகிய மண்டபம் (கல்குளம்) (1)
   அவுலியா மடம் — 1

9. அனந்தபுரம் (தோவாளை) (1)
   பிள்ளையார் கோவில் — 1

10. ஆச்சிராமம் (அகஸ்தீஸ்வரம்) (1)
    திருப்பனந்தாள் மடம் — 1

11. ஆதிச்சன் புதூர் (தோவாளை) (4)
    அவ்வையாரம்மன் கோவில் — 2
    பிள்ளையார் கோவில் — 2

12. ஆரல்வாய்மொழி (தோவாளை) (14)
    சாஸ்தா கோவில் — 2
    முத்தாரம்மன் கோவில் — 1
    குலசேகரவினாயகர் கோவில் — 3
    மடத்துவிளை தனிக்கல் — 1
    மீனாட்சிஅம்மன் கோவில் — 1
    அகலிகை ஊற்றுக்கல் — 1

அ.கா. பெருமாள்

ஊர்–பாறை – 1
ராக்கோடியம்மன் கோவில் – 1
பத்மநாபபுரம் அரண்மனை – 1
கோவில் தெப்பக்குளம் – 1
பெரிய குளம் கிணறு – 1

13. அரூர் *(கல்குளம்) (2)*
சிவன் கோவில் – 1
சாவடி கல் – 1

14. ஆளூர் *(கல்குளம்) (3)*
சாமாதிக்கல் – 1
மகாதேவர் கோவில் – 2

15. ஆழ்வார் கோவில் *(கல்குளம்) (2)*
பத்மனாபபுரம் அரண்மனை – 1
விஷ்ணுகோவில் தனிக்கல் – 1

16. இடலாய்க்குடி *(1)* – 1
தனியார் தோட்டத்தில் – 1

17. இரணியல் *(கல்குளம்) (3)*
விநாயகர் கோவில் – 1
ஊர் கல் – 1
தெருவீதி கல் – 1

18. இரவிபுரம் *(கல்குளம்) (1)*
பெருமாள் கோவில் – 1

19. இரவிபுதூர் *(அகஸ்தீஸ்வரம்) (1)*
பத்மநாபபுரம் அரண்மனை – 1

20. இளையநயினார் குளம் *(1)*
சுமைதாங்கி – 1

21. இராசாக்கமங்கலம் *(அகஸ்தீஸ்வரம்) (1)*
பத்மநாபபுரம் அரண்மனை – 1

22. இறைச்ச குளம் *(தோவாளை) (2)*
உதயமார்த்தாண்டேஸ்வரர் கோவில் – 1
ஊர் சுமைதாங்கி – 1

23. இராமன் துறை *(விளவங்கோடு) (1)*
பத்மநாபபுரம் அரண்மனை – 1

24. ஈத்தாமொழி *(அகஸ்தீஸ்வரம்) (1)*
முத்தாரம்மன் கோவில் – 1

25. உரப்பன்விளை (1)
தனியார் தோட்டம் – 1
– 1

26. ஐயன்கோணம் (தோவாளை) (1)
ஊர்ப்பாறை – 1

27. கடியப்பட்டிணம் (கல்குளம்) (1)
பெரிய குளம் பாறை – 1

28. கடுக்கரை (தோவாளை) (5)
வெங்கடேஸ்வரப் பெருமாள் கோவில் – 2
ஸ்ரீகண்டேஸ்வரர் கோவில் – 3

29. கண்டன்விளை (கல்குளம்) (1)
கல்லறை – 1

30. கரியமாணிக்கபுரம் (அகஸ்தீஸ்வரம்) (5)
ஆழ்வார்கோவில் – 4
முத்தாரம்மன் கோவில் – 1

31. கருப்புக்கோட்டை (அகஸ்தீஸ்வரம்) (7)
கைலாசநாதர்கோவில் – 5
ஊர்வயல்கல் – 2

32. கவியலூர் (கல்குளம்) (1)
ஊர் கல் – 1

33. கள்ளியங்காடு (1)
பகவதிகோவில் – 1

34. கழுவன்திட்டை விளை (கல்குளம்) (1)
கன்னியாகுமரி அருங்காட்சியகம் – 1

35. கன்னியாகுமரி (அகஸ்தீஸ்வரம்) (89)
பகவதியம்மன் கோவில் – 56
காசிவிசுவநாதர் கோவில் – 12
குகநாதேஸ்வரர் கோவில் – 16
சர்கரை மடம்–கல் – 1
பத்மநாபபுரம் அரண்மனை – 4

36. காட்டுப்புதூர் (தோவாளை) (1)
ஊர் நூல்நிலையம் தனிக்கல் – 1

37. காரைக்குளம் (1)
சிவன்கோவில் – 1

38. கிருஷ்ணன் கோவில் (8) – 4
கிருஷ்ணன் கோவில் – 4

39.	கிள்ளியூர் (தோவாளை) (1)		
	பிராட்டீஸ்வரர் கோவில்	–	1
40.	குமாரகோவில் (கல்குளம்) (4)		
	வேலாயுதப் பெருமாள் கோவில்	–	4
41.	குளச்சல் (கல்குளம்) (2)		
	வீரகேரளப்புரத்தம்மன் கோவில்	–	2
42.	குழிக்கோடு (விளவங்கோடு) (2)		
	பத்மநாபபுரம் அரண்மனை	–	2
43.	குழித்துறை (விளவங்கோடு) (5)		
	கல்மடம் தூண்	–	1
	சிவன்கோவில்	–	2
	பத்மநாபபுரம் அரண்மனை	–	2
44.	குரண்டி (தோவாளை) (1)		
	பிள்ளையார் கோவில்	–	1
45.	குறத்தியறை (தோவாளை) (3)		
	பாறை	–	3
46.	கேசவபுரம் (1)		
	விஷ்ணுகோவில்	–	1
47.	கேசவன்புதூர் (தோவாளை) (2)		
	அரிகரவிநாயகர் கோவில்	–	2
48.	கேரளபுரம் (கல்குளம்) (8)		
	மகாதேவர் கோவில்	–	8
49.	கொட்டாரம் (அகஸ்தீஸ்வரம்) (1)		
	ஊர் பள்ளி தனிக்கல்	–	1
50.	கோச்சப்பிடாரம் (அகஸ்தீஸ்வரம்) 1		
	பெருமாள் கோவில்	–	(1)
51.	கோட்டவிளை (கல்குளம்) (1)		
	பாறை	–	1
52.	கோட்டாறு (15)	–	15
	சொலியார் மடம்	–	1
	குருமடம்	–	2
	வலம்புரி விநாயகர்கோவில்	–	3
	பிள்ளையார் குடம்	–	1
	மசூதி	–	2
	கிருஷ்ணன் கோவில்	–	1

மரகத விநாயகர் கோவில்	–	2
சாஸ்தா கோவில்	–	1
குருமடம்	–	1
தனியார் வீடு	–	1

53. கோவில்விளை (1) — 1
54. சரனூர் (1) — 1
55. சாமிதோப்பு (அகஸ்தீஸ்வரம்) (2)
    தாசநாடார் தோட்டம் கல் — 1
    வட்டதிட்டு தோட்டம் கல் — 1
56. சாரோடு (கல்குளம்) (3)
    சாஸ்தா கோவில் — 1
    பத்மநாபபுரம் அரண்மனை — 2
57. சிதரால் (விளவங்கோடு) (15)
    பாறை, கோவில் — 15
58. சிவகிரி (கல்குளம்) (3)
    சிவன் கோவில் — 2
    பாறை — 1
59. சீதப்பால் (1) — 1
60. சுங்கான்கடை (கல்குளம்) (1)
    ஊர் மடம் கல் — 1
61. சுசீந்திரம் (126)
    தாணுமாலயன் கோவில் — 113
    முன்உதித்த நங்கை கோவில் — 1
    குலசேகர பெருமாள் கோவில் — 5
    துவாரகை கிருஷ்ணன் கோவில் — 7
62. செட்டியார் மடம் (கல்குளம்) (1)
    ஊர் கல் தூண் — 1
63. செண்பகராமன்புதூர் (தோவாளை)
    சுமைதாங்கி — 1
64. சேரமங்கலம் (கல்குளம்) (4)
    ஆழ்வார் கோவில் — 4
65. சோழபுரம் (29) — 19
    சோழீஸ்வரர் கோவில் — 19

66. தக்கலை (கல்குளம்) (2)
   - ஆறுமுகவிநாயகர் கோவில் – 1
   - தேவசகாயம் குருசடி – 1

67. தலக்குளம் (கல்குளம்) (4)
   - அழகிய பெருமாள் கோவில் – 1
   - எழுத்திட்டான் பாறை – 1
   - தெய்வவிநாயகர் கோவில் – 2

68. தாழக்குடி (தோவாளை) (12)
   - ஜயந்தீஸ்வரர் கோவில் – 7
   - செக்கு–கல்லில் – 1
   - வண்ணாரக்குடி தனிக்கல் – 2
   - மோம்புரி அம்மன் கோவில் – 1
   - பிள்ளையார் கோவில் – 1

69. திக்கணன்கோடு (கல்குளம்) (5)
   - பெருமாள் கோவில் – 4
   - மகாதேவர் கோவில் – 1

70. திங்கள் சந்தை (கல்குளம்) (1)
   - பத்மநாபபுரம் அரண்மனை – 1

71. திப்பிரமலை (விளவங்கோடு) (4)
   - கிருஷ்ணன் கோவில் – 1
   - பெருமாள் கோவில் – 1
   - சிவன் கோவில் – 1
   - பத்மநாபபுரம் அரண்மனை – 1

72. திற்பரப்பு (கல்குளம்) (4)
   - அருவி பாறை – 2
   - மகாதேவர் கோவில் – 2

73. திருநந்திக்கரை (கல்குளம்) (5)
   - குகைக்கோவில் – 4
   - சிவன் கோவில் – 1

74. திருநயினார் குறிச்சி (கல்குளம்) (8)
   - கறைக்கண்டேஸ்வரர் கோவில் – 6
   - பத்மநாபபுரம் அரண்மனை – 2

75. திருப்பதிசாரம் (தோவாளை) (5)
   - திருவாழிமார்பன் கோவில் – 3
   - அம்மன் கண்ட சாஸ்தா – 2

76.	திருப்பன்னிகோடு (கல்குளம்) (1)	
	பத்மநாபபுரம் அரண்மனை	– 1
77.	திருவட்டாறு (கல்குளம்) (43)	
	ஆதிகேசவப் பெருமாள் கோவில்	– 40
	தளியல் மகாதேவர் கோவில்	– 1
	ஊர் பாலம்	– 1
	பத்மநாபபுரம் அரண்மனை	– 1
78.	திருவிதாங்கோடு (கல்குளம்) (10)	
	மசூதி கல்தூண்	– 1
	பெண்கள் பள்ளி கல்தூண்	– 1
	பெரிய நாயகி மாதா கோவில்	– 1
	பத்மநாபபுரம் அரண்மனை	– 2
	நீலகண்டசாமி கோவில்	– 5
79.	திருவிடைக்கோடு (கல்குளம்) (23)	
	சடையப்பர் கோவில்	– 23
80.	தூவச்சி (தோவாளை) (1)	
	கல்மடம் தூண்	– 1
81.	தெங்கன்புதூர் (அகஸ்தீஸ்வரம்) (1)	
	வாதிரியார் தெரு கல்தொட்டி	– 1
82.	தெரிசனங்கோப்பு (தோவாளை) (5)	
	இராகவேஸ்வரர் கோவில்	– 5
83.	தெள்ளாந்தி (தோவாளை) (1)	
	ஊர் பாறை	– 1
84.	தென்பாறைக்குன்றம் (1)	
	சிவன்கோவில்	– 1
85.	தேரூர் (அகஸ்தீஸ்வரம்) (3)	
	இளைய நயினார் கோவில்	– 3
86.	தேங்காய் பட்டணம் (3)	
	பள்ளிவாசல்	– 3
87.	தேவர்குளம் (அகஸ்தீஸ்வரம்) (1)	
	விநாயகர்கோவில்	– 1
88.	தொடுவெட்டி (விளவன்கோடு) (1)	
	பத்மநாபபுரம் அரண்மனை	– 1
89.	தோவாளை (தோவாளை) (4)	
	காக்கும் விநாயகர் கோவில்	– 2

கிருஷ்ணன் கோவில் – 1
முருகன் கோவில் – 1

90. நட்டாலம் (2)
பத்மநாபபுரம் அரண்மனை – 1
சங்கரநாராயணர் கோவில் – 1

91. நல்லூர் (அகஸ்தீஸ்வரம்) (1)
இடிந்த மண்டபம் கல் – 1

92. நாகர்கோவில் (அகஸ்தீஸ்வரம்) (11) – 11
நாகராஜா கோவில் – 11

93. நெல்வேலி (2)
சிவன் கோவில் – 2

94. பஞ்சவன்காடு (2)
பத்மநாபபுரம் அரண்மனை – 2

95. பத்மநாபபுரம் (கல்குளம்) (20)
மொக்குமாடன் தம்புரான் கோவில் – 1
அரண்மனை அருங்காட்சியகம் – 7
உதயகிரிக்கோட்டை – 7
நீலகண்டசுவாமி கோவில் – 5

96. ஸ்ரீபத்மநாப நல்லூர் (தோவாளை) (1)
பாறை மேல் – 1

97. பரகோடு (1)
மீசான் கல் – 1

98. பள்ளியாடி (கல்குளம்) (3)
திருப்பன்னிகோடு கோவில் – 3

99. பறக்கை (அகஸ்தீஸ்வரம்) (25)
மதுசூதனப்பெருமாள் கோவில் – 21
செங்குளக்கரை விநாயகர் கோவில் – 1
சந்திமாடசாமி கோவில் – 1
அக்கரை–தோப்பு–தனிக்கல் – 2

100. பாகோடு (விளவங்கோடு) (4)
மகாதேவர் கோவில் – 3
மீசான் கல் – 1

101. பார்த்திவபுரம் (விளவங்கோடு) (5)
பார்த்தசாரதி கோவில் – 5

102. பீமநகரி *(1)*
மடம் – *1*

103. புத்தங்கடை *(கல்குளம்) (1)*
ஊற்றுப்பாறை – *1*

104. புத்தன்துறை *(அகஸ்தீஸ்வரம்) (2)*
கிறித்தவ கல்லறை – *2*

105. புத்தேரி *(தோவாளை) (2)*
கன்னியாகுமரி அருங்காட்சியம் – *1*
தனிக்கல் – *1*

106. புதுக்கிராமம் *(அகஸ்தீஸ்வரம்) (3)*
அழகியமணவாளப் பெருமாள் – *3*

107. புதூர் *(கல்குளம்) (1)*
தனிக்கல் – *1*

108. புரவசேரி *(அகஸ்தீஸ்வரம்) (17)*
பெருமாள் கோவில் – *17*

109. புல்லாங்கோடு *(2)*
சிவன்கோவில் – *2*

110. புன்னார் குளம் *(அகஸ்தீஸ்வரம்) (1)*
சுமைதாங்கிக்கல் – *1*

111. பூதப்பாண்டி *(தோவாளை) (13)*
பூதலிங்கசாமி கோவில் – *11*
ஊர் தனிக்கல் – *2*

112. பேயங்குழி *(கல்குளம்) (1)*
பத்மநாபபுரம் அரண்மனை – *1*

113. பொன்மனை – *1*
மகாதேவர் கோவில் – *1*

114. மண்ணடி *(தோவாளை) (1)*
சிவன் கோவில் – *1*

115. மணல்திட்டை *(தோவாளை) (2)*
ஊர் பாறை – *2*

116. மணலி (1)
    தர்கா — 1
    — 1

117. மணலிக்கரை (கல்குளம்) (2)
    பத்மநாபபுரம் அரண்மனை — 1
    ஜமாத்து சுவர் — 1

118. மணவாளக்குறிச்சி (கல்குளம்) (1)
    பெரிய குளம் கரை பாறை — 1

119. மயிலாடி (அகஸ்தீஸ்வரம்) (1)
    சாஸ்தா கோவில் — 1

120. மிடாலம் (விளவங்கோடு) (5)
    முத்தாரம்மன் கோவில் — 4
    பத்மநாபபுரம் அரண்மனை — 1

121. முஞ்சிறை (விளவங்கோடு) (13)
    மகாதேவர் கோவில் — 13

122. முட்டக்காடு (கல்குளம்) (4)
    திருப்பன்னிப்பாகம் கோவில் — 4

123. முட்டம் (அகஸ்தீஸ்வரம்) (1)
    பத்மநாபபுரம் அரண்மனை — 1

124. முப்பந்தல் (4) — 2
    கோவில் — 1
    மடம் — 1

125. மேலப்புதுவூர் (தோவாளை) (3)
    ஹரிஹரவிநாயகர் கோவில் — 3

126. வடசேரி (5)
    சங்கர சிந்தாமணி சமாதி கோவில் — 1
    பத்மநாபபுரம் அரண்மனை — 1
    தளியல் மகாதேவர் — 1
    கருத்த விநாயகர் கோவில் — 1
    புனித ஜேம்ஸ் ஆலயம் — 1

127. வடிவீஸ்வரம் (9)
    அழகம்மன் கோவில் — 5
    கன்னிவியாகர் கோவில் — 3
    இடர்தீர்த்த பெருமாள் கோவில் — 1

128. வாரியூர் (அகஸ்தீஸ்வரம்) (1)
பத்மநாபபுரம் அரண்மனை – 1

129. வாள்வச்சகோஷ்டம் (கல்குளம்) (6)
மகிஷாசுரமர்த்தினி கோவில் – 6

130. விளவங்கோடு (விளவங்கோடு) (1)
பத்மநாபபுரம் அரண்மனை – 1

131. வீரநாராயணசேரி (கல்குளம்) (4)
பத்மநாபசுவாமி கோவில் – 2
அடவியார் கோவில் – 2

132. வீரவ நல்லூர் (தோவாளை) (5)
கற்பவிநாயகர் கோவில் – 2
பிள்ளையார் மடம் – 2
முத்தாரம்மன் கோவில் – 1

133. வெட்டூர்ணி மடம் (6)
தனிக்கல் – 1
கால்வாய் அருகே கல் – 3
கிருஷ்ணன் கோவில் – 2

❍ ❍ ❍

கல்வெட்டுகள் உள்ள ஊர்கள்	133
த. நா. அரசு வெளியீடு	381
T.A.S Vol, தி. கல். அறிக்கை	318
ஆவணம் தொகுப்பில் உள்ளவை	27
பத்மநாப பிள்ளை நூலில் இருப்பவை	09
வெளியாகாதவை	39
மொத்த கிடைத்த கல்வெட்டுகள்	801

உதவியநூல்கள்

1. Travancore Archaeological series, vol. one (T.A. Gopinatha Rao) 1908 reprinted 1988

   Depart of Cultural Publication Govt of Kerala Trivandrum.

2. T.A.S. Volumes II and III (T.A. Gopinatha Rao) 1908 reprinted 1992.

   Depart of Cultural Publication Govt of Kerala Trivandrum

3. T.A.S Vol IV (Part I and 2) (K.V. Subramanya Aiyar) 1924 reprint 1999

   Depart of Cultural Publication Govt of Kerala Trivandrum.

4. T.A.S. Vol V (Part 1,2 and 3) (A.S. Ramanatha Ayyar) 1924 reprint 1999.

   Depart of cultural Publication Govt of Kerala Trivandrum.

5. T.A.S. Vol VI (Part 1 and 2) (A.S. Ramanatha Ayyar) 1927 reprint 1999 Depart of Cultural Publication Govt of Kerala Trivandrum

6. T.A.S. Vol VII (Part 1 and 2) (A.S. Ramanatha Ayyar) 1930

7. T.A.S. Vol VIII and IX R. Vasudeva Poduval 1938

1. கன்னியாகுமரி மாவட்டக் கல்வெட்டுகள் தொகுதி I (ப.ஆ,) நடன காசிநாதன் 1972 தமிழ்நாடு அரசு தொல் பொருள் ஆய்வுத்துறை சென்னை.

2. மேற்படி தொகுதி 2 நடன காசிநாதன் (1972)

3. மேற்படி தொகுதி 3 நடன காசிநாதன் (1972)

4. மேற்படி தொகுதி 4 இரா நாகசாமி (1979)

5. மேற்படி தொகுதி 5 இரா நாகசாமி (1979)
6. மேற்படி தொகுதி 6 (பொ.பதி.ஆ.) சீதாராம் குருமூர்த்தி 2008

ஆவணம் இதழ்தொகுதிகள் (எண் 12–29)

தமிழகத் தொல்லியல் கழகம்

தஞ்சாவூர் (1991 – 2018)

பத்மநாபபிள்ளை

ஆரல்வாய் மொழி வரலாறும்

மீனாட்சி சுந்தரேஸ்வர் கோவிலும் (1943)

தாழக்குடி சரிதமும் சயந்தீஸ்வரர்

அழகம்மன் கோவிலும் (1944)

படங்கள்

சிதரால் 9 நூற்றாண்டு

பத்மநாபபுரம் கோவில் 16 நூற்றாண்டு

அம்பிகாயட்சி சிதரால்

சிதறால் - நூலாசிரியர்

சுசீந்திரம் தாணுமால்யன் கோவில், வட்டெழுத்து

வடசேரி கருத்தவிநாயகர் கோவில்

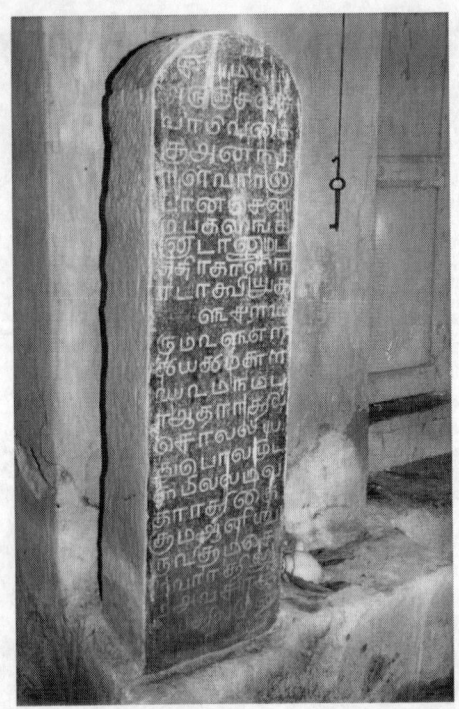

மங்காவிளை தமிழ் கல்வெட்டு கி.பி. 19 நூற்.

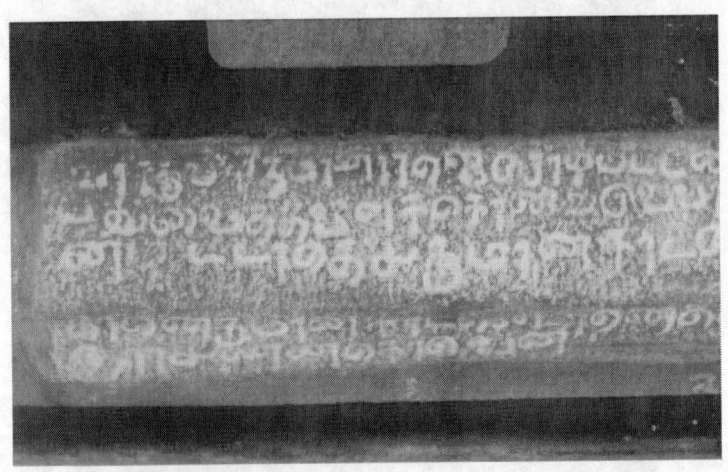

ஜடாயுபுரம் (திருப்பதிசாரம்) கல்வெட்டு கி.பி. 12 நூற்.

பேரை (திருட்டாறு) வட்டெழுத்து கல்வெட்டு கி.பி. 13 நூற்.

கோட்டாறு மரகதவிநாயகர் கோவில் கல்வெட்டு கி.பி. 1697

கோட்டாறு செட்டு சமூகக் கிருஷ்ணன் கோவில் கல்வெட்டு 1927

மலையாளக் கல்வெட்டு கன்னியாகுமரி கி.பி. 18 நூற்.

கேசவன் புதூர் கல்வெட்டு கி.பி.1650

வடசேரி விநாயகர் கல்வெட்டு கி.பி. 1744

பறக்கை கல்வெட்டு கி.பி. 16 நூற்.

பள்ளியாடி தமிழ் கல்வெட்டு கி.பி. 1276

உதயகிரிகோட்டை (கல்குளம்) கல்பலகை

தக்கலை மணலி மீசான் கல் கி.பி. 1831

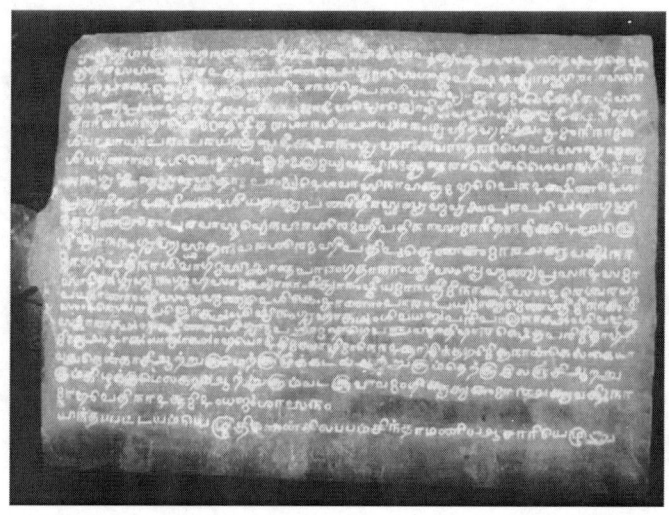

கிரந்தச் செப்பேடு (நாகர்கோவிலில் கிடைத்தது கி.பி. 1748)